காஃபிர்களின் கதைகள்

காஃபிர்களின் கதைகள்

கீரனூர் ஜாகிர்ராஜா

எழுத்து
பிரசுரம்

காஃபிர்களின் கதைகள்

First Edition: 2013

First Edition by Ezutthu Prachuram: January 2020

(An imprint of Zero Degree Publishing)

ISBN: 978 93 88860 47 5

Title No. EP: 105

Zero Degree Publishing
No. 55(7), R Block, 6th Avenue,
Anna Nagar,
Chennai - 600 040

Website : www.zerodegreepublishing.com

E Mail : zerodegreepublishing@gmail.com

Phone : 98400 65000

Layout: Creative Studio
Cover Art: Iyal
Printed at Repro India, Mumbai

அன்பு மச்சான் சௌ. சாதிக் அலி அவர்களுக்கு...

இப்போது இதற்கு அவசியம் என்ன?

ஒரு வதைமுகாமைப் போல பூமியைப் பாவித்துக் கொண்டு, வெயில் தன் சாட்டையைச் சுழற்றிக் கொண்டிருந்த உச்சிப் பொழுதில் இத்தொகுப்புக்கான சில கதைகளை நகல் எடுத்து முடித்து நடந்து வந்து கொண்டிருந்தேன். எதிர்சாரியில் என் நெடுநாள் நண்பர் ஒருவர் அவருக்கான சக்கர வாகனத்தில் வந்து நின்று மென்முறுவலுடன் கண்ணாடியைக் கழற்றினார். நண்பர் நவீன இலக்கியப் பரிச்சயமுள்ளவர். அவ்வப்பொழுது வாசிக்கவும், கூட்டங்களில் கலந்து கொள்ளவும் கூடியவர். வேறு யார் நமக்கு நண்பராய் இருக்கப் போகிறார்? பரஸ்பரம் இருவரும் வணக்கம் வைத்துக் கொண்டபின் "எங்கே இவ்வளவு தூரம் வெயிலில்?" என்று நண்பர் கேட்க, நானும் சூழலை மறந்து, சற்று உற்சாக தொனியில் விஷயத்தைச் சொன்னேன். நண்பர் கண்ணாடியை மாட்டிக் கொண்டு எதையோ தேடுகிற பாவனையில் "இப்போது இந்த கதைகளைத் தொகுக்க வேண்டிய அவசியம் என்ன?" என்று கேட்டு வைத்தார். என்ன பதில் சொல்லலாம் என்றெல்லாம் நான் யோசிக்கவில்லை. சற்றே முகம் சிவக்க, "சும்மா, ஒரு தமாசுக்குத்தான்..." என்றபடி வேறு எதுவும் பேசாமல் அவரைக் கடந்து செல்லத் தொடங்கினேன். சற்று தூரம் நடந்த பிறகு திரும்பிப் பார்த்தேன். நண்பர் வாகனக் கண்ணாடி மூலமாக என்னைக் கவனித்து 'பிறகு பார்க்கலாம்' என்கிற தொனியில் தலையை கொஞ்சம் ஆட்டிச் சென்றார். வீட்டுக்கு வந்து சேர்ந்து தண்ணீர் அருந்திய பிறகு ஆசுவாசம் தெரிந்தது. ஆனால் நண்பரின் அந்தக் கேள்வி தொடர்ந்து என்னைத் தொந்தரவு செய்தபடி இருந்தது. செல்போனில் அவருடைய எண்களைத் தோன்றச் செய்து ஒரு அமுக்கு அமுக்கினேன். "நா அடிச்சாத் தாங்க மாட்ட, நாலு மாசம் தூங்க மாட்ட..." என்று கர்ண கடூரமான குரலில் ஒரு பாடல் ஒலிக்கவும் சற்றுப் பின் வாங்கி, அழைப்பை ரத்து செய்துவிடலாமா என்றும் யோசித்தேன். அதற்குள் நண்பர் போனை எடுத்து, "பிற்பகல் வணக்கம்! சொல்லுங்க!" என்றார். "இந்தியாவைப்

போன்ற கொந்தளிப்பான தேசத்தில் இதைப் போல நூறு தொகுப்புகள் வரவேண்டிய அவசியமிருக்கிறது" என்றேன் நான். "நான் சும்மா தமாசுக்கு கேட்டதை நீங்கள் சீரியசாக எடுத்துக் கொண்டீர்கள்?" நண்பர் இயல்பாகவும், சாந்தமாகவும் பேசினார். நான் தொடர்பை துண்டித்துக் கொண்டேன்.

எந்தக் கணத்தில் இப்படி ஒரு தொகுப்புக்கான மன எழுச்சி கிடைத்ததெனக் குறிப்பிட்டுச் சொல்ல முடியவில்லை.

நீண்ட காலமாக மனதில் நிலை கொண்டிருந்த விஷயம் என்பதை மட்டும் உறுதி செய்ய முடிகிறது.

எந்தப் புள்ளியிலிருந்து இதற்கான வேலைகளைத் தொடங்கினேன் என்பது மட்டும் நன்றாக நினைவிலிருக்கிறது.

2008 ப்ரகாஷ் கருத்தரங்கத்திற்காக சென்னையில் அப்போது பிரபஞ்சன் அவர்களை நான் அடிக்கடி சந்திக்க வேண்டியிருந்தது. "இஸ்லாமியரல்லாத எழுத்தாளர்கள் இஸ்லாமியத் தளத்தில் எழுதிய கதைகளைத் தொகுக்கிறேன்..." பிரபஞ்சனிடம் தான் இதை முதலில் சொன்னேன்.

"நல்ல விஷயம் உடனே செய்யுங்கள்" உத்வேகப்படுத்தும் விதத்தில் பேசினார். பிரபஞ்சன் இது போல நான்கைந்து கதைகளாவது எழுதியிருப்பார். அதில் பள்ளி மாணவர்களுக்கான பாடத்திட்டத்தில் இடம் பெற்ற பாயம்மா' அதன் பெயருக்காகவும் நடை எளிமைக்காகவும் என்னைக் கவர்ந்த கதை. கேட்டதும் "கேட்கத் தேவையில்லை . செய்யுங்கள்..." என்று அனுமதி வழங்கினார்.

கதைகளைத் தேடிப் பயணித்ததும், அதன் மூலமாகப் பெற்ற அனுபவங்களும் தான் மிக ரசமானவை.

இத்தொகுப்புக்காக என்னிடம் ஏற்கனவே சில கதைகள் இருந்தன. அவற்றில் ஒன்று சுந்தர ராமசாமி அவர்களின் 'விகாசம்'. இது ஒரு நல்ல கதை. சு.ரா.வின் பாத்திரப் படைப்புகளில் இப்ராஹிம் ஹஸன் ராவுத்தருக்கு ஒரு தனி இடம் உண்டு. இதற்கான அனுமதி பெறும் நோக்கத்துடன் 'காலச்சுவடு' கண்ணன் அவர்களைத் தொடர்பு கொண்டேன். "பயன்படுத்திக் கொள்ளலாம். ஆனால் அனுமதி பெற்றதைப் பதிவு செய்துவிடுங்கள். பிரச்சனை இருக்காது" எனக் கூறி கவிஞர் சுகுமாரனிடம் போனைத் தந்தார். சுகுமாரனின் 'சிலைகளின் காலம்' வெளிவந்த நேரத்தில் அத்தொகுப்பிலுள்ள சில கவிதைகள் குறித்து தஞ்சாவூர் நண்பர்களிடம் நிறைய பேசியுள்ளேன். அதை அவரிடம் பகிர்ந்து கொண்டேன். 'துருக்கித் தொப்பி'க்குப் பிறகு உங்களுடையது எதுவும் பார்க்கவில்லை என்றார். 'வடக்கேமுறி

அலிமா' அனுப்பித் தந்தேன். பிறகுதான் அவருடைய 'தொலைவெளி நெருக்கம்' கதையாக மாறி, இத்தொகுப்பில் இடம் பெற்றது.

பாரதியின் 'ரெயில்வே ஸ்தானம்' இத்தொகுப்பின் முதல் கதையாக இடம்பெற்றுள்ளது. 1923ஆம் ஆண்டில் இப்படி ஒரு கதையை எழுதி, இஸ்லாமியர்களை விமர்சனப் பார்வையுடன் அணுகியுள்ள பாரதியை நினைக்க வியப்பாக உள்ளது. இக்கதை வெளிவந்த காலக்கட்டத்தில் சர்ச்சைகள் எழுந்துள்ளன. அவ்வகை விமர்சனங்களையும் பின் குறிப்பாக இணைத்துள்ளேன். நண்பர் ஹெச்.ஜி. ரசூல் ரயில்வே ஸ்தானத்தை அனுப்பி உதவினார். "முக்கியமான தொகுப்பாக வரலாற்றில் நிற்கப் போகிறது" என்று இந்த முயற்சியைக் குறிப்பிட்ட ரசூலை நன்றியுடன் நினைத்துக் கொள்கிறேன்.

நாஞ்சில் நாடன் என் எழுத்துக்களின் மேல் நிறைந்த நம்பிக்கை கொண்ட மூத்த படைப்பாளி.

"இத்தனை நெருக்கமாக ஒரு சமூகத்துடன் பழகி, அவர்களைக் குறித்து ஒரு கதை கூட எழுதவில்லை என்றால் வேதனையாக இருக்கிறது. என் நெருக்கமான நண்வர் ஒருவர், 'கான்' என்று பெயர். என் அம்மாவின் சினேகிதி ஒரு இஸ்லாமியப் பெண் இப்படி நிறைய நினைவுகள் நெஞ்சில் பதிந்திருக்கின்றன. உட்கார்ந்தால் எழுதிவிடலாம். ஒரு வாரத்தில் உங்கள் கைக்கு கதை வந்து சேரும்" என்று சொல்லி 'கான் சாகிப்' கதையையும் எழுதியனுப்பினார்.

ஜெயகாந்தன், ஜெயமோகன், எஸ். ராமகிருஷ்ணன் மூவரின் கதைகளும் தொகுப்பில் இடம் பெறவேண்டும் எனும் எண்ணமிருந்தது. ஒரு நேர்காணலில் ஜே.கே.விடம் கேட்க்கப்பட்ட கேள்விக்கு "இஸ்லாமியர்களுடன் எனக்கு அதிகம் பழக்கமில்லை எனவே என் கதைகளில் அவர்கள் அதிகம் இடம் பெறவில்லை" என்று குறிப்பிட்டிருந்தார். தன் கதைகளிலும் நாவல்களிலும் கிறிஸ்துவக் கதாபாத்திரங்களை சகஜமாக உருவாக்கிக் காட்டிய ஜே.கே.வின் ஞான சிருஷ்டியில் இஸ்லாமியர் இடம் பெறாமல் போனது வருத்தமளிக்கிறது. நான் வாசித்திருந்தவரை ஜெயமோகனின் கதைகளிலும் இஸ்லாமிய சித்தரிப்புகள் அதிகம் இல்லை. இதை அவரிடமும் பேசி உறுதி செய்து கொண்டேன். இஸ்லாமிய வாழ்வின் அகம் சார்ந்த படைப்புகளுக்காகக் காத்திருந்த ஜெ.வின் படைப்பு மனத்தை ஒரு இஸ்லாமியன் கூட சலனப்படுத்தவில்லை... இது ஒருவகையில் ஏமாற்றமே. இதற்கு ஆறுதல் அளிக்கிற வகையில் கிடைத்தது எஸ். ராமகிருஷ்ணனின் 'ஹஸர் தினார்'. 'காலம்' இதழில் வெளியாகி இந்தக் கதை அவருடைய வலைப்பக்கத்தில் இடம் பெற்ற நேரத்தில் அவரிடம் பேசியிருக்கிறேன். சரித்திரப் பின்னணியும் ஒளிவு மறைவற்ற தன்மையும் இக்கதையின்

சிறப்பம்சங்கள்.

நண்பர் சஃபி அனுப்பித் தந்த மூன்று கதைகளும் முக்கியமானவை. கு.ப.ரா.வின் நூருன்னிசா, அசோகமித்திரனின் அழகு, வண்ணநிலவனின் மெஹ்ருன்னிஸா.

அசோகமித்திரனின் ஐநூறு கோப்பைத் தட்டுகள், புலிக் கலைஞன் இவற்றுடன் வண்ணநிலவனின் பயில்வானும் என் சேகரிப்பில் ஏற்கனவே இருந்தன. சஃபி அனுப்பித் தந்த பிறகு வண்ணநிலவனுக்கு மெஹ்ருன்னிஸாவையும், அசோகமித்திரனுக்கு அழகு கதையையும் மாற்றியமைத்தேன். புலிக்கலைஞன் அநேகம் தொகுப்புகளில் எடுத்தாளப்பட்டு வாசகர்களுக்கு மிகப் பரிச்சயமான கதையாக இருந்தது. எனவே 'டகர் பாயின்ட்' தவிர்க்கப்பட்டது. கு.ப.ரா. என்றால் நூருன்னிசா தான். அவரும் வேறு இஸ்லாமியக் கதை எழுதியிருக்கவில்லை. வண்ணநிலவனின் பயில்வானும் ஒரு சிறந்த கதைதான். ஆனால் மெஹ்ருன்னிஸா என் அம்மாவின் பெயரான காரணத்தால் ஒரு விசேஷ ஈர்ப்பு. இதுவும் வண்ணநிலவன் அவர்களின் பெயர் சொல்கிற மாதிரி நல்ல கதை.

எஸ்.பொ.வின் 'ஈரா' அவருடைய 'வீ' தொகுதியிலிருந்து எடுக்கப்பட்டது. இஸ்லாமியக் கலாச்சாரப் பரிவர்த்தனைகளுக்குள் எஸ்.பொ.வால் இத்தனை துல்லியமாகப் பயணிக்க முடிந்ததை எண்ணிப் பல தடவை வியந்திருக்கிறேன். ஈழத்தில் தென் மட்டக்களப்பு தமிழ் முஸ்லிம்களின் வட்டார வழக்கு இக்கதை நெடுகப் பாய்ந்து பரவியுள்ளது. எஸ்.பொ.வின் அனுமதிக்கு யுகமாயினி சித்தன் உதவினார்.

பொன்னீலன் அண்ணாச்சி பார்க்கும் போதெல்லாம் பரவசத்துடன் 'என் செல்வங்கள்' என்று அரவணைத்துக் கொள்கிறவர். 'ஹிந்து' நாளிதழில் வெளியான அவருடைய நேர்காணலில் உலகத் தரத்துக்கு அவரால் உயர்த்தப்பட்ட இளைய எழுத்தாளர் பட்டியலில் என் பெயரும் இருந்தது. 'அண்ணாச்சியிடம் ஒரு கதை உண்டு' என நண்பர் ரசூல் சொல்லியிருந்ததன் பேரில் அவரை போனில் இரண்டு தடவை தொந்தரவு செய்தேன். தாமரையில் வெளிவந்த அக்கதையில் சிறிய மாற்றங்கள் செய்து அனுப்பித் தந்தார்.

காவ்யா வெளியீடாக வந்த தஞ்சை ப்ரகாஷ் கதைத் தொகுதி என்னிடமிருந்து களவு போய் விட்டது. முன்பு 'ப்ரகாஷ் படைப்புலகம்' செய்த போதும், இந்த தொகுப்புக்குள் 'கியாமத்' கதை சேர்க்கப்பட்ட போதும் என் நண்பர் பாக்கியம் சங்கர் தான் அதற்கு உதவியிருக்கிறார். ப்ரகாஷ் சிறுகதை வடிவம் குறித்தெல்லாம் பொருட்படுத்தாமல் காட்டாற்று வெள்ளமாகக் கரைபுரண்டோடுகிறார். ப்ரகாஷ் சொல்லிச் சொல்லி மாய்ந்த எத்தனையோ இஸ்லாமியக் கதைகளுள் எழுத்து

வடிவம் பெற்ற ஒரு கதை 'கியாமத் என்னும் இறுதித் தீர்ப்பின் நாள்.'

எழுத்தாளர் களந்தை பீர்முஹம்மதுவைத் திருச்சியில் சந்தித்த போது, இந்தத் தொகுப்பைப் பற்றி அக்கறையுடன் விசாரித்தார். அவரிடம் ஒரு பட்டியல் காண்பித்தேன். விட்டல்ராவ்வின் கதையெல்லாம் எப்படிப் பிடித்தீர்கள் என்று ஆச்சரியப்பட்டார். அசோகமித்ரனை நான் வாசிக்கத் தொடங்கிய சமயத்தில் ஒரு தொடர்பு இழையாக விட்டல்ராவும் கூடவே வந்து கொண்டிருந்தார்.

தமிழ்ச் சிறுகதை முன்னோடி புதுமைப்பித்தனைத் தொகுப்புக்குள் அழைத்து வர வெகு பிரயத்தனப்பட்டும் முடியாமல் போனது. பல மணி நேரங்கள் அவருடைய பல கதைகளை அசைபோட்டபடி இருந்தேன். பிறகு தான் பொதிய வெற்பன் அவர்களைத் தொடர்பு கொண்டேன். பொ.வெ. எனக்கு நாசகாரக் கும்பலை அடையாளங் காட்டினார். கும்பலைப் படித்துப் பத்துப் பன்னிரெண்டு வருஷங்களா யிற்று. குறுநாவலைப் போன்ற நீளமான கதை. ஒன்றிரண்டே இடங்களில் இஸ்லாமியத் தெறிப்பு. இதனால் கைவிட நேர்ந்தது. இதே காரணத்தால்தான் கோணங்கியின் 'அல்ப்ரூனி பார்த்த சேவல் பெண்' கதையும் இடம் பெறவில்லை.

குருவிக்காரச் சீமாட்டியிலிருந்து ரமேஷின் 'பயம்' கதையை எடுத்தேன். பாபர் மசூதி தகர்ப்பு, கோவை சம்பவங்களுக்குப் பிறகு யதார்த்த வாழ்க்கையில் சிலருக்கு பயம் கதையைப் போல நேர்ந்திருக்கிறது. ரமேஷுடன் பேசிய நேரத்தில் வாழ்க்கையின் அலைக்கழிப்புகளையும் சேர்ந்தே பகிர்ந்துகொள்ள வேண்டியிருந்தது. தமிழ்ச் சூழலில் பின்நவீனத்துவம் நிறுவப்பட்டதன் பின்னணியில் சில அசைவுகளை உருவாக்கிய ரமேஷ்–பிரேம் இருவரும் பிரிந்தது துரதிர்ஷ்ட வசமானது என்று மட்டும் இந்த நேரத்தில் குறிப்பிட வேண்டியுள்ளது.

தென் தமிழ்நாட்டின் ஒரு பகுதி மக்களுடைய எளிய வாழ்க்கையைச் சிறுகதைகளில் வெளிப்படுத்தியவர் வேல ராமமூர்த்தி. இவருடைய கதைக் கொத்தை எதேச்சையாகப் புரட்டிய நேரத்தில் 'தடம்' கிடைத்தது.

ஒவ்வொரு கதையிலும் கண்டிப்பாக ஒரு சுபாவம் வெளிப்பட்டுள்ளது. அது அவரவர் மனநிலைக்குத் தக்கபடி விரிந்தும் சுருங்கியும் வடிவம் பெற்றுள்ளது. எழுதியவர்களிடம் போய் நின்று ஏன் இப்படிச் செய்தாய் என்று கேட்பதோ; அபத்தம். நாஞ்சில் அவர்களிடம் மட்டுமே இத்தொகுப்பைக் குறித்து தொடர்ந்து பேச வாய்த்தது. அப்படி ஒரு சந்தர்ப்பத்தில் அவர் சொன்னது... "எங்களால் பிராமண கலாச்சாரத்துக்குள்ளே கூட ஊடுருவிப் போய்விட முடிகிறது. ஆனால் இஸ்லாம் அப்படி இல்லையே...?"

எனது 'மீன்காரத் தெரு' நாவல் குறித்து புதிய காற்று இதழில் எழுத வந்த கவிஞர் இன்குலாப் எழுத்தாளர் அகிலனின் கருத்தாக மேற்கோள் காட்டுவது; "தமிழ்நாட்டுக் கதைகளில் முஸ்லிம் வாழ்க்கை சித்தரிக்கப் பெறாததற்கு முதல் காரணம் தமிழ் எழுத்தாளர்கள் அவர்களைப் பற்றித் தெரிந்து கொள்ளாதததுதான். தெரிந்து கொள்வதும் அவ்வளவு எளிதல்ல. முஸ்லிம்களின் மத உணர்ச்சி மிக நுண்ணியது. வாழ்க்கை முறை கட்டுத்திட்டமுள்ளது. முஸ்லிம்களைத் தவிர மற்றவர்களால் புரிந்து கொள்ள முடியாதது. ஆகவே தான் முஸ்லிம் அல்லாத எழுத்தாளர்கள் பொதுவாக இதுபற்றி எழுதத் தயங்குகிறார்கள்" என்கிறார்.

புரிந்து கொள்ள இயலாததைப் புரிந்து கொள்ள இன்னும் எவ்வளவு கால அவகாசம் தேவைப்படும் என்பதும் புரியவில்லை. ஆனால் அத்தி பூத்தாற்போல எப்போதாவது கதைகள் வராமலுமில்லை. அப்படி சமீபத்திய 'செம்மலர்' இதழில் வெளியான ச. சுப்பாராவின் 'அக்பர் என்ற அப்பா' வாசிக்கக் கிடைத்து இத்தொகுப்பில் இடம் பிடிக்கிறது, இதற்காக அண்ணன் ச. தமிழ்ச்செல்வனுக்கு நன்றி கூறவேண்டும்.

அன்யோன்யம் சகஜநிலை யாவும் பாபர் மசூதித் தகர்ப்புக்குப் பிறகு கேள்விக்குறியாயிற்று... என்று சிலர் கருதுகிற சூழலில் இப்படியான ஒரு தொகுப்பு வெளிவருகிறது.

இதில் இடம் பெற்றுள்ள எல்லா எழுத்தாளர்களுடன் அவர்களுடைய படைப்புகளுடனும் ஆத்மார்த்தமாகக் கை குலுக்கி உரையாடக் கிடைத்த சந்தர்ப்பம்தான் எல்லாவற்றிலும் உன்னதமானது.

கீரனூர் ஜாகிர்ராஜா
பேச: 97895 81656
keeranurl@gmail.com

ரெயில்வே ஸ்தானம்

சுப்ரமணிய பாரதி

வஸந்த காலம். காலை நேரம். தென்காசி ஸ்டேஷன். இது பிரிட்டீஷ் இந்தியாவைச் சேர்ந்தது. இதற்கு மேற்கேயுள்ள அடுத்த ஸ்டேஷன் செங்கோட்டை. இது திருவாங்கூர் ஸமஸ்தானத்தைச் சேர்ந்தது. தெற்கே இரண்டு மைல் தூரத்தில் மிகக் கீர்த்தி பெற்ற குற்றாலத்தருவி விழுகிறது. பக்கமெல்லாம் மலையகிரிச்சாரல், கொஞ்சம் மேற்கே போனால், செங்கோட்டை ஸ்டேஷன் முதல் திருவனந்தபுரம் வரை பாதையிலே பத்து ஸ்டேஷன் மட்டும். இரண்டு பக்கங்களிலும் செங்குத்தான மலைகளும், ஆழமான பள்ளங்களும், மலையை உடைத்து ரயில் வண்டி ஊடுருவிச் செல்லும் பொருட்டாக ஏற்படுத்தப்பட்ட நீண்ட மலைப் புழைகளும் இரு பாரிசத்திலும் இயற்கையாய்ப் பச்சை உடுத்து, சால மிகப் பெருஞ்செழிப்புடனே களிகொண்டு நிற்கும் பலவகைப்பட்ட வனக்காட்சிகளும் ஒருமுறை பார்த்தால் பிறகு எக்காலத்திலும் மறக்கமுடியாதன.

இந்தத் தென்காசி ஸ்டேஷன் வெளி முற்றத்தில் காலை நேரத்திலேயே திருநெல்வேலிப் பக்கம் கிழக்கே போகும் ரயில் வரப்போகிற சமயத்தில் சுமார் நூறு பிரயாணிகள் வந்து கூடியிருக்கிறார்கள்.

இவர்களிலேயே சிலர் பிராமண வைதீகர், நீர்க்காவி அழுக்கு நிறமாக ஏறிப்போன மிகப் பழைய வெள்ளைத் துணி உடுத்து உடல் வேர்க்க உட்கார்ந்துக் கொண்டு, இன்ன ஊரில் இன்ன தேதி, இன்னாருக்குச் சீமந்தம் என்ற விஷயங்களைப் பற்றி சம்பாஷணை செய்து கொண்டிருக்கிறார்கள்.

பிராமண விதவைகள் பலர் ஒரு புறத்திலிருந்து தமக்குள் ஏதோ பேசிக் கொண்டிருக்கிறார்கள். சுமங்கலிப் பிராமணத்திகள் ஒரு பக்கத்தில் தலைகுனிந்து நின்று கொண்டு, போவோர் வருவோரை

கடைக்கண்ணால் பார்த்துக் கொண்டிருக்கிறார்கள். வேறு சில உத்தியோகஸ்தர்கள் தலைப்பாகை கோட்டு, கெடிகாரச் சங்கிலி சகிதமாக உலாவுகிறார்கள். சில போலீஸ்காரர்கள் சக்கரவர்த்திகளைப் போல தலைநிமிர்ந்து நடக்கிறார்கள். சில முகம்மதிய ஸ்திரீகள் முட்டாக்குப் போட்டு தலையையும் முகத்தையும் மூடிக் கொண்டு திசைக்கொருத்தியாகப் பார்த்து உட்கார்ந்து கொண்டிருக்கிறார்கள். வெற்றிலை, பாக்கு, புகையிலை, சுருட்டு, பீடி, பொடிப்பட்டை, முறுக்கு, தேன்குழல், சுகியன், காப்பி முதலியன வியாபாரம் செய்யும் ஓரிரண்டு பிராமணரும் சூத்திரரும் பகற் கொள்ளை நடத்திக் கொண்டிருக்கிறார்கள். அதாவது காசு பெறாத சாமான்களுக்கு மும்மடங்கு விலை வைத்து விற்றுக் கொண்டிருக்கிறார்கள்.

ரயில் வண்டி அன்றைக்கு ஒரு மணி நேரம் தாமஸமாக வந்தது. எனக்குப் பொழுது போகவில்லை. தண்டவாளத்தின் ஓரமாகச் சிறிது தூரம் உலாவி வரலாமென்று கருதித்தென்புறமாகக் கூப்பிடு தூரம் போனேன். அங்கு ஒரு மரத்தடியிலே மிகவும் அழகுள்ள ஒரு முகம்மதிய கனவான் உட்கார்ந்திருக்கக் கண்டேன். சரிகைக் கரை போட்ட நிஜார், சரிகை போட்ட செருப்பு, பூர்ணச் சந்திரன் போன்ற முகம், செழித்து வளர்ந்த மீசை, அவனைப் பார்த்த மாத்திரத்திலேயே அவன் பிரபுக் குலத்தில் பிறந்தவனென்று எனக்கு நிச்சயமாகிவிட்டது. அவன் கண்களினின்றும் தாரை தாரையாகக் கண்ணீர் ஊற்றுகிறது. இதைப் பார்த்து எனக்கு மிகவும் பரிதாபமுண்டாயிற்று. நான் போய் அவனை ஏன் அழுகிறாய் என்று கேட்டால், அதினின்றும் அவனுக்கு ஒருவேளை கோபம் உண்டாகுமோ என்பதைக்கூட யோசனை செய்யாமல் சரேலென்று அவன் முன்னே போய் நின்று கொண்டு "தம்பி, ஏன் அழுகிறாய்?" என்று கேட்டேன்.

அவன் என்னை ஏற இறங்க ஒருமுறை பார்த்தான். அவனுக்கு 25 வயதுக்குமேல் இராது. அவன் தலையைக் குனிந்து அழுது கொண்டிருந்தபோதே மிகவும் சுந்தர புருஷனாகக் காணப்பட்டான். பிறகு அவன் என்னைப் பார்த்தவுடனே கண்ணைத் துடைத்துக் கொண்டு என் இரண்டு கண்களுடனே அவனிரண்டு கண்களும் பொருந்த நோக்கிய காலத்தில் அவன் ரூபம் எனக்கு சாட்சாத் மன்மத ரூபமாகவே தென்பட்டது.

என்னை உற்று நோக்கியதினின்றும் அவனுக்கு எப்படியோ என்னிடத்தில் நல்லெண்ணம் உண்டாகிவிட்டது. சற்றேனும் என்னிடம் கோபம் கொள்ளாமல் 'ரயில் எப்போது வரப்போகிறது?' என்று கேட்டான்.

"இன்றைக்கு ஒரு மணி நேரம் ரயில் தாமதித்து வரப்போவதாக ஸ்டேஷன் மாஸ்டர் சொன்னார்" என்றேன்.

எனக்கு ஹிந்துஸ்தானி அல்லது உருது பாஷை நன்றாகத் தெரியும். ஆதலால் நான் அவனிடம் உருது பாஷையிலே ஆரம்ப முதல் பேசினேன். "உங்களுக்கு உருது எப்படித் தெரியும்? உங்களைப் பார்த்தால் ஹிந்துக்கள் போலத் தோன்றுகிறதே?" என்று கேட்டான்.

அதற்கு நான்: "சிறு பிராயத்திலேயே நான் காசிப் பட்டணத்தில் கல்வி பயின்று கொண்டிருந்தேன். அங்கு எனக்கு ஹிந்துஸ்தானி பாஷை பழக்கமாயிற்று" என்றேன்.

"காசியில் ஹிந்தி பாஷை அன்றோ பேசுகிறார்கள்?" என்று அந்த முஸல்மான் கேட்டான்.

அதற்கு நான்: "ஹிந்தி, உருது, ஹிந்துஸ்தானி எல்லாம் ஒரே பாஷைதான். முகலாய ராஜாக்கள் பாரசீக பாஷையிலேதான் பெரும்பாலும் ஆரம்பத்தில் விவகாரம் நடத்தி வந்தார்கள். பின்னிட்டு அவர்கள் தமக்கும் தம்முடைய பரிவாரங்களுக்கும் இந்த தேசத்துப் பாஷையாகிய ஹிந்தியைப் பொது பாஷையாகக் கைக்கொண்டார்கள். ஹிந்தி பாஷை ஸம்ஸ்கிருதத்திலிருந்து பிறந்தது. அது ஸம்ஸ்கிருத பாஷை சிதைவு. அதை ஹிந்துக்கள் தேவ நாகரியில் எழுதி ஸ்வயம்புவாகப் பேசுகிறார்கள். அதையே பார்ஸி லிபியில் எழுதிக் கொண்டு பல பார்ஸி அரபி மொழிகளைக் கலந்து முஸல்மான்கள் பேசியபோது அதற்கு ஹிந்துஸ்தானி அல்லது உருது என்று பெயர் வழங்கினார்கள். உருது என்றால் கூடார பாஷையென்று அர்த்தம். அதாவது, மொகலாய ராஜ்யத்தின் சேனைகள் கூடாரம் அடித்துக் கொண்டு பல தேசத்துப் போர் வீரர்கள் கலந்திருக்கையில் அங்கு தோன்றிய கலப்பு பாஷை என்று பொருள். எனக்கு ஹிந்திதான் மிகவும் நன்றாகத் தெரியும். எனினும் ஹிந்துஸ்தானி அல்லது உருது மேற்படி ஹிந்தி பாஷையில் பார்ஸி அரபிச் சொற்கள் சேர்ந்ததேயாகுமாதலால்தான் இதிலும் நல்ல பழக்கமுடையவனானேன். இது நிற்க. "நீ வருத்தப்பட்டுக் கொண்டிருந்த காரணம் யாது?" என்று மறுபடியும் என்னை அறியாமலே கேட்டேன். இது கேட்டு அந்த முகம்மதியப் பிரபு சொல்லுகிறான்:

"சுவாமி உங்களைப் பார்த்த மாத்திரத்திலேயே எனக்கு உங்களிடம் விசுவாசம் உண்டாகிறது. உங்களிடம் சொன்னால் என் துக்கத்திற்கு நிவர்த்தி உண்டாகுமென்று என் மனதில் ஒருவித நிச்சயம் தோன்றுகிறது. என் துயரம் சாதாரணமாக மற்றவர்களிடம் சொல்லக்கூடியதன்று. எனினும் உங்களிடம் சொல்லலாமென்று நினைத்துச் சொல்கிறேன். என் துயரத்தைத் தீர்த்து விட்டால் உங்களுக்கு மிகுந்த புண்ணியமுண்டு. இந்த உபகாரத்தை நான் இறந்து போகும்வரை மறக்க மாட்டேன்" என்றான்.

"முதலாவது உம்முடைய கஷ்டத்தைச் சொல்லும். தீர்க்க வழி

கிடைத்தால் தீர்த்து விடுகிறேன்" என்றேன்.

அப்போது அம் முகம்மதியப் பிரபு பின்வருமாறு சொல்லத் தொடங்கினார்:

"எங்கள் ஜாதியில் சிறிய தகப்பனார், பெரிய தகப்பனார் மக்களை விவாகம் செய்து கொள்ளலாமென்பது உங்களுக்குத் தெரிந்திருக்கக்கூடும். நான் பிறந்தது வடக்கே ஹைதராபாத் நகரம். சிந்து மாகாணத்து ராஜதானியாகிய ஹைதராபாத் அன்று. நிஜாம் அரசரின் ராஜதானியாகிய ஹைதராபாத் நகரம். நான் என் பிதாவுக்கு ஒரே பிள்ளை . நான் பிறக்கும்போது என் பிதா மிகவும் ஏழையாக இருந்தார். நான் பிறந்து சில வருஷங்களுக்குப் பின் எங்கள் ராஜ்யத்தில் ஒரு பெரிய 'லாட்டரி' ஏலச்சீட்டுப் போட்டார்கள். அந்தச் சீட்டுக்கு என் பிதா யாரிடமிருந்தோ பத்து ரூபாய் கடன் வாங்கி அனுப்பினார். அதிர்ஷ்டம் அவருக்கிருந்தது. அவருடைய தரித்திரத்தை நாசம் பண்ணிவிட வேண்டுமென்று அல்லா திருவுளம் பற்றினார். ஒரு கோடி ரூபாய் சீட்டு அவருக்கு விழுந்தது. பிறகு அவர் அதைக் கொண்டு சில வியாபாரங்கள் நடத்தினார். அந்த வியாபாரங்களிலும் அவருக்கு மிதமிஞ்சிய லாபம் கிடைக்கத் தொடங்கி சில வருஷங்களுக்குள்ளே ஏழெட்டுக் கோடிக்கு அதிபதியாகிவிட்டார். அப்பால் சற்றே நஷ்டம் வரத் தொடங்கிய மாத்திரத்திலேயே திடீரென்று வியாபாரங்களையெல்லாம் நிறுத்திக் கொண்டு, பணங்களைத் திரட்டி ஏராளமான பூஸ்திதிகள் வாங்கி அவற்றினிடையே மாளிகை கட்டிக்கொண்டு தம்மால் இயன்றவரை பரோபகாரத்தில் ஈடுபட்டவராய் வாழ்ந்து வந்தார். நான் பதினைந்து வயதாக இருந்த பொழுது அவர் இறந்து போய்விட்டார். நான் ஒரே பிள்ளையாதலால் அவர் சொத்தெல்லாம் எனக்கு வந்து சேர்ந்தது. என் வீட்டு மேற்பார்வை செய்ய எனது சிறிய தகப்பனார் நியமிக்கப்பட்டிருந்தார். என் தந்தை இறக்குந் தறுவாயில் சிறிய தகப்பனாருக்குச் சில லக்ஷங்கள் பெறக்கூடிய பூமி இனாம் கொடுத்தது அன்றி, என்னைப் பராமரித்து வரும் கடமையையும் அவருக்கே சார்த்தி விட்டுப் போனார். எனது சிறிய தகப்பனார், முதலாவது வேலையாக தம்முடைய குமாரத்திகளை எனக்கே மணம் புரிவித்தார். என் பிதா இறந்து இரண்டு வருஷங்கள் ஆகுமுன்னரே, மேற்படி விவாகம் நடைபெற்றது. என் சிறிய தகப்பனாருக்கு ஆண் குழந்தை கிடையாது. மூன்று பெண் பிரஜைதான் அவருக்குண்டு. ஆகவே என்னுடைய சொத்து வெளிக்குடும்பங்களுக்குப் போய்விடக்கூடாதென்று உத்தேசித்து அவர் இங்ஙனம் செய்தார். இந்த விவகாரம் என் தாயாருக்குச் சம்மதமில்லை. அவள் தன்னுடைய வகையில் ஒரு அழகான பெண்ணை எனக்கு மணம்புரிவிக்க விரும்பினாள். அதை விட்டு நான் சிறிய தகப்பனாரின் பெண்களை விவாகம் செய்து கொண்டாலும் அவர்களில் யாரேனும் ஒரு பெண்ணை மாத்திரம் மணம் செய்து கொள்வதே

சரியென்றும். ஒரேயடியாக மூவரையும் மணம் புரிவது கூடாதென்றும் என் தாய் வற்புறுத்தினாள். இதனின்றும் என் தாயாருக்கும் சிறிய தகப்பனாருக்கும் மனஸ்தாபம் மிகுதியாக ஏற்பட்டது. சிறிய தகப்பனார் என்னைத் தனியாக வேறு ஊருக்கு அழைத்துக்கொண்டு போய் அங்கு என் தாயாருடைய அனுமதியில்லாமலேயே விவாகத்தை முடித்து வைத்து விட்டார். சிறிது காலத்துக்கெல்லாம் என் தாயார் என் செய்கையாலே ஏற்பட்ட துக்கத்தைப் பொறுக்கமாட்டாமலே உயிர் துறந்து விட்டாள். சிறிய தகப்பனார் இட்டதே என் வீட்டில் சட்டமாய்விட்டது. சொத்து விஷயங்களை நான் கவனிப்பதே கிடையாது. எல்லாம் அவர் வசத்தில் விட்டு விட்டேன். அவரும் என் சொத்தில் இயன்றவரை இரண்டு மூன்று வருஷங்களுக்குள்ளே அறுபத்தேழு லக்ஷம் கிட்டத்தட்ட ஒரு கோடி ரூபாய்வரை தாஸிகளின் விஷயத்திலும் குடியிலும் நாசம் பண்ணிவிட்டு கடைசியில் குடி மிகுதியால் குடல் வெடித்துச் செத்துப் போனார். பிறகு என் சொத்தையெல்லாம் நிர்வகிக்க வேண்டிய கடமை என்னைப் பொறுத்தாயிற்று. சரி இந்த விஷயத்தை விஸ்தாரமாகச் சொல்வது என்னுடைய நோக்கமன்று. சொத்து கொஞ்சம் நஷ்டமானதில் எனக்கு அதிகக் கஷ்டமில்லை. இதனிடையே என்னுடைய மூன்று மனைவிகளால் நான் படும்பாடு சொல்லுந் தரமன்று. அதோ பார்த்தீர்களா? டே டினுக்குப் பக்கத்தில் முகம்மதிய ஸ்திரிகள் உட்கார்ந்திருக்கும் கூட்டம் தெரிகின்றதன்றோ? நடுவேயிருக்கும் மூன்று பேரும் என்னுடைய பத்தினிமார். சுற்றி உட்கார்ந்திருப்போர் வேலைக்காரிகள். அந்த மூன்று பேரும் மூலைக்கொருத்தியாக முகத்தைத் திருப்பிக் கொண்டு உட்கார்ந்திருப்பதைப் பார்த்த மாத்திரத்திலேயே அவர்களுக்குள் மனவொற்றுமையில்லையென்பது பிரத்யக்ஷமாக விளங்கவில்லையா? இவர்களில் மூத்தவள் பெயர் ரோஷன். அவளுக்கு வயது இருபத்திரண்டு. அடுத்தவள் பெயர் குலாப் பீவி, அவளுக்கு வயது பத்தொன்பது. அதற்கடுத்தவள் பெயர் ஆயிஷா பீவி. அவளுக்கு வயது பதினாறு. ரோஷனிடத்தில் நான் பேசினால் குலாப் என்னை வெட்டலாமென்று கருதுகிறாள். குலாபிடம் வார்த்தை பேசுவது ஆயிஷாவுக்கு சம்மதியில்லை. அவளுக்கு ஒரு நகை வாங்கிக் கொடுத்தால் இவள் ஒரு நகையை உடைத்தெறிகிறாள். இவளுக்கொரு பட்டுச்சட்டை வாங்கிக் கொடுத்தால் அவளொரு சட்டையைக் கிழித்தெறிகிறாள். இங்ஙனம் ஒவ்வொரு விஷயத்திலும் அம் மூவரும் முரண்பட்டு என் பிராணனை வதைக்கிறார்கள். ஒரு நாளா இரண்டு நாளா, ஒரு வருஷமா, இரண்டு வருஷமா, என் வாழ்நாள் முழுவதும் இவர்களால் நரகமாக்கப்டுகிறது. நான் என்ன செய்வேன்? அதனிடையே நேற்றிரவு ஒரு கனாக் கண்டேன். அதில் முகம்மது நபி வந்து என்னை நோக்கி 'அட இஸ்மேல்கான்! நீ உன் பத்தினிமார் மூவராலே மிகவும் கஷ்டப்படுகிறாய். யாரேனும்

இருவரைத் தள்ளி வேறு விவாகம் செய்து கொள்ள விட்டுவிடு. ஒருத்தியை மாத்திரம் வைத்துக் கொள். உன் துக்கம் தீரும்' என்றார். நான் அந்தக் கனவைத் தெய்வ சாஸனமாகவே நம்புகிறேன். நம்முடைய மனதில் தோன்றுவதுதான் கனவாக வருகிறதென்பதை நான் அறிவேன். ஆனாலும் நம்முடைய ஆத்மாவிலும் அல்லாவே இருக்கிறாராதலால் இந்தக் கனவை அல்லாவின் கட்டளையென்று நான் கருதுகிறேன். ஆனால் இந்த மூன்று ஸ்திரீகளிடமும் ஸமமான பிரியம் இருக்கிறது. அவர்களும் என்னிடம் ஸமமான காதல் கொண்டிருக்கிறார்களென்றும் நினைக்கிறேன். யாரைத் தள்ளுவது, யாரை வைத்திருப்பது என்று என் புத்திக்குத் தென்படவில்லை. அதற்காகத் துக்கப்படுகிறேன்" என்று முகம்மதியப் பிரபுவாகிய இஸ்மேல்கான் சொன்னான்.

இதற்குள் ரயில், ஸ்டேஷனுக்குள் வருகிற சப்தம் கேட்டது. அவன் திடுக்கென்றெழுந்து 'ஸலாம்!, ஸலாம்!' என்று சொல்லிவிட்டு ஸ்டேஷனை நோக்கி ஓடினான். நானும்: "நல்லவேளை இந்தக் கடினமான விவகாரத்துக்குத் தீர்ப்புச் சொல்லுமுன் ரயில் வந்ததே" என்று மகிழ்ச்சி கொண்டு ரயிலேறப் போய்விட்டேன். முகம்மது நபி கனவில் செய்த கட்டளைப்படியே அவன் நடந்து கொள்வானென்று நம்புகிறேன்.

முகமதிய ஸ்திரீகளின் நிலைமை

இரண்டு தினங்களுக்கு முன்பு என்னுடைய முகம்மதிய நண்பர் ஒருவர் என்னைப் பார்க்கும் பொருட்டு வந்திருந்தார். இவர் இஸ்லாம் மார்க்கத்தில் ஆழ்ந்த பற்றுதல் உடையவர். எதிர்காலத்தில் இஸ்லாம் மதம் மிகுந்த மகிமையும் ஒளியும் உடையதாய் உலகத்துக்கு எண்ணிறந்த நன்மைகள் செய்யப் போகிறதென்று இவர் உறுதியாக நம்புகிறார். இவரது நம்பிக்கை நிறைவேறுமென்பதற்கு பல அடையாளங்கள் இக்காலத்தில் உலகமெங்கும் தோன்றுவதால், நானும் இவருடைய கருத்தை அங்கீகாரம் செய்கிறேன். ஆதலால், இவருக்கும் எனக்கும் மிகுந்த நட்பேற்பட்டு வளர்ந்து வருகிறது.

இவர் அன்று மாலை என்னிடம் முதலாவது கேட்ட கேள்வி:

"சென்ற 22.5.20ல் சுதேசமித்திரன் பத்திரிகை 7ம் பக்கத்தில் 'ரெயில்வே ஸ்தானம்' என்றொரு கதை எழுதியிருந்தீர்களே? அது மெய்யாக நடந்த விஷயமா? வெறும் கற்பனைக் கதைதானா? என்றார்.

"வெறும் கற்பனை" என்று நான் சொன்னேன்.

"என்ன கருத்துடன் எழுதினீர்?" என்று அவர் கேட்டார்.

அதற்கு நான்: "பொதுவாக நான் கதைகளெழுதும் போதும் வெறுமே கற்பனை நயத்தைக் கருதி எழுதுவது வழக்கமேயன்றி ஏதேனும்

ஒரு தர்மத்தைப் போதிக்க வேண்டுமென்ற நோக்கத்துடன் எழுதும் வழக்கமில்லை தர்மபோதனைக்கு வியாஸங்களெழுதுவானேன்? கற்பனைப் புனைவையே அதில் நான் முக்கியமாகக் கருதுவேன். எனிலும் என்னை மீறியே கதைகளிலும் பெரும்பாலும் தர்ம போதனைகள் வந்து நுழைந்துவிடுகின்றன. அவ்வாறே இந்த 'ரெயில்வே ஸ்தானம்' என்ற கதையிலும் ஒரு தர்மக் கொள்கை இருக்கத்தான் செய்கிறது. ஒருவன் பல மாதரை மணம்புரிந்து கொண்டால் அதினின்றும் அவனுக்குக் கஷ்டம்தான் விளையுமென்பதும், விவாகத்தில் ஒருவன் இன்பம் காணவேண்டினால் அவன் ஒருத்தியை மணம் செய்து கொண்டு அவளிடம் மாறாத உண்மைக் காதல் செலுத்துவதே உபாயமாகுமென்பதும் மேற்படி கதையினால் குறிப்பிடப்படும் உண்மைகளாகும்" என்றேன்.

அப்போது அந்த முஸ்லீம் நண்பர்: "அந்தக் கதையில் ஒரு பிழை இருக்கிறது" என்றார்.

"என்ன பிழை" என்று கேட்டேன்.

"அக்கதையில் ஒரு முகம்மதியப் பிரபு மூன்று சகோதரிகளை மணம் செய்ததாக எழுதியிருக்கிறீர்கள். அப்படி சகோதரமான மூன்று பெண்களை மணம் புரிந்து கொள்ளுதல் முகம்மதிய சாத்திரப்படி 'ஹராம்' (பாதகம்) ஆகக் கருதப்படுகிறது. தன் மனைவி உயிருடனிருக்கையில் அவளுடன் பிறந்த மற்ற ஸ்திரீயை ஒரு முஸ்லீம் மணம் புரிந்து கொள்ளக் கூடாதென்பதே எங்களுடைய சாத்திரங்களின் கொள்கை" என்று அந்த முகம்மதிய நண்பர் சொன்னார்.

இதைக்கேட்டவுடன் நான்: "சரிதான். எனக்கு அந்த விஷயம் தெரியாது. மனைவியொருத்தியின் சகோதரிகளை மணம் புரியும் வழக்கம் ஹிந்துக்களுக்குள்ளேயே உண்டாதலால், அது போலவே முகம்மதியர்களுக்குள்ளேயே இருக்கலாமென்று நினைத்து அங்ஙனம் தவறாக எழுதிவிட்டேன். எனவே அந்தக் கதாநாயகனாகிய முகம்மதியப் பிரபுவுக்கு அவனுடைய சிற்றப்பன் தன் மூன்று குமாரத்திகளையும் மணம் புரிவித்தானென்பதை மாற்றித் தன்னினத்தைச் சேர்ந்த மூன்று பெண்களை மணம் புரிவித்தானென்று திருத்தி வாசிக்கும்படி 'சுதேசமித்தரன்' பத்திரிகையில் எழுதி விடுகிறேன்" என்றேன்.

(ரெயில்வே ஸ்தானம் என்ற கதையில் நான் மேலே கூறிய சாதாரணத் தவறு புகுந்துவிட்டது பற்றி பத்திராதிபரும் பத்திரிகை படிப்போரும் என்னைப் பொறுத்துக் கொள்ளும்படி வேண்டுகிறேன். உலகமெல்லாம் மாதர்களுக்கு நியாயம் செய்யவேண்டுமென்ற கிளர்ச்சி நடப்பதை அனுசரித்து முஸ்லீம்களும் ஏக பத்தினி விரதம், பெண் விடுதலை, ஆண் பெண் சமத்துவம் என்ற கொள்கைகளைப் பற்றி மேன்மை அடைய

வேண்டுமென்பதே என் கருத்து. இந்தக் கருத்து நிறைவேறும்படி பரமாத்வாவான அல்லாஹூத்த ஆலா அருள் புரிவாராக.)

இதிலிருந்து சம்பாஷணை பொதுவாக முகமதிய விவகாரங்களின் விஷயத்தைக் குறித்து நடைபெறலாயிற்று. அப்பால் முகம்மதிய மாதர்களின் ஸ்தானத்தைக் குறித்துப் பேசலானோம்.

என்னுடனே ஒரு ஹிந்து நண்பர் இருந்தார். அவர் அந்த முஸ்லீம் நண்பரை நோக்கி: "உங்களுக்குள்ளே ஸ்திரீகளை அந்தப்புரத்தில் மறைத்து வைப்பதாகிய (கோஷா) வழக்கம் எக்காலத்தில் ஏற்பட்டது" என்று கேட்டார்.

அது கேட்டு அந்த முகம்மதிய நண்பர் "முகம்மது நபி (ஸல்லல்லாஹு அலைகிவஸல்லம்) அவர்கள் காலத்திற்கு நெடுங்காலம் முன்பே இந்த வழக்கம் அரேபியாவில் இருந்து இடையே மாறிப் போய்விட்டது. பிறகு முகம்மது நபி அதை மீளவும் விதியாக்கினார்" என்றார்.

அப்போது நான் "மதவிஷயங்களை அதாவது அல்லாவிடம் செலுத்தவேண்டிய பக்தி முதலிய விஷயங்களைத் தவிர, விவாகம், ஸ்திரீகளை நடத்த வேண்டிய மாதிரி முதலிய ஜனசமூகத்தின் ஆசார நியமங்களில் காலத்துக்குத் தக்கபடி புதிய மாறுதல்கள் செய்து கொள்ளலாமன்றோ?" என்று கேட்டேன்.

"அங்ஙனம் ஆசார விஷயங்களிலேகூட மாறுதல்கள் செய்ய எங்கள் சாஸ்திரங்கள் இடங்கொடுக்கவில்லை!" என்று அந்த முஸ்லீம் நண்பர் சொன்னார். "எந்த சாஸ்திரங்களுமே ஆசார நியமங்களில், அதாவது நம்மால் விதிக்கப்பட்ட புதிய ஆசாரமுறையில் அதற்கு பிறகு யாதொரு மாறுதலும் ஏற்படக்கூடாதென்று விதிப்பது தான் வழக்கம். ஆனால் அதன்படி எங்கும் நடப்பதில்லை . எல்லா ஜாதிகளிலும் எல்லா ஜன சமூகங்களிலும் எல்லா தேசங்களிலும் எல்லா மதஸ்தர்களுக்குள்ளும் காலத்துக்குக் காலம் ஆசாரங்களில் புதிய மாறுதல்கள் ஏற்பட்டுக் கொண்டுதான் வருகின்றன" என்று நான் சொன்னேன்.

"புராதன நபிகளால் விதிக்கப்பட்ட ஆசாரங்களில் சில முகம்மதிய நபியின் காலத்தில் மாறவில்லையோ? அதுபோல் முகம்மது நபியின் காலத்தில் ஏற்பட்ட ஆசாரங்களை அதன் பிறகு மாற்றக்கூடாதோ" என்று என் ஹிந்து நண்பர் கேட்டார்.

அது கேட்ட என் முஸ்லீம் நண்பர்: "கூடாது. ஏனென்றால் முகம்மதுதான் கடைசி நபி. அவருடைய உத்தரவுகள் கடைசியான உத்தரவுகள். அவற்றை மாற்றுவதற்கு இடமில்லை " என்றார்.

"முந்திய நபிகளின் கட்டளைகளும் கடவுளுடைய நேரான

கட்டளைகளேயன்றி அந்தந்த நபிகளின் சொந்தக் கருத்துக்களல்ல என்பதை இஸ்லாமானவர்கள் அங்கீகாரம் செய்கிறார்கள். காலத்தின் மாறுதலுக்கிணங்க, அல்லா, தன் பழைய கட்டளைகளை மாற்றி ஒவ்வொரு புதிய நபி மூலமாகவும் புதிய கட்டளைகள் பிறப்பித்துக் கொண்டு வந்திருக்கிறார். எனவே முகம்மது நபி இருந்த காலத்துக்கும் தேசத்துக்கும் பொருந்த அவர் மூலமாகப் புதிய கட்டளைகள் கொடுக்கப்பட்டன. மதக் கொள்கைகள் எக்காலத்துக்கும் எந்த தேசத்திற்கும் பொது. ஆதலால் அவற்றை மாற்றக்கூடாது." வெறுமே ஜனங்கட்கு சம்பந்தமான ஆசார விவகாரங்களை கால தேசங்களுக்குப் பொருந்தும்படி மாற்றலாமென்று முகம்மது நபி சொல்லவில்லையா?" என்று அந்த ஹிந்து நண்பர் கேட்டார்.

"அங்ஙனம் எங்கள் நபிநாயகம் அவர்கள் உத்தரவு கொடுக்கவில்லை" என்று என் முஸ்லீம் நண்பர் தெரிவித்தார்.

"உங்களுக்கு நிச்சயமாகத் தெரியுமோ? நீங்கள் கொரான் முழுதும் வாசித்திருக்கிறீர்களா?" என்று நான் கேட்டேன்.

அதற்கு என் முஸ்லீம் நண்பர்: "நான் கொரான் முழுதும் ஓதியதில்லை. என் சுற்றத்தார்களில் சிலர் கொரான் முற்றிலும் ஓதியிருக்கிறார்கள். இந்த விஷயத்தைப் பற்றி அவர்களிடம் கேட்டுத் தெரிவிக்கிறேன்" என்றார். பிறகு இந்த விஷயத்தை விட்டுவிட்டோம்.

அப்பால் நான் என் முஸ்லீம் நண்பரை நோக்கி: "தென் ஜில்லாக்களிலே தமிழ் பேசும் முஸ்லீம் (ராவுத்தர்)களுக்குள் கோஷா வழக்கம் காணப்படவில்லையே! அதன் காரணம் யாது?" என்று கேட்டேன். "இங்கும் சிலர் அந்த வழக்கத்தைப் பரிபாலிக்கத்தான் செய்கிறார்" என்று என் முஸ்லீம் நண்பர் சொன்னார்.

"எனினும் பலர் அதைப் பரிபாலிக்கவில்லையே? அதன் முகாந்திரம் யாது?" என்று கேட்டேன்.

"வேத சாஸ்திர விதிகளில் அவர் செலுத்தக் கடமைப்பட்ட அளவு பயபக்தி செலுத்தாமலிருப்பதே அதற்கு முகாந்திரம்" என்று என் முஸ்லீம் நண்பர் தெரிவித்தார்.

"அப்படியிருந்தாலும், தென் ஜில்லாக்களிலுள்ள இந்த முஸ்லீம்கள் மற்றபக்கத்து முஸ்லீம்களைக் காட்டிலும் அல்லாவின் பக்தியிலும் மதப்பற்றுதலிலும் சிறிதேனும் குறைந்தவர்களில்லை என்பது பிரத்யக்ஷமன்றோ? அங்ஙனமாக, இவர்கள் கொரான் விதிகளில் போதிய பயபக்தி செலுத்தாமல் இருக்கிறார்கள் என்று சொல்லுதல் நியாயம் அன்று. இந்த கோஷா விஷயத்தில் மாத்திரம் இந்த தேச சம்பிரதாயங்களைத் தழுவி நடக்கிறார்கள். இவர்களுடைய கூட்டத்தில்

எத்தனை ஞானிகளும் பக்திமான்களும் அவதாரம் செய்திருக்கிறார்கள். அவர்கள் இந்த கோஷா விஷயத்தை இக்கூட்டத்தின் மீது வற்புறுத்தாமல்தான் இருந்திருக்கிறார்கள்.

ஆதலால் மதபக்தி முதலிய விஷயங்களில் மாறுதல்கள் கூடாதேயொழிய, ஆசாரங்களில் காலத்துக்குத் தகுந்த சாஸ்திரங்கள் இந்த விஷயத்தில் அதிக முரண் செலுத்தக் கூடும். ஆதலால் சாட்சாத் கொரான் வேதத்தையே நன்றாகப் படித்து உணர்ந்தவர்களிடம் விசாரணை செய்யுங்கள்" என்றேன்.

இது கேட்டு அந்த முஸ்லீம் நண்பர் மீளவும்: "நான் நன்றாகக் கொரான் ஓதியவர்களை விசாரித்து இந்த விஷயத்தில் முடிவு சொல்லுகிறேன்" என்றார். "இடைக்காலத்து சாஸ்திரங்கள் இந்த விஷயத்தில் அதிக முரண் செலுத்தக் கூடும். ஆதலால் சாட்சாத் கொரான் வேதத்தையே நன்றாகப் படித்து உணர்ந்தவர்களிடம் விசாரணை செய்யுங்கள்" என்றேன்.

"சரி அங்ஙனமே செய்கிறேன்" என்று என் முஸ்லீம் நண்பர் சொன்னார்.

பிறகு துருக்கி தேசத்தில் ஸ்திரீகளுக்குள்ளே பிரம்மாண்டமான விடுதலைக் கிளர்ச்சி நடந்து வருவதைப் பற்றியும் அங்கு பல மாதர்கள் கோஷா வழக்கத்தை முற்றிலும் ஒழித்துவிட்டு, கல்வி கேள்விகளில் உயர்ந்த தேர்ச்சியுடையோராய், தங்களுக்குள்ளே சபைகள் சேர்ந்தும் தாங்களே உபந்நியாஸங்கள் முதலியன நடத்தியும் உலகத்து மற்ற மாதர்களைப் போல் துருக்கியிலுள்ள மாதரும் கல்வி, விடுதலை, ஆண்களுடன் சமத்துவம் இவற்றை எய்தி மேன்படுமாறு அதிதீவிரமான முயற்சிகள் செய்து வருவதைப் பற்றியும் நான் சில வார்த்தைகள் சொன்னேன்.

அப்பால் எங்கள் காலைக் கூட்டம் கலைந்துவிட்டது. என் முஸ்லீம் நண்பரும் தம் வீட்டுக்குப் போயினர்.

விகாசம்

சுந்தர ராமசாமி

அம்மா கட்டிலில் படுத்துக் கொண்டிருந்தாள். நான் கட்டிலை ஒட்டிக் கீழே படுத்துக் கொண்டிருந்தேன். பிந்தி எழுந்திருப்பதை நானும் அம்மாவும் வழக்கமாக்கிக் கொண்டிருந்தோம். நாங்கள் சிறிது போராடிப் பெற்றிருந்த உரிமை இது. சூரியோதயத்திற்கு முன் குளியலை முடித்துவிடும் தர்மத்தை யுகாந்திரங்களாகக் காப்பாற்றி வரும் குடும்பம். நாங்களோ நோயாளிகள். அம்மாவுக்கு ஆஸ்துமா. எனக்கு மூட்டுவலி. இரண்டுமே காலை உபாதைகள் கொண்டவை.

குதிரை பிடறியை உதறும் மணிச்சத்தம் கேட்டது. வண்டியைப் பூட்டியாயிற்று. அப்படி என்றால் அப்பா கடைச்சாவிக் கொத்தை எடுத்துக் கொண்டுவிட்டார் என்று அர்த்தம். கடிகாரம் எட்டரையை நெருங்கி விட்டது என்றும் அர்த்தம். இனி செருப்பு அணிதல், கிரீச் கிரீச். படி இறங்கியதும் குடையைப் படக்கென்று ஒரு தடவை திறந்து மூடல். குடையின் அன்றாட ஆரோக்கிய சோதனை அது.

கதவு லேசாகத் திறந்தது. இடைவெளியில் பாய்ந்த சூரிய ஒளி கண்ணாடிக்குழாய் போல் உருப்பெற்று உயர்ந்தது. ஒளித்தூணில் தூசி சுழல்கிறது. அப்பா! கண்ணாடி, ஒரு கண், பாதி விபூதிப் பூச்சு, சந்தனப் பொட்டு. அதற்குமேல் குங்குமப்பொட்டு.

“டேய் அம்பி எழுந்திரு” என்றார் அப்பா.

நான் கண்களை மூடிக்கொண்டேன். ஆழ்ந்த நித்திரைக்கு வசப்பட்டு விட்டதுபோல் அசையாமல் கிடந்தேன்.

“டேய் எழுந்திருடா தடியா. அப்பா கூப்பிடறார்” என்றாள் அம்மா. ஓரக்கண்ணால் அப்பா முகத்தைப் பார்த்தேன். அது அன்பாக இருந்தது. மிருதுவாக இருந்தது. கடுமையான தூக்கத்தைத் தகர்த்துக் கொண்டு வெளிப்படும் பாவனையில் கண்களைத் திறந்தேன்.

"டேய், குளிச்சு சாப்பிட்டுட்டு ஆனைப்பாலம் போ" என்றார் அப்பா. “போய் ராவுத்தரைக் கையோட கடைக்குக் கூட்டிக்கொண்டு வந்துடு. நான் போய் வண்டி அனுப்பறேன்” என்றார்.

நான் அப்பா முகத்தையும், அம்மா முகத்தையும் மாறி மாறிப் பார்த்தேன். கடையில் முன்தினம் ராவுத்தருக்கும் அப்பாவுக்கும் நடந்த மோதலைப் பற்றி அம்மாவிடம் சொல்லியிருந்தேன். "அவர் இல்லாம உங்களுக்கு முடியுமா முடியாதா?" என்று கேட்டாள் அம்மா. “எத்தனை வருஷமாச்சு இந்தக் கூத்து” என்றாள். “விலகறதும் சேந்துக்கறதும்" என்றாள்.

அப்பாவின் முகம் சிவந்தது. மேலும் சிவந்தால் மூக்கு நுனியில் ரத்தம் கசிந்துவிடும் என்று தோன்றியது.

“ஓணம் வர்றது.... நீ கடைக்கு வந்து பில்போடு" என்றார் அப்பா. கோபத்தின் உக்கிரத்தில் உதடுகள் கோணி வலித்துக் காட்டுவதுபோல் வார்த்தைகள் தேய்ந்தன.

“இந்த லோகத்திலே ராவுத்தர் ஒருத்தர்தான் பில்போடத் தெரிஞ்சவரா?" என்றாள் அம்மா.

“வாயை மூடு" என்று கத்தினார் அப்பா. சடேரென்று என்னைப் பார்க்கத் திரும்பிக் கொண்டே, “எழுந்திருடா" என்று ஒரு அதட்டல் போட்டார். நான் படக்கென்று எழுந்திருந்து வில் மாதிரி நின்றேன். “போ, நான் சொன்ன மாதிரி செய்” என்றார். என் காலில் கட்டியிருக்கும் சக்கரத்தை யாரோ இழுத்தது போல் வேகமாக வெளியே நகர்ந்தேன்.

குதிரைவண்டி கிளம்பும் சத்தம் வாசலில் கேட்டது.

காலைக் காரியங்களைப் பம்பரமாகச் செய்து முடித்தேன். என்ன சுறுசுறுப்பு! வழக்கத்திற்கு மாறாக அரை நிஜாருக்கு மேல் வேட்டியைக் கட்டி, முழுக்கை சட்டையும் அணிந்து கொண்டேன். இரண்டும் சேர்ந்து சற்று தெம்பாக என்னைப் பேசவைக்கும் என்று ஒரு நம்பிக்கை. அப்பாமீது வழக்கமாக வரும் கோபம் அன்று வரவில்லை. வருத்தமும் இல்லை. கொஞ்சம் பிரியம்கூட கசிவது போல் இருந்தது. பாவம், ஒரு இக்கட்டில் மாட்டிக் கொண்டு விட்டார். முன்கோபத்தில் முறித்துப் பேசிவிட்டார் ராவுத்தரிடம். சிறிது சாந்தம் கொண்டிருக்கலாமே என்று சொல்லலாம். அவர் ஒரு முன்கோபி என்றால் சிறிது சாந்தம் கொண்டிருக்கலாம். முன்கோபமே அவர் என்றால் எப்படி சாந்தம் கொள்ள முடியும்? இந்த மனப்பின்னல் தந்த குதூகலத்தில் அம்மா முன் சென்று அவள் முகத்தைப் பார்த்து “முன் கோபமே அவர் என்றால் எப்படி சாந்தம் கொள்ள முடியும்?” என்று கேட்டேன். அம்மா சிரித்தாள். மறுகணம் சடக்கென்று முகத்தைக் கடுமையாக்கிக்கொண்டு,

“ரொம்ப இலட்சணம் தான். புத்தியுள்ள பிள்ளை என்றால் ராவுத்தரைக் கூட்டிக்கொண்டு கடைக்குப் போ” என்றாள். தன் நெஞ்சின் மீது வலது கையை வைத்துக்கொண்டு “அவர் என்ன பேசியிருந்தாலும் அதற்காக நான் வருத்தப்படறேன்னு சொல்லு” என்றாள்.

நான் போய் குதிரைவண்டியில் ஏறிக்கொண்டேன்.

ஓணம் விற்பனையை ராவுத்தர் இல்லாமல் சமாளிக்க முடியாது என்றுதான் எனக்கும் தோன்றிற்று. அவர் மாதிரி யாரால் கணக்குப் போடமுடியும்? மனக்கணக்கில் ஒரு மின்னல் பொறி அவர். அவரும் சரி, வரிசையாக ஐந்து பேர் உட்கார்ந்து காகிதத்தில் கூட்டிக் கழிப்பதும் சரி. மனித மூளையா அது! அமானுஷ்யம்! பில்போடும் பகுதியில் கூடி நிற்கும் வாடிக்கையாளர்கள் பார்த்து வியக்கும் அமானுஷ்யம். ஆச்சரியத்தில் விக்கித்துப் போய் “மனுஷ ஜென்மம்தானா இது!” என்று பலர் வாய்விட்டுக் கேட்டிருக்கிறார்கள். “காதால கேட்டே இப்படி போடுறாரே மனுஷன். கண்ணால் பார்க்க முடிஞ்சா எப்படிப் போடுவாரோ?" என்று கேட்டிருக்கிறார்கள். இத்தனைக்கும் ஸ்கூல் படிப்பு மூணாம் க்ளாஸ். கடையைப் பெருக்கிப் பாய் விரித்து தண்ணீர் பிடித்து வைக்கும் கோமதியைவிட இரண்டு வருஷம் படிப்புக் குறைவு.

அன்று இதமாகத்தான் பேச்சு தொடங்கிற்று. “கடனை இப்படி மேலே ஏத்திண்டே போனா எப்படி ராவுத்தர்? தொகை ஏகமா ஏறிப்போச்சே” என்றார் அப்பா. தனக்கு வேண்டிய துணிகளையெல்லாம் பொறுக்கித் தன்பக்கத்தில் குவித்துக்கொண்டுவிட்டு அதன்பின் கடன் கேட்டது அப்பாவுக்குப் பிடிக்கவில்லை என்று தோன்றிற்று. “என்ன செய்ய சொல்றீங்க ஐயா? வீடு முழுக்க பொட்டைக. மகன்க கூறில்லே. மாப்பிள்ளைக கூறில்லே . மக நாலு. மருமக நாலு. பேத்திக எட்டு. பேரன்க எட்டு. எத்தனை ஆச்சு? ஆளுக்கொண்ணு எடுத்தாலும் தொகை ஏறிப்போகுதே" என்றார் ராவுத்தர். ராவுத்தரின் முகத்தை அப்பா கூர்ந்து பார்த்துக்கொண்டிருந்தார். ' இளக்காரம் கொசணம் கூடிப்போச்சு. அத மட்டுப்படுத்திக் காட்டறேன் இப்போ' என்று அவர் தனக்குள் கறுவிக் கொள்ளுவதுபோல் இருந்தது. “கோலப்பா, துணிக்கு பில் போட்டுக் கட்டித் தந்துரு” என்றார் ராவுத்தர். தான் சம்மதம் தருவதற்குமுன் அவரே எடுத்துக் கொண்டு விடுவதா? அப்பாவின் முகம் சிவந்தது. “இந்த தவா கடன் தர சந்தர்ப்பம் இல்லை ” என்றார் அப்பா. குரலில் கடுமை ஏறி இருந்தது. “அப்படீன்னா நம் உறவு வேண்டாம்னுதானே ஐயா சொல்றீங்க? குட்டீ, என்னை ஊட்ல கொண்டுபோய் சேர்த்துடு” என்று சொல்லிக்கொண்டே எழுந்திருந்தார் ராவுத்தர். கோமதி, ராவுத்தரின் வலது கையைத் தனது இடது தோளில் தூக்கி வைத்துக் கொண்டது. படி இறங்கிற்று. ராவுத்தரும் படியிறங்கினார். கடை சாத்தும்போது ஒவ்வொரு நாளும்

'வரேன் ஐயா' என்று அப்பா இருக்கும் திசையைப் பார்த்து ராவுத்தர் கும்பிடுவது வழக்கம். அன்று அவர் விடை பெற்றுக்கொள்ளவில்லை. அதாவது விடை பெற்றுக்கொண்டு விட்டார்.

கோமதியைக் கூட்டிக்கொண்டு ராவுத்தர் வீட்டுக்குப் போகலாம் என்று நான் யோசித்தேன். அப்படிச் செய்தால் ராவுத்தர் மனதில் இருக்கும் வெக்கை சற்றுத் தணியும் என்று எனக்குத் தோன்றிற்று. ஆனால் கோமதி வீட்டில் இல்லை. "ராவுத்தர் வரலேன்னு சொல்லிட்டாரு. இப்பத்தான் போகுது கோமதி கடைக்கு" என்றாள் அவள் தாயார்.

தோப்பைக் குறுக்காகத் தாண்டி, சந்து வழியாக நுழைந்து, ராவுத்தரின் வீட்டு முன்னால் போய் நின்றேன். ஓட்டு வீடு. தணிந்த கூரை. முன் முற்றத்தில் வலதுபக்கம் கிணறு. காரைப் பூச்சு இல்லாத கைப்பிடிச்சுவர் இடிந்து கிடந்தது. சுவரிலும் கிணற்றைச்சுற்றி தளத்திலும் வெல்வெட் பாசி புசுபுசுவென்று. வீட்டின் முன் வெட்டுக்கல் படிகள். நிலையில் சாக்குவிரிப்புத் தொங்கிக் கொண்டிருந்தது.

"அம்பி வந்திருக்கேன்" என்றேன் நான் உரக்க.

ஒரு சிறுமி வெளிப்பட்டாள். இரட்டையில் மற்றொன்று என்று தோன்றிய இன்னொரு சிறுமியும் அவள் பின்னால் வந்தாள். உள்ளேயிருந்து "யாரம்மா?" என்று ராவுத்தரின் குரல் கேட்டது.

"நான்தான் அம்பி" என்றேன் நான் உரக்க.

"வா, வா" என்றார் ராவுத்தர். உற்சாகத்தில் கொப்பளிக்கும் குரல்.

நான் படுதாவைத் தள்ளிக் கொண்டே உள்ளே போனேன். சாணி மெழுகிய தரையில் வஸ்தாது மாதிரி ராவுத்தர் சப்பணம் கட்டி உட்கார்ந்து கொண்டிருந்தார். இரு கரங்களும் அந்தரத்தில் உயர்ந்திருந்தன. "வா, வா" என்று வாய் அரற்றிக்கொண்டே இருந்தது. நான் அவர் முன்னால் போய் முட்டுக்குத்தி நின்றேன். துழாவிய கரங்கள் என்மீது பட்டன. கண்கள் மலங்க மலங்க விழித்தன. என்றோ இழந்துவிட்ட ஜீவ ஒளியை மீண்டும் வரவழைக்க அவை துடிப்பது போல் இருந்தன. என் தோள்பட்டையை அழுத்தி என்னைத் தன்பக்கத்தில் இழுத்து உட்கார வைத்துக் கொண்டார் அவர். உணர்ச்சிவசப்பட்டதில் அதிகம் நெகிழ்ந்துவிட்டது போல் இருந்தது.

"இன்னிக்கு என்ன, வேட்டி கட்டிக்கிட்டாப்ல!" என்றார்.

"தோணிச்சி" என்றேன்.

"என்ன கரை?"

"குண்டடச்சி."

"ஐயர் மாதிரியே. பார்க்கவும் ஐயர் மாதிரியே இருக்கேன்னு கடைப் பையன்க சொல்லுவானுக. எனக்குத்தான் கொடுத்து வைக்கல பாக்க." இப்படிச் சொல்லிவிட்டு என் கன்னம், கழுத்து, நாடி, வாய், மூக்கு, கண், நெற்றி, காது எல்லாம் தடவிப் பார்த்தார். "எல்லாம் கணக்கா வச்சிருக்கான்" என்று சொல்விட்டுச் சிரித்தார்.

வந்த விஷயத்தைச் சொல்ல இதுதான் சந்தர்ப்பம் என்று தோன்றிற்று. கண்ணுக்குத் தெரியாத ஒரு கை மென்னியைப் பிடித்துக் கொண்டிருக்கிறது. நாக்கு புரள மறுக்கிறது.

"அம்மா..." என்று பேச்சைத் தொடங்கினேன்.

ராவுத்தர் குறுக்கிட்டு, "எப்படி இருக்கு அவங்களுக்கு உடம்பு" என்றார்.

"அப்படியேதான்" என்றேன்.

"நம்மட்ட தூதுவளை கண்டங்கத்திரி லேகியம் இருக்கு. இழுப்புக்கு அதுக்கு மேலே மருந்து இல்லே. ஐயருக்கு புட்டி மேலே இங்கிலீஷ்ல எழுதியிருக்கணும். நம்மகிட்ட இங்கிலீஷ் இல்லே. மருந்துதான் இருக்கு" என்று சொல்லிவிட்டு பெரிதாகச் சிரித்தார்.

விஷயத்தைச் சொல்ல இதுவும் நல்ல தருணம்.

"அம்மா உங்களைக் கடைக்கு கூட்டிண்டு போகச் சொன்னா. அப்பா ஏதாவது முன்பின்னா பேசியிருந்தாலும் அதுக்காக அம்மா வருத்தப்படறதாகச் சொல்லச் சொன்னா" என்றேன்.

ராவுத்தரின் முகம் பரவசத்தில் மலர்ந்தது. இரு கரங்களையும் மேலே உயர்த்தி, "தாயே நீ பெரிய மனுஷி" என்று கூவினார். "எழுந்திரு இப்பவே போறோம் கடைக்கு" என்றார்.

அந்த வருடம் ஓணம் விற்பனை நன்றாக இருந்தது. படு உற்சாகமாக இருந்தார் ராவுத்தர். தன்னைச் சுற்றி முண்டி மோதும் கடைப் பையன்களை எப்போதும்போல அனாயசமாக சமாளித்தார். அபிமன்யு தன்னந்தனியாகப் போரிட்டது போல் இருந்தது. துணியின் அளவும் விலையும் காதில் விழுந்த மறுகணம் விடை சொல்கிறது வாய். என்ன பொறி மூளைக்குள் இருந்ததோ அந்த தெய்வத்துக்குத்தான் வெளிச்சம். விடை சொல்ல ஒரு கணம்கூடத் தேவையில்லாத அந்தப் பொறி என்ன பொறியோ? பதினாறு அயிட்டங்களுக்குப் பெருக்கி வரிசையாக விடை சொல்லி விட்டு " அயிட்டம் பதினாறு, கூட்டுத்தொகை ரூபா 1,414, பைசா 25" என்று கூறும் அந்தப் பொறியை மனித மூளை என்று எப்படிச் சொல்ல முடியும்? அவ்வளவும் கரும்பலகையில் எழுதிப் போட்டிருந்தால்கூடப் பார்த்துக்கூட்ட எனக்கு அரைமணி நேரம் பிடிக்கும். இங்கோ விடை மின்னல் அடிக்கிறது. ஒரு பிசகு

விழுந்ததில்லை அன்று வரையிலும்.

அம்மா சொல்லியிருந்தாள். முன்னெல்லாம் அப்பா இரவில் கண் விழித்து ராவுத்தரின் விடைகளை சரி பார்ப்பாராம். “துள்ளல் கொஞ்சம் கூடிப்போச்சு அந்த மனுஷனுக்கு. ரெண்டு தப்பைக் கண்டுபிடிச்சு ஒரு தட்டுத் தட்டி வைக்கணும்” என்பாராம். ஆனால் இரவில் கண் விழித்ததுதான் மிச்சம். ஒரு தவறைக் கூட கண்டுபிடிக்க முடியவில்லை அப்பாவால்.

ஒருநாள் ஓர் ஒற்றைக் காளைவண்டி கடை முன்னால் வந்து நின்றது. முன்னும் பின்னும் வெள்ளைப் படுதா போட்டு மூடிக் கட்டிய வண்டி. வண்டிக்குள் இருந்து 'ஓ'வென்று பெண்களின் ஓலம். குஞ்சுக் குளுவான்களின் கத்தல்கள்.

"நம்ம வூட்டுப் பொட்டைப் பட்டாளம் இல்லா வந்திருக்கு' என்றார் ராவுத்தர்.

ராவுத்தரின் வீடு ஏலத்திற்கு வந்து விட்டதாம்! சாமான்களைத் தூக்கி வெளியே வீசுகிறானாம் அமீனா.

“எனக்கு என்ன செய்யணும்னு தெரியலே. ஆண்டவா” என்று கதறினார் ராவுத்தர்.

குழந்தை மாதிரி அழத் தொடங்கி விட்டார். அப்படி அவர் அழுது கொண்டிருந்தபோது, கடைச் சிப்பந்தி கோலப்பன் பில்லுடன் வந்து, “13 ரூபா 45 பைசா; 45 மீட்டர் 70 செண்டி மீட்டர்" என்றான். அழுகையை ஒரு நிமிஷம் நிறுத்திவிட்டு “எழுதிக்கோ , 614 ரூபா 66 பைசா” என்றார் ராவுத்தர். இப்படி சொல்விட்டு அப்பா இருந்த கல்லாப் பெட்டி பக்கம் திரும்பி, “ஐயா, வட்டியும் முதலுமா ஐயாயிரம் ரூபாய்க்கு மேல் கோர்ட்டில் கட்டணுமே... நான் எங்கே போவேன் பணத்துக்கு” என்று கதறினார்.

ராவுத்தரும் அப்பாவும் குதிரைவண்டியில் வக்கீலைப் பார்க்கச் சென்றார்கள்.

அடுத்தநாள் ராவுத்தர் கடைக்கு வரவில்லை. செட்டியார் ஜவுளிக் கடையில் அவர் பில் சொல்லிக் கொண்டிருப்பதைத் தன் கண்ணால் கண்டதாகக் கோலப்பன் அப்பாவிடம் சொன்னான்.

“என்ன அநியாயம்! இப்பத்தானே அவருக்காக கோர்ட்ல பணத்தைக் கட்டிட்டு வரேன். காலை வாரிவிட்டுட்டாரே நன்றி கெட்ட மனுஷன்” என்று கத்தினார் அப்பா.

கடைக் கோலப்பனுக்கு மிதமிஞ்சிய கோபம் வந்துவிட்டது. 'கணக்குப் போடத் தெரியுமே தவிர, அறிவுகெட்ட ஜென்மமில்லே அது” என்றார்.

“இதோ போய் தரதரன்னு இளுத்துக்கிட்டு வர்றேன்” என்று சைக்கிளில் ஏறிச் சென்றான்.

அப்பா சோர்ந்து தரையில் உட்கார்ந்து விட்டார். அவர் வாய் புலம்பத் தொடங்கியது. “ரொம்ப பொல்லாதது இந்த லோகம்” என்றார். “பெத்த தாயை நம்ப முடியாது இந்தக் காலத்திலே" என்றார்.

சிறிது நேரத்தில் கோலப்பன் திரும்பிவந்தான். சைக்கிள் கேரியரில் உட்கார்ந்து கொண்டிருக்கிறார் ராவுத்தர்!

"புத்தி மோசம் போயிட்டேன் ஐயா” என்றார் ராவுத்தர் இரு கைகளையும் கூப்பியபடி.

“உம்ம கொட்டம் அடங்கற காலம் வரும்” என்று அப்பா கத்தினார்.

“அப்படிச் சொல்லாதீங்க ஐயா... வேலைக்கு வா, நான் பணம் கட்டறேன்னு சொன்னார் செட்டியார். புத்தி மோசம் போயிட்டேன் ஐயா” என்றார் ராவுத்தர்.

“உம்ம கொட்டம் அடங்கற காலம் வரும்" என்று மீண்டும் சொன்னார் அப்பா.

ஆச்சரியம்தான் அப்பாவின் வாக்குப் பலித்ததுபோல் காரியம் நடந்தது. அந்தத் தடவை கொள்முதலுக்கு பம்பாய் போய்விட்டு வந்திருந்த அப்பா, ஒரு மிஷினை அம்மாவிடம் காட்டினார். “இது கணக்குப் போடும்” என்றார்.

“மிஷினா?”

“போடும்” என்றார் அப்பா.

அம்மா ஒரு கணக்குச் சொன்னாள். அப்பா பித்தான்களை அழுத்தினார். மிஷின் விடை சொல்லிற்று.

நான் காகிதத்தை எடுத்துப் பெருக்கிப் பார்த்தேன். “விடை சரிதான் அம்மா” என்று கத்தினேன்.

“ராவுத்தர் மூளையை மிஷினா பண்ணிட்டானா?" என்று கேட்டாள் அம்மா.

நான் அன்று பூராவும் அதை வைத்து அளந்து கொண்டே இருந்தேன். இரவு தூங்கும்போது கூட பக்கத்தில் வைத்துக் கொண்டு தூங்கினேன். ஆகக் கஷ்டமான கணக்குகளை எல்லாம் அதற்குப் போட்டேன். ஒவ்வொன்றுக்கும் விடை சரியாகச் சொல்லிற்று அது. கோமதி சொன்னது நினைவுக்கு வந்தது. “தாத்தா எப்படி நிமிட்ல போடறீங்க கணக்கை?” என்று கேட்டதாம் கோமதி. “மூளையில் மூணு நரம்பு

அதிகப்படியா இருக்கும்” என்றாராம் ராவுத்தர். அந்த அதிகப்படியான நரம்புகள் எப்படி இந்த மிஷினுக்குள் வந்தன? ஆச்சரியத்தை என்னால் தாங்கிக் கொள்ள முடியவில்லை. கோமதியிடம் கொண்டுபோய் காட்டினேன். கோமதியும் மாறிமாறி கணக்கு போட்டுப் பார்த்தது “எனக்கும் சரியா வருதே” என்றது. “தாத்தாவைவிட இது பொல்லாதது” என்றது.

ஒருநாள் மாலை. ராவுத்தர் விடை சொல்லிக் கொண்டிருந்த நேரம். கோமதி பாவாடையின்மீது கால்குலேட்டரை வைத்து விடைகளை சரிபார்த்துக் கொண்டிருந்தது. தன்னையறியாமல் ஒரு தடவை “சரிதான் தாத்தா” என்றது. “நீயா சொல்றது சரின்னு” என்று கேட்டார் ராவுத்தர். “கணக்குப் போட்டுத்தான் சொல்றேன் தாத்தா” என்றது கோமதி. “இப்போ போடறேன் சொல்லு” என்று ராவுத்தர் ஒரு கணக்குப் போட்டார். கோமதி விடை சொல்லிற்று. இன்னொரு கணக்கு. அதற்கும் விடை சொல்லிற்று.

வெளிறிப் போய்விட்டது ராவுத்தர் முகம்!

“ஆண்டவனே, இந்த மூட ஜென்மத்துக்கு ஒரு சூச்சுமமும் விளங்கலியே” என்று கதறினார் ராவுத்தர்.

“நான் போடலே தாத்தா. இந்த மிஷின் போடுது” என்றது கோமதி. கால்குலேட்டரைத் தாத்தாவின் கையில் திணித்தது.

கால்குலேட்டரை வாங்கிய தாத்தாவின் கை நடுங்கிற்று. விரல்கள் பதறின. அதை முன்னும் பின்னும் தடவிப் பார்த்தார். “இதா கணக்குப் போடுது?” என்று திரும்பத் திரும்பக் கேட்டார். “ஆமா” என்றது கோமதி. “நீயே வச்சுக்கோ ” என்று அதைத் திருப்பிக் கொடுத்தார்.

அதன் பின் அன்று ராவுத்தரால் பேசமுடியவில்லை. அவருக்கு வாயைக்கெட்டிவிட்டது. உடலசைவுகூட இல்லை. ஸ்தம்பித்துப்போய் சுவரில் சாய்ந்து கொண்டிருந்தார். அன்று நானும் கோமதியும்தான் மாறிமாறி பில் போட்டோம். நீண்ட நேரம் கழித்து தாத்தாவின் தொடையை நோண்டி, "ஏன் தாத்தா பேசமாட்டேங்கறீங்க?” என்றது கோமதி. அதற்கும் அவர் பதில் சொல்லவில்லை.

நடைப்பிணம் போல் ஒவ்வொரு நாளும் ராவுத்தர் கடைக்கு வந்து போய்க்கொண்டிருந்தார். சிரிப்பு, சந்தோஷம், இடக்கு, கிண்டல், குத்தல் எல்லாம் அவரைவிட்டு உதிர்ந்து போய் விட்டிருந்தன. குரல் இறங்கிப் போய்விட்டது. உடம்புகூட சற்று இளைத்ததுபோல் இருந்தது.

அப்பா அவரை பில் போடச் சொல்லவே இல்லை.

ஒருநாள் பிற்பகல் நேரம், கடை கலகலப்பாக இருந்தது. முருகன்

வெட்டியிருந்த துணிகளுக்கு நான் கணக்குப் போட்டுச் சொல்லிக் கொண்டிருந்தேன். நடுவில் “இந்தாப்பா நில்லு” என்று குறுக்கிட்டார் ராவுத்தர்.

முருகன் சொல்வதை நிறுத்திவிட்டு ராவுத்தர் முகத்தைப் பார்த்தான். "பாப்ளின் என்ன விலை சொன்னே?"

“மீட்டர் 15 ரூபா 10 பைசா."

“தப்பு. பீஸை எடுத்துப்பாரு. 16 ரூபா 10 பைசா."

அப்பா எழுந்திருந்து ராவுத்தர் பக்கம் வந்தார்.

பீஸைப் பார்த்த முருகன் முகம் தொங்கிவிட்டது. “நீங்க சொன்னதுதான் சரி” என்றான்.

“பத்து மீட்டர் கொடுத்திருக்கே. பத்து ரூபாய் போயிருக்குமே. ஐயர் முதல அள்ளித் தெருவுல கொட்டவா வந்திருக்கே?" என்று அதட்டினார் ராவுத்தர்.

“உங்களுக்கு விலை தெரியுமா?” என்று கேட்டார் அப்பா.

“ஒரு ஞாபகம்தான் ஐயா” என்றார்.

“எல்லாத்துக்கும்?" என்று கேட்டார் அப்பா.

“ஆண்டவன் சித்தம்" என்றார் ராவுத்தர்

“ஆக சின்ன டவல் என்ன விலை?" என்று கேட்டார்.

“4 ரூபா 10 பைசா" என்றார்.

"ஆகப் பெரிசு" என்று கேட்டார்.

“6 ரூபா 40 பைசா” என்றார்.

அப்பா கேட்டுக்கொண்டே போனார்.

பதில் வந்துகொண்டே இருந்தது.

ஆச்சரியத்தில் விரிந்து போயிற்று அப்பாவின் முகம். நம்ப முடியவில்லை அவரால். நீண்ட பெருமூச்சு விட்டார். பெருமூச்சுக்களை அடக்க முடியவில்லை.

“அப்படீன்னா ஒண்ணு செய்யும். பில் சொல்லச்சே விலை சரியா யிருக்கான்னு பாத்துக்கும்” என்றார் அப்பா.

“முடிஞ்சவரையிலும் பார்ப்பேன் ஐயா” என்றார் ராவுத்தர். இப்படிச் சொல்லிவிட்டு தலையைத் தூக்கி “ஐயா, மின்சாரக் கட்டணம்

கட்டிட்டேளா? இன்னிக்கித் தானே கடைசி நாள்” என்றார்.

“ஐயோ, கட்டலியே!” என்று சொன்ன அப்பா, “கோலப்பா” என்று கூப்பிட்டார்.

“இன்னிக்கு அவன் வரலியே ஐயா” என்றார் ராவுத்தர்.

“உமக்கு எப்படித் தெரியும்?" என்று கேட்டார் அப்பா.

“ஒவ்வொருத்தருக்கும் குரல் இருக்கு. ஒரு மணம் இருக்கு. இன்னிக்கு அவன் குரலும் இல்லே. மணமும் இல்லே." இப்படிச் சொல்லிவிட்டு, “முருகா" என்று கூப்பிட்டார் அவர்.

முருகன் வந்தான்.

“நேத்து இவன் ஒரு வாடிக்கைக்கு ரெட்டை வேட்டி இல்லைன்னு சொன்னான். கண்டியுங்க ஐயா” என்றார் ராவுத்தர்.

“என்ன சொல்றீர்னு புரியலே” என்றார் அப்பா.

"ஐயா, பத்து வேட்டிக்கு விலை போட்டு வச்சீங்க ஏளு வேட்டிதானே வித்திருக்கு. மீதி மூணு இருக்கணுமில்லே?” என்றார்.

அப்பா வேஷ்டியை எடுத்துக்கொண்டு வரச் சொன்னார்.

மூன்று சரியாக இருந்தது.

ராவுத்தர் தன் குரலைச் சற்று கோணலாக மாற்றிக் கொண்டு, “முருகப் பெருமானே, இருக்கறத இல்லைன்னு சொல்லி ஆளை நைசா அனுப்பிவைக்கிறீரே... வியாபாரத்துக்கு உக்காந்து இருக்கோமா, இல்ல தர்மத்துக்கு உக்காந்து இருக்கோமா?" என்று கேட்டார்.

அன்று மாலை பில்போடும் பகுதியிலிருந்து அப்பாவின் பக்கம் போய் உட்கார்ந்து கொண்டார் ராவுத்தர்.

“உங்க பக்கத்துல இருந்தா இன்னும் கொஞ்சம் உபயோகமாக இருப்பேன் ஐயா” என்றார். அதன்பின், “உங்க மின்விசிறியே சித்த கூட்டி வச்சா அடியேனுக்கும் கொஞ்சம் காத்து வரும்” என்றார்.

அப்பா மின்விசிறியைக் கூட்டி வைக்கச் சொன்னார்.

“வருமானவரி முன்பணம் கட்ட நாள் நெருங்குதே ஐயா, ஆடிட்டரே பார்க்க வேண்டாமா? என்று கேட்டார் ராவுத்தர்.

“பாக்கணும்” என்றார் அப்பா.

கடை சாத்தும் நேரம்.

"ஐயா, அம்மாவுக்கு மருந்து வாங்கணும்னு சொன்னீங்களே...

வாங்கிட்டீங்களா?" என்று கேட்டார்.

"வாங்கறேன்" என்றார்.

சாத்திய கடையின் பூட்டுக்களை இழுத்துப் பார்த்துக் கொண்டிருந்தார் அப்பா.

"ஐயா, தாயாருக்கு திதி வருதுன்னு சொல்லிட்டிருந்தீங்களே. முருகன் கிட்ட சொன்னா போற பாதையிலே புரோகிதர்கிட்ட ஒரு வார்த்தை சொல்லிடுவானில்லே" என்றார்.

"சொல்றேன்" என்றார் அப்பா.

கடைச் சிப்பந்திகள் ஒவ்வொருவராகக் கலைந்து போய்க் கொண்டிருந்தார்கள்.

கோமதி, தாத்தாவின் கையைத் தூக்கித் தோளில் வைத்துக் கொண்டு நகரத் தொடங்கிற்று. "தாத்தா, இனிமே கணக்குப் போட வரவே மாட்டீங்களா?" என்று கேட்டது அது.

"இப்போ இப்ராஹிம் ஹசன் ராவுத்தர் கணக்கு மிஷின் இல்லே. மானேஜர். ஆண்டவன் சித்தம்" என்றார் ராவுத்தர்.

நூருன்னிசா

கு.ப. ராஜகோபாலன்

நான் வேலூர்ச் சிறையிலிருந்து விடுதலையடைந்து வந்து ஒரு வாரம் இருக்கும். ஒருநாள் காலையில் நாற்காலியில் சாய்ந்து கொண்டு என் உயிர் வெள்ளம் இனிமேல் எந்த நிலத்தில் பாயப் போகிறதோ என்று எண்ணமிட்டுக் கொண்டிருந்தேன். நான் கைக்கொண்டு செய்யக் கூடிய காரியமாக எனக்கு ஒன்றும் தென்படவில்லை. தேசீய இயக்கத்திலோ ஒரு தேக்கம். காங்கிரஸ் நிர்மாணத் திட்டம் அப்பொழுதும் சிதைவுற்றுக் கிடந்தது.

தபாற்காரன் ஒரு கற்றைத் தமிழ் பத்திரிகைகளுடன் ஒரு கவரையும் கொண்டு வந்து கொடுத்தான். தன்னந்தனியனான எனக்கு இவ்வுலகில் யார் கடிதம் எழுதக் கூடுமென்று எண்ணிக்கொண்டே அதை உடைத்துப் படித்தேன். பின்வருமாறு ஆங்கிலத்தில் அது எழுதப்பட்டிருந்தது.

குலாம் காதர் கான், எம்.ஏ., மதராஸ்
ப்ரோ. டிப்டி கலெக்டர்.

என் அருமைத் தோழா,

நீ என்னை மறந்திருப்பாயென்று நான் நினைக்கவில்லை. இத்தனை ஆண்டுகளாகக் கடிதம் எழுதாததற்குக் காரணம், எனக்கு நீ இருக்குமிடம் தெரியாததுதான். இப்பொழுதும், இந்தக் கடிதத்திற்கும் மேலேற்படும் நமது சந்திப்பிற்கும் காரணம் என் தங்கை நூருன்னிசா, நாம் படித்தபொழுது நம்முடன் விளையாடியவள். நினைவு இருக்கிறதா? தற்செயலாகச் சென்ற பத்தாம் தேதிப் பத்திரிகையில் உன் பெயரைக் கண்டு அதை எனக்குக் காட்டினாள். அவள் உன் 'இன்சியல்'களைக்கூட நினைவில் வைத்திருந்ததால்தான் நீ என்று நிச்சயிக்க முடிந்தது.

நீ அன்றுதான் வேலூர்ச் சிறையிலிருந்து விடுபட்டதாகப் பத்திரிகையில் கண்டிருந்தது. உடனே அவள் சொன்னதன் பேரில், உன் முகவரியைக் கேட்டு வேலூருக்கு, பாதி அரசாங்க அலுவலில் இருப்பவன் என்ற முறையில் தந்தி அடித்துப் பதில் வரவழைத்தேன். அது இன்று கிடைத்தது.

நமது பன்னிரண்டாவது வயதில், திருச்சியில் படிக்கும் போது, ஒரு சிறுபிள்ளை சபதம் செய்து கொண்டோமே, நினைவு இருக்கிறதா; நாம் ஒருவரை ஒருவர் அறியாமல் மணம் செய்து கொள்வதில்லை என்று? அதை நிறைவேற்றுவதற்காகத்தான் இந்தக் கடிதம்; சென்னையில் எனக்குத் திருமணம். பத்திரிகை இதனுடன் இருக்கிறது; நீ வந்தே தீர வேண்டும்.

உன் அன்புள்ள,
குலாம் காதர்.

இந்தக் கடிதம் மின்னலைப்போல் என் மனத்தின் மறதியினை அப்பொழுது பளிச்சென்று போக்கிற்று. இந்தப் பத்து ஆண்டுகளாகப் பரதேசிபோல் திரிந்த பொழுதும், உப்புச் சத்தியாக்கிரகம் காரணமாக ஆறு மாதம் சிறையில் இருந்தபொழுதும் அடிக்கடி என் மனத்தில் தோன்றித் தோன்றி என்னை மயக்கிய பெண் உருவம் யாருடையது என்று தவித்தேனே; அப்பா, அது நூருன்னிசாவுடையதுதான்!

ஒரு சிறுமியின் முக்காடிட்ட குற்றமற்ற முகம்; அதில் மை தீட்டிய இமைகளிடையே குறுகுறு என்று அசைந்தாடும் இரண்டு குறைகூறும் விழிகள். ரோஜாக்களினிடையே மல்லிகை போலக் கீழ் இதழைச் சற்றே கடிந்து வெளியே தொற்றின பல்வரிசை. இத்தகைய உருவம் மோகினிபோல் என் மனதில் குடிகொண்டு ஆட்டி வைத்ததே அது அவளுடையது!

அவளுடைய மன நிலையும் என் மன நிலையை ஒத்திருக்கக் கூடுமா என்ன! இல்லாவிட்டால் இக் கடிதத்திற்கு ஏன் காரணமாகிறாள்? கூட்டத்திற் கலந்து திரியும் என்னைக் குறித்தல்லவோ அவள் கூப்பிடுவது போலிருந்தது!

குலாம் காதருக்கும் எனக்கும் இருக்கும் இந்த நட்பு தொடங்கியதே மிகவும் வேடிக்கையான செய்தி. எனது பத்தாம் வயதில் என்னை என் தகப்பனார் திருச்சியில் ஒரு நடுநிலைப் பள்ளிக்கூடத்தில் மூன்றாம் வகுப்பில் சேர்த்தார். அங்கே குலாம் என் பக்கத்துப் பையன்; பெண்சாயல் கொண்ட வளர்ந்த வாலிபன்.

ஒரு நாள் கணக்குப் போடும் போது குலாம் என் சிலேட்டைப் பார்த்துக் 'காபி' அடித்து விட்டான். அது எப்படி வெளியாயிற்றென்றால்,

நான் பிசகாய்ப் போட்டிருந்த வழி அவனுடைய சிலேட்டிலும் காணப்பட்டது. உடனே ஆசிரியர், நான் 'காபி' அடித்தேனென்று என்னைப் பிரம்பால் அடித்தார்.

குலாம் அன்று மாலை வீட்டுக்குப் போகும்போது என்னைக் கை தட்டிக் கூப்பிட்டான்.

“நீ ஏன் என்மீது குற்றஞ் சாட்டவில்லை ?" என்று கேட்டான். நான் பதில் சொல்லவில்லை.

அவனுக்கு என்ன தோன்றிற்றோ தெரியாது.

“அடே, என்னோடு எங்க மோட்டாரில் எங்க வீட்டுக்கு வா, அப்புறம் உங்க வீட்லே கொண்டு விடுகிறேன்” என்றான்.

காரில் ஏறினோம். காரில் சவாரி செய்ய வேண்டுமென்ற என் விருப்பம் பூர்த்தியாயிற்று. பதினைந்து நிமிடத்தில் தென்னூரில் அரண்மனை போன்ற ஒரு வீட்டு வாசலுக்கு கார் விர்ரென்று போய் நின்றது.

சுயாசுதீன் சாகேப் ஒரு வியாபாரி. ஆர்க்காடு நவாபு வம்சத்தைச் சேர்ந்தவராம். வீட்டின் முன் கூடத்தில் பெரிய வெல்வெட்டுத் திண்டுகள் போட்டுச் சாய்ந்து கொண்டிருந்தார். எதிரில் உக்காவும் பாத்திரம் ஒன்றும் இருந்தன. எங்கே பார்த்தாலும், நிலைக் கண்ணாடிகள், பெரிய பெரிய மொகலாயப் படங்கள், பளிங்கு மயில் ஒன்றில் செருகப்பட்டிருந்த ஊதுவத்திகளிலிருந்து நறுமணம் கம்மென்று வீசிற்று. காலுக்கு மெத்தென்றிருந்த ரத்தினக் கம்பளங்கள் தரையில் விரிக்கப்பட்டிருந்தன.

குலாம் குதித்துக்கொண்டு போய் அவரிடம் ஏதோ சொன்னான். திகைத்துப் போயிருந்த என்னைப் பார்த்து அவர், “இங்கே வா!" என்று கூப்பிட்டார். பிற்காலத்தில் நான் மௌலானா சௌகத் அலியைப் பார்க்கும் போதெல்லாம் அவர் ஞாபகம் எனக்கு வரும். குலாம் என்னை அவரிடம் இழுத்துக் கொண்டு போனான். அவர் என்னைத் தடவிக் கொடுத்துக்கொண்டே தம் மனைவியைக் கூப்பிட்டார். உள்ளேயிருந்து அந்த அம்மாளும் அவளுடைய இரண்டு பெண்களும் வந்தார்கள். இப்பொழுது நினைவிலிருந்து சொல்கிறேன். அந்த அம்மாளுக்குச் சுமார் முப்பது வயசு இருக்கலாம். உயர்ந்து வளர்ந்த அந்த அழகான மாது. அவள் கால்கள் மெதுவாக கலீர் கலீரென்று சத்தம் செய்தது. மூத்த பெண் அலிமா குட்டையாகவும் பருமனாகவும் இருந்தாள். இளைய பெண் நூருன்னிசாவோ குலாமைப்போலவே இருந்தாள்.

அப்பொழுது அவளுக்கு எட்டு வயசு இருக்கலாம். இவ்வளவு விரிவாக எடுத்துச் சொல்லும் ஆற்றல் எனக்கு அப்பொழுது இருந்ததா என்ற

சந்தேகம் வேண்டாம். கிடையாது. ஆனால் என் மனதில் போட்டோ' பிடித்தது போல் பதிந்திருக்கிற அம்சங்களையே இப்பொழுது எடுத்து எழுதுகிறேன்.

நூருன்னிசாவின் உருவம் என் மனத்தில் வரைந்த சித்திரம் போல் நிற்கிறது. நான் முதலில் பார்த்த அன்று அவள் சரிகை மயமாயிருந்த பச்சைப் பட்டுப் பாவாடை உடுத்தியிருந்தாள். இலேசான மஞ்சள் பட்டு இரவிக்கையும், ரோஜாப் பட்டுத் தாவணியும் அணிந்திருந்தாள். காலில் காப்பு, பாதசரம், கையில் காப்புகள், விரல்களில் மோதிரங்கள், கர்நாடக முஸ்லிம்களைப் போலக் குருடு முதலின இல்லை . முகம் என் மனத்தில் அப்படியே இருக்கிறது. நீண்ட புருவங்களும் தலை மயிரும் கன்னங்கறேலென்று இருந்தன. பின்னல் இல்லாமல் தலைமயிரை முடிந்திருந்தாள். அது அவளுக்கு மிகவும் அழகாக இருந்தது. அவளின் சிவப்புக்கு ஈடே சொல்ல முடியாது. அவளுடைய கண்கள் அவற்றின் தன்மையை எடுத்துச் சொல்ல முடியவில்லை. வேண்டுமானால் தாமரை இதழ்கள் போன்றவை, மீனுருவம் கொண்டவை என்று கவியைப்போல் சொல்லிக் கொண்டே போகலாம்.

சுயாசுதீன் தம் மனைவியிடம் ஏதோ சொன்னார். அவள் என்னை ஒருதரம் பார்த்துவிட்டு அலிமாவிடம் ஏதோ சொன்னாள். அலிமா உள்ளே போய் ஆப்பிள், ஆரஞ்சு, மாதுளைகள் நிறைந்த ஒரு பையைக் கொண்டு வந்தாள். அதை என்னிடம் கொடுத்தபோது குலாமின் தாயினது முகத்தில் தோன்றிய அன்புப் பார்வையை நான் மறக்கவே முடியாது. என் கன்னத்தை ஒருதரம் தாய்போலத் தடவிக் கொடுத்தாள்.

குலாம் என்னைக் கூட்டிக்கொண்டு காருக்குச் சென்றான். அதில் ஏறி உட்கார்ந்தோம். புறப்படும் பொழுது வாசற் பக்கம் கண்ணெடுத்துப் பார்த்தேன். நூருன்னிசா முக்காட்டைப் பல்லால் கடித்துப் பிடித்துக் கொண்டு என் முகத்தைப் பார்த்துக்கொண்டு நின்றிருந்தாள். என் கண்களைச் சந்தித்த நிமிடமே உள்ளே ஓடி விட்டாள்.

அன்று முதல் நானும் குலாம் காதரும் இணை பிரியாமல் திரிந்தோம். விளையாடினோம்; அரட்டைகள் அடித்தோம். ஆகாயக் கோட்டைகள் கட்டி மகிழ்ந்தோம். எந்நேரமும் நான் அவனுடைய வீட்டில்தான் இருப்பேன். நூருன்னிசாவும் எங்களுடன்தான் இருப்பாள். நாங்கள் செய்வதையும் பேசுவதையும் உற்றுக் கவனித்துக் கொண்டிருப்பாள். தானும் கூட விளையாடுவாள், தெரியாமல் பின்னால் ஒளிந்து வந்து, என் கண்களைப் பொத்துவதில் அவளுக்கு ஓர் ஆனந்தம். ஏன், எனக்குந்தான் ஒருவித மகிழ்ச்சி அப்பொழுது உண்டாகும். அவளுடைய கைகள், மென்மையாக ரோஜா மலர்போல இருக்கும். கைகளை எடுத்து விட்டுக் கலகலவென்று சிரிப்பாள். அவளுடைய கன்னங்களில் குழிவுபடும். அச்சமயம் என் மனம் என்னவோ நான்

எடுத்துச் சொல்ல முடியாத ஒரு மகிழ்ச்சியை அடையும்.

நாலாம் பாரம் வரையிலும் நானும் குலாமும் இப்படி இருந்தோம். திடீரென்று என் தகப்பனாரைத் திருச்சியிலிருந்து மாற்றி விட்டார்கள். பிறகு எனக்கும் குலாமுக்கும் சந்திப்பே கிடையாது.

பன்னிரண்டு ஆண்டுகளுக்கு பிறகு, அவனிடமிருந்து இந்தக் கடிதம் வந்திருக்கிறதென்றால் என் மகிழ்ச்சியை என்னென்பது?

மறுநாள் இரவு வண்டியில் சென்னைக்குப் புறப்பட்டேன்.

உறவினர்கள் நிறைந்த அந்த பங்களாவில் குலாம் என்னைத் தன் பக்கத்தில் அமர்த்திக்கொண்டு பழைய நாட்களைப் பற்றிப் பேசிக்கொண்டே இருந்தான். முகம்மது காசிம் என்ற பாடகரின் கச்சேரி நடந்து கொண்டிருந்தது. எங்கே பார்த்தாலும் ரோஜா மலர்கள்! அத்தரும் பன்னீரும் நீர் பட்டபாடாய் வழங்கப்பட்டன. ஆறு மணிக்குச் சபை கலைந்தது. குலாம் என்னைப் பங்களாவின் மேல்மாடியிலிருந்த ஓர் அறைக்கு அழைத்துச் சென்றான். வெகு நேரம் அங்கே உட்கார்ந்து பேசிக்கொண்டிருந்தோம்.

குலாமின் தாய் மகனைத் தேடிக்கொண்டு அங்கே வந்தாள். நான் இருப்பதைப் பார்த்துச் சட்டென்று பின்வாங்கி முகத்தை மூடிக்கொண்டாள்.

"அம்மா, யாரென்று எண்ணுகிறாய்? நம்..." என்று குலாம் பேச்சைத் தொடங்கினான்.

“ஆம். நினைவிருக்கிறது. நலந்தானே, தம்பி?" என்று கேட்டுக் கொண்டே மெதுவாக அந்த அம்மாள் முன் வந்தாள்.

“நலந்தான், அம்மா!”

“எங்கே இருக்கிறாய்?”

“திருச்சியில் இருக்கிறேன்.”

“திருமணம் ஆயிற்றா?”

“இல்லை.”

பேசும் பொழுதே அவ்வுருவிற்கு பின்னால், இன்னும் ஓர் இளம் உருவம் நிழல் போல நிற்பது போன்ற பிரமை தட்டியது எனக்கு. ஒரு நிமிடம், நூருன்னிசாவே என் முன் தோன்றுவாளோ என்ற ஆசை! மறு நிமிடம், 'சே! அது எப்படி முடியும்! அவள் பர்தாப் பெண் அல்லவா? குலாமும் கடிதத்தில் எழுதினதைத் தவிர நேரில் அவளைப் பற்றிய பேச்சே எடுக்கவில்லையே?' என்ற நினைப்பு ஏற்பட்டது.

அவளைப்பற்றிக் கேட்கக்கூட எனக்குத் தயக்கமாக இருந்தது. அவளை நிச்சயமாகப் பார்க்க முடியாதென்ற எண்ணம் ஏற்பட்ட பிறகுதான் குலாமுடன் வழக்கம்போல் பேசலானேன்.

இரவு பத்து மணிக்குக் குலாம் படுத்துக்கொள்ளச் சென்றான். எனக்கு ஒரு தனியறை ஒழித்துத் தந்திருந்தார்கள்.

என் தனியறையில் தனிமையில் நான் படுக்கையில் படுத்துப் புரண்டேன். மின்சார விளக்கின் வெளிச்சம் எனக்குத் தாங்க முடியாததாக இருந்ததால், அதை அணைத்துவிட்டுச் சாளரத்தைத் திறந்து வைத்தேன். அதன் வழியாக முழு நிலவு என் படுக்கையின் மேலே தன் ஒளியைப் பரப்பியது. படுக்கையில் உட்கார்ந்து கொண்டு எண்ணாத எண்ணமெல்லாம் எண்ணினேன்.

அந்த வீட்டின் ஒரு பாகத்தில் 'அவளும்' அப்பொழுது உலவிக் கொண்டிருந்தாளல்லவா!

என் இருதயத்தின் நிலைமையை அவள் அறிவாளோ? முடியாது. பூவின் அவா மணமாக வெளியேறி உணர்வைத் தாக்குகிறது. நினைவில் புறப்படும் அலை எப்படி அவள் இருதயக் கரையில் போய் மோத முடியும்? முடியாதுதான்! அக்கடிதத்தில் தன் சகோதரனைக் கருவியாகக் கொண்டு என்னை ஏன் இங்கு வரவழைத்தாள் பின்னே ? என்னிடத்தில் அவளுக்கு ஓர்... அதெப்படி நான் சொல்லுவது?

இப்படி என் பேதை மனம் கேள்விகளும் மறு கேள்விகளும் போட்டுக்கொண்டு, கடல்போல அலை அலையாய்ப் பொங்கிக் கொண்டிருந்தது.

நடு நிசி ஆயிற்று. எனக்குத் தூக்கம் வரவே இல்லை . பட்டணத்தின் ஓசையும் அடங்கிவிட்டது. தூரத்திலிருந்து கடலின் ஓலம்தான் காற்றில் மிதந்து வந்தது. திடீரென்று மனத்தில் ஓர் ஆவல் மூண்டது. ஒரு வேளை இப்பொழுது என்னை நூருன்னிசா பார்க்க வரக்கூடுமா? அல்லது, என்னைத்தான் எங்கேயாவது எதிர்பார்க்கிறாளோ? என்று நினைத்தேன்.

மெதுவான காலடிச் சத்தம் கேட்டது. ஆம், அது நூருன்னிசாதான்! வந்து எனக்கு அருகே இருந்த சாளரத்தின் அப்புறத்தில் நின்றாள்! அதே உருவந்தான்! வயதிற்கு ஏற்ற வாட்டசாட்டம் மட்டுமே வேறாக இருந்தது. நிலவில் முகம் தெளிவாகத் தெரிந்தது. இன்னது சொல்கிறேன் என்று அறியாமல் எழுந்து நின்று, "எண்ணியபடி ஆயிற்றே!" என்றேன்.

ஒரு விரலால் தன் உதடுகளை அவள் பொத்திக் காட்டினாள். தன் மார்பில் வைத்திருந்த ஒரு கவரை எடுத்து என் கையில் கொடுத்தாள்.

"இதை ஊருக்குப் போய்ப்படி, நாளைக்குக் காலையிலேயே புறப்பட்டுவிடு! பார்த்தாய்விட்டது ஒரு நிமிடம் தாமதிக்கக் கூடாது' என்று சொல்லித் திரும்பினாள்.

சிறிது தூரம் சென்று திரும்பிப் பார்த்தாள்! நிலவின் வெளிச்சத்தில் அவளுடைய அழகான முகத்தில், கலவரத்தினால் முத்து முத்தாய் வேர்வை துளிர்த்திருந்ததைக் கவனித்தேன். நான் தாவியோடி அவள் கையைப் பற்றினேன்.

ஒரு நிமிடம் அப்படியே நின்றோம்!

மறுநொடியில் மெதுவாகக் கையை விடுவித்துக் கொண்டு போய்விட்டாள்.

மறுநாள் காலை நான் பயணத்திற்குத் தயாராயிருந்ததைக் கண்டு குலாமின் முகம் வாட்டமடைந்தது.

"என்ன சேதி" என்றான்.

"அதுதான் ஒரு நாள் இருந்தாயிற்றே; மற்றொரு சமயம் சந்திப்போம். எனக்குக் கொஞ்சம் அலுவல் இருக்கிறது" என்றேன்.

அரை மணிக்குள் அந்தப் பங்களாவை விட்டு வெளியேறி விட்டேன்.

திருச்சியில் காவேரிக்கரை ஓரத்தில் என் அறையிலிருந்து சாளரத்தின் வழியாகத் திரும்பவும் அதே சந்திரனைப் பார்த்துக் கொண்டிருந்தேன், எவ்வளவு மாறுபட்ட மனநிலையில்! கடிதத்தைப் பிரித்துப் படித்துப் பார்த்தேன்.

> *"இக்கடிதத்தை என் வாக்காகவும் என் அடையாளமாகவும் நீ வைத்துக் கொள்ளலாம். நாம் திருச்சியில் சிறு குழந்தைகளாக விளையாடினபோது என் மனத்தில் உன்னிடம் ஏற்பட்ட பற்று என்னை விட்டு இன்னும் அகலவில்லை. ஏனென்றால், உன் உருவம் எப்பொழுதும் சிலைபோல என்முன் நிற்கிறது.*
>
> *நான் என்றென்றும் இளமையோடு உன்னுடன் விளையாடுவது போலவே கனவு காண்கிறேன். உன்னை மற்றொரு முறை இந்தப் பிறவியில் பார்க்க வேண்டுமென்ற அவாவும் நிறைவேறி விட்டது. இனி என் நாட்களை முன் அவுரங்கசீப்பின் தங்கை ஜெய்புன்னிசா கழித்தது போலக் கழிக்கப் போகிறேன். என் தாயிடம் உனக்குத் திருமணமாகவில்லை என்று நீ சொன்னது எனக்குத் திருப்தியைக் கொடுத்தது. இனிமேல் நீ வேறொரு பெண்ணிடம் ஈடுபடாமல் உன் வாழ்நாட்களை என் மனதோடு மட்டும் ஒன்றும்படி காலம் கழிப்பாயானால், நானும் சோர்வின்றி வாழ்வேன். அப்படியே செய்கிறேனென்று*

நீ எனக்குப் பதில் எழுத வேண்டாம். நீ செய்வாய் என்று எனக்கு ஒரு திட நம்பிக்கை இருக்கிறது. அதுவே என் உயிர்நாடி.

"நான் மெய்மறந்து உன்னையே நினைக்கிறேன், ஆனால் நாம் இருவரும் இவ்வுலகில் கணவன் மனைவியல்ல. எப்போதும், உடல் ஆசை வேண்டாம் நமக்கு. நினைவென்னும் வானத்தில் ஒளிரும் இன்பமென்னும் முழுநிலவுக்குக் களங்கம் உண்டாக்காதிருப்போம்! சரிதானே?"

உன்
நூருன்னிசா

அவ்வொளி மயக்கத்தில் அவளே முழு மதியின் உருவில் வந்து என்னிடம் வாக்கு வாங்குவது போல் இருந்தது.

என் வனமோகினியின் கட்டளைப்படி நான் உலக வழிகளில் திரிந்து வருகிறேன். நான் செய்யும் எல்லாச் செயல்களிலும் நான் நினைத்ததும் என்முன் தங்கப் பதுமை போல வந்து நின்று என்னை ஊக்கி வருகிறாள் அவள். என் சோர்விலும் என் மனத்தின் முன் குதித்துக்கொண்டு வந்து நின்று எனக்கு ஆறுதல் தருகிறாள்.

அழகு

அசோகமித்ரன்

வஹாபுடைய வீட்டு நிலவரத்தைப் பார்த்தால் அவனுடைய அப்பாவுக்குச் சம்பளம் நூறு ரூபாய்க்கு மேலிருக்காது. எங்கள் அப்பாவுக்கு நூற்றியெட்டு. ஆனால் நாங்கள் அன்று சண்டை போட்டுக் கொண்டது மட்டும் ராணிக்காக.

அது வரலாறு வகுப்பு. நான் புத்தகத்தைப் பிரித்தேன். எடுத்த எடுப்பில் நூர்ஜகான் படமொன்று இருந்த பக்கம். புருஷனைக் கொன்றவனையே மணக்கச் சம்மதித்தவள். நான் அவளுக்கு மீசை இழுத்தேன்.

என் பக்கத்தில் உட்கார்ந்திருந்த வஹாப் என்னைக் குத்தினான். "க்யூம்பே?" என்றேன்.

"நீ உங்க ராணிகளுக்கு மீசை போட்டுக் கொள்" என்றான்.

இந்த மாதிரி எண்ணங்களைக் கொடுத்ததற்கு அந்தப் புத்தகமே காரணமாயிருந்திருக்கக் கூடும். இருந்த நூறு பக்கங்களை மூன்றாகப் பிரித்து ஹிந்துக் காலம், முஸ்லீம் காலம், ஆங்கிலேயேர் காலம் என்று தலைப்பிட்டிருந்தது. எங்கள் வரலாறு வகுப்பு ஆசிரியரும் இந்த ஒரு அம்சத்தைப் பற்றிச் சற்று அதிகமாகவே பேசி விட்டார்.

நான் ஐந்தாறு பக்கங்களைப் புரட்டி அங்கிருந்த இன்னொரு படத்துக்கும் மீசை இழுத்தேன். அது ராணி பத்மினியுடையது. அப்படத்தில் அவள் ஒரு பெரிய நிலைக் கண்ணாடி முன்னால் நின்று கொண்டிருந்தாள். பின்னால் ஒரு கதவு ஓரத்திலிருந்து ஒருவன், அதுதான் அலாவுதீன் கில்ஜி, அவளைப் பார்த்துக் கொண்டிருந்தான். வரலாற்றின்படி அவன் அவளுடைய பிம்பத்தைத்தான் பார்த்தான். ஆனால் அந்தப் படத்தின்படி அவனால் அவளை நேரடியாகவே பார்க்க முடியும். முதலில் கண்ணாடியில் அவளைப் பார் என்று சொன்ன பத்மினியின் கணவனையும் பிடிக்கவில்லை. புத்தகத்தில்

அவனுக்குப் படம் கிடையாது. இருந்திருந்தாலும் என்ன செய்திருக்க முடியும்? அவனுக்கு மீசை தாடி போடுவது அவனுக்கு எந்த விதத்திலும் தாழ்வு ஏற்படுத்தாது. வேண்டுமானால் அவனுக்குக் கழுதைக் காதுகள் போலப் போடலாம்.

“சரியா?" என்றேன்.

"நூர்ஜகான்தான் உலகத்திலேயே மிக அழகான ராணி. அவள் முன்னால் பத்மினி எல்லாம் நிற்க முடியாது.'

“நீ பார்த்தாயா?"

“நீ பார்த்தாயா?"

நாங்கள் ஆளுக்கொரு அடி அடித்துக் கொண்டு விட்டோம். அவன் மேற்கொண்டு சண்டை போட்டால் நான்தான் அதிகம் அடி வாங்குவேன். என் புத்தகப்பையை அப்படியே டெஸ்கிலிருந்து கீழே தள்ளினேன். அந்தச் சத்தத்தால் எங்கள் பக்கம் பார்த்த ஆசிரியர், “என்னடா?" என்றார்.

"ஒன்றுமில்லை சார் புத்தகப் பை கீழே விழுந்து விட்டது." என்றேன். இந்தத் தடையால் எங்கள் சண்டை வகுப்பு வரையில் நின்றுவிட்டது.

ஆனால் வகுப்பு முடிந்து வெளியே வந்த போது வஹாப் மீண்டும் என்னை அடித்தான். நான் அவனுடைய இரு கைகளையும் கெட்டியாகப் பிடித்துக் கொண்டேன். ஆயிரம் பையன்கள் படிக்கும் பள்ளியில் படித்தால் சண்டை அடிக்கடி வரத்தான் செய்யும். எனக்குச் சண்டை போடுவதில் அதிகத் தேர்ச்சி வரவில்லை . ஆதலால் சண்டையென்று வந்தால் சண்டை போட்ட மாதிரியாகவும் தோன்றி நானும் அதிகம் அடிபடாமல் இருப்பதற்கு வழி கண்டுபிடித்தேன். எடுத்த எடுப்பிலேயே எதிராளியின் இரு கைகளையும் மணிக்கட்டு அருகில் கெட்டியாகப் பிடித்துக் கொண்டு விடுவது. அவன் திணறி விடுவித்துக் கொள்ள எப்படியும் சிறிது நேரம் ஆகும். அதற்குள் இதரப் பையன்கள் எங்களை விடுவித்து விடுவார்கள். அப்புறம் யாருக்கும் அடிபடாது. இதில் முக்கியம், நான் எதிராளியிடம் தனியான இடத்தில் சிக்கிக் கொள்ளக் கூடாது. அன்றும் வஹாபுடன் என் சண்டை மற்றவர் வந்து கலைத்ததோடு முடிந்துவிட்டது. அன்று மாலையே பள்ளி யிலிருந்து வீடு திரும்பும் போது நானும் அவனுமாகத்தான் சேர்ந்து போனோம். நான் அவனைக் கேட்டேன். “நிஜமாகவே நூர்ஜகான் தான் உலகத்திலேயே மிக அழகானவளா?"

"சந்தேகமென்ன? உலகத்திலேயே முஸ்லிம் பெண்கள் தான் மிக அழகு. அவர்களில் நூர்ஜகான்தான் ரொம்ப அழகு."

“'அழகானவர்கள் எல்லா இடத்திலேயும் இருக்கிறார்கள்."

“இருக்கிறார்கள், சரி. ஆனால் நூர்ஜகான் மாதிரிக் கிடையாது. இன்றைக்குக் கூட உலகத்திலேயே மிக அழகான பெண் யார் தெரியுமா?”

“தெரியாது.”

“நம் நிஜாமுடைய மகனின் மனைவி."

“அப்படியா?”

“ஆமாம். அவள் வெற்றிலை பாக்கு போட்டுக் கொண்டு சாறை விழுங்கினால் அது சிவப்பாகத் தொண்டையில் இறங்குவதை நீ அப்படியே பார்க்கலாம். அவள் அவ்வளவு அழகு.'

“அவள் பெயர் தெரியுமா?”

“ஓ நிலோஃபர்.”

நிலோஃபர்! நிலோஃபர்! நான் அந்தப் பெயரைத் திரும்பத் திரும்பச் சொல்லிக் கொண்டேன். அது ஒரு மந்திரம் மாதிரியும் இருந்தது. வசவு மாதிரியும் இருந்தது. ஏன் பெண்கள் எல்லாம் கூட லோஃபர் என்று பெயர் வைத்துக் கொள்கிறார்கள்? எங்கள் அப்பா யாரையாவது திட்ட வேண்டும் என்றால் லோஃபர் என்றுதான் திட்டுவார்.

அந்த ஆண்டு இறுதிப் பரிட்சைக்குள் வஹாபுடைய அப்பா இறந்து போய்விட்டார். அவர்கள் அந்த வீட்டை விட்டு வேறெங்கோ போய் விட்டார்கள். நானும் வஹாபும் என்றென்றுமாகப் பிரிந்து விட்டோம். அவன் வீடு மாறிப் போய்விட்ட பிறகு கூடத் தினமும் அவன் வீட்டுவழியாகத்தான் ஒரு முறையாவது போவேன். வீட்டு வாசலில் அவனுடைய தங்கை தொள தொளவென்று ஓர் அழுக்குக் கவுனைப் போட்டுக் கொண்டு நிற்பது போலத் தோன்றும்.

என்னைக் கண்டவுடன் அவள்தான் ஓடிப் போய் வஹாபை அழைத்து வருவாள்.

நான் சைக்கிள் விடக் கற்றுக் கொண்டு விட்டேன். ஆறு மாதங்களான பிறகு பச்சை மிளகாய் வாங்கி வருவது போன்ற முக்கியப் பணிகளை சைக்கிளில் சென்று முடிக்க ஆரம்பித்தேன். எங்கள் ஊரில் காய்கறி வாங்க ஒரு மைல் நடக்க வேண்டும். இரு நாட்களுக்கு ஒரு முறை அப்பாதான் வாங்கி வருவார். முழுப் பூசணிக்காய், புடலங்காய் போன்றவை கூட அவர் வாங்கிச் சுமந்து வருவார். ஒரு பைசாவுக்குப் பச்சை மிளகாய் வாங்கி வர மட்டும் மறந்து விடுவார்.

அன்றும் பச்சை மிளகாய் வாங்கத்தான் நான் சென்றிருந்தேன். ரயில்

நிலையத்திலிருந்து மார்க்கெட்டுக்குச் செல்லும் சாலையின் பெயர் ஸ்டேஷன்ரோடு. முதலில் சில கஜ தூரம் நெருக்கடி இருக்காது. ஏனெனில் அங்கு சாலையின் ஒரு புறத்தில் ஒரு பெரிய மைதானத்தின் நடுவில் ஒரு சர்ச். சாலையின் இப்பக்கம் ஊரின் பெரிய ஆஸ்பத்திரி, இவற்றைத் தாண்டிய பிறகு நிறையக் கடைகள் வந்து விடும். ஜன நடமாட்டமும் அதிகம் இருக்கும்.

நான் கடைகளைப் பார்த்தபடியே சைக்கிளை ஓட்டி வந்தேன். திடீரென்று ஒரு போலீஸ்காரன் பாய்ந்து வந்து என்னை நிறுத்தி என்னையும், சைக்கிளையும் ஒரு கடைப் பக்கமாகத் தள்ளினான். அவன் ஒருவனாகவே அங்கு சாலையில் போகிறவர்களைக் கதி கலங்கச் செய்து தெருவோரமாகப் பதுங்கும்படி செய்தான். எனக்கு ஒன்றும் புரியவில்லை . ஒரு பெரிய கார் சாலை நடுவில் வந்து நின்றது. அதற்கு நம்பர் பிளேட் இருக்கவில்லை .

காரோட்டி கீழே இறங்கி ஒரு கடையினுள் சென்றான். சில வினாடிகளுக்குப் பிறகு காரிடம் ஓடி வந்தான். கார் கண்ணாடிக் கதவு கீழே இறங்கியது. அதன் வழியாக ஒரு பெண்மணி தலையை நீட்டினாள். காரோட்டி அவளிடம் ஏதோ சொன்னான். அவள் ஒருவிநாடி யோசித்த பிறகு தலையை அசைத்தாள். காரோட்டி மீண்டும் கடைக்கு ஓடினான். அப் பெண்மணி தெருவில் ஒதுங்கிக் கொண்டிருந்தவர்கள் பக்கம் பார்வையை ஓட்டினாள். சரியாக வாரப்படாத அவளுடைய தலைமயிர் ஒரு விநோதச் சிவப்பு நிறமுடையதாகவும் இருந்தது. முகத்தில் சருமம் பலவிடங்களில் சொர சொரத்துத் தடித்துக் காணப்பட்டது. அவளுடைய கண்கள் பரபரத்த வண்ணம் இருந்தன.

காரோட்டி ஒரு சிறு பொட்டலம் கொண்டு வந்து அவளிடம் கொடுத்தான். அவன் வண்டியில் ஏறியவுடன் மீண்டும் போலீஸ்காரன் சாலைப் போக்குவரத்தைச் சிதற அடித்தபடி முன்னால் ஓடினான்.

என் சைக்கிளின் மட்கார்டு நசுங்கியிருப்பதை என் அப்பாதான் முதலில் கவனித்தார். "ஏண்டா, கீழே எங்கேயாவது விழுந்தாயா?"

"என்னை ஒரு போலீஸ்காரன் பிடிச்சுத் தள்ளிட்டாம்ப்பா."

"ஏன்?"

"யாரோ பெரிய கார்லே வந்தா. அவளுக்காக எல்லாரையும் விரட்டி அடிச்சான்."

"காருக்கு நம்பர் பிளேட் இருந்ததா?"

"இல்லேப்பா."

“அப்போ அது அரண்மனை கார். அதுலே யார் இருந்தா?”

“யாரோ ஒருத்தித் தலையை விரிச்சுப் போட்டுண்டு பிசாசு மாதிரி இருந்தா.”

“அவ பிசாசு இல்லை அவ ஒரு ராணி. நிஜாமுடைய ராணிகள்லே அவளும் ஒருத்தி.”

“ராணியெல்லாம் இப்படியா இருப்பா?”

“அவளுக்குப் பைத்தியம் பிடிச்சுடுத்து. எப்பவும் அழகா இருப்பாளாம்.”

“எப்படிப் பைத்தியம் பிடிச்சுது?”

“யாருக்குத் தெரியும்? ஒரு காலத்திலே அவ ரொம்ப அழகா இருப்பாளாம்.”

“ஏம்ப்பா, முஸ்லிம்கள்தான் ரொம்ப அழகா?”

“இருக்கும். அந்த நாளிலே உலகத்திலேயே இந்த ராணிதான் ரொம்ப அழகுன்னு சொல்லுவாங்க. அவ துருக்கி தேசத்து ராஜகுமாரி.”

“இப்ப யாருப்பா உலகத்திலேயே ரொம்ப அழகு?”

“இப்போ நிஜாமுடைய மாட்டுப் பெண் ஒருத்தி ரொம்ப அழகுன்னு சொல்லிக்கறாங்க. அவ ஈரான் நாட்டு ராஜகுமாரி, அவ பேர் கூட ஏதோ இருக்கு.”

“நிலோஃபர்.”

அப்பா சட்டென்று தலைநிமிர்த்தி என்னைப் பார்த்தார்.

பாயம்மா

பிரபஞ்சன்

அரவம் கேட்டுக் கண்விழித்தாள் பாயம்மா. சிம்னி விளக்கு வெளிச்சத்தில் யாசுமின், அடுப்படியில் டீ போட்டுக் கொண்டிருந்தது தெரிந்தது. முந்தின இரவு உறக்கம் வர வெகுநேரம் பிடித்தது அவளுக்கு, சற்றுக் கண்ணயர்ந்து விட்டாள். அவளை முந்திக் கொண்டாள் யாசுமின்.

படுக்கையை விட்டு எழுமுன், ஒவ்வொரு நாளும் அவள் சொல்லும் அந்தக் காலைப் பிரார்த்தனையைச் சொல்ல முற்பட்டாள். 'யாரசூலே, இன்றைய தினத்தை நல்ல நாளாக்கு. என் குட்டி யாசுமீனாளுக்கு நல்ல வழிகாட்டு, சடுதியில்' இவ்வளவுதான். அதுக்கு மேலும் கடவுளிடம் கேட்க அவளுக்கு ஒன்றும் இல்லை. எழுந்து, பாயைச் சுற்றிக் கட்டிலுக்கு அடியில் தள்ளினாள். அடுப்பறைக்கு வந்தாள்.

"மோளே... இன்னம் விடியக் காணமே. அதுக்குள்ளாக எழுந்தது என்னத்துக்கு. கொஞ்சம் போல உறங்கு. நான் எழுப்பித் தாரேன்" என்றாள் வாஞ்சையோடு.

"இருக்கட்டும் எழுந்தாச்சு. இன்னம் உறக்கம் வராது. டீயைக் குடிப்போம்."

இரண்டு அலுமினிய டம்ளர்களில் டீயை வார்த்து ஒன்றை அம்மாவிடம் கொடுத்து ஒன்றைத் தானும் எடுத்துக் கொண்டு, வெளித்திண்ணைக்கு வந்தாள் யாசுமின். உடன் வந்த பாயம்மா மகளுக்கு முன், திண்ணையில் அமர்ந்து கொண்டாள்.

யாசுமின் அரிசி நிறைந்த பானை மாதிரி பூரித்து இருந்தாள். 'வரும் மாதத்தில் அவள் வயசு இருபது நிறைந்துவிடும், அதற்குள் அவளுக்கு கல்யாணம் கூடிவரணுமே... அல்லாவே...' மனசுக்குள் குட்டிப் பூனை... மாதிரி முட்டிக் கொண்டு தனக்குள் ஆழ்ந்திருந்தாள் பாயம்மா.

மேற்குத் தெரு பள்ளிவாசலில் இருந்து பாங்கோசை எழுந்தது. தன்னை அறியாமல் அவள் முக்காட்டை எடுத்துத் தலையை மூடிக்கொண்டாள்.

உள்ளே கயிற்றுக் கட்டிலில் போர்த்திக்கொண்டு உறங்கிக் கொண்டிருந்தான் ரஷீத். புரண்டு படுத்தான். மகனைக் கண்டதும் அவள் மனம் இளகியது. 'காலை எட்டு மணிக்குப் புறப்படுகிறவன், ராத்திரி கடை கட்டிக்கொண்டு வீடு திரும்ப பத்து, பதினொன்று ஆகிவிடுகிறது. மாடாய் உழைக்கிறான். எல்லாம் சரியாக இருந்தால் யாசுமீனுக்கு அடுத்தபடியாக அவனுக்கும் நிக்காவை முடித்துவிட வேண்டியததான்'

“என்ன ரோசனை?” என்றாள், யாசுமின் அம்மாவைப் பார்த்து.

“எனக்கு உங்க ரெண்டு பேரையும் விட்டா, வேறு என்ன யோசனை? உனக்கு வர்ற யானை மாசத்துக்குள் நிக்காவை முடிக்க வேணும்.”

"சித்தே சும்மா இரு... காலங்காத்தாலே... நிக்காகு... மவுத்துன்னிட்டு."

“அடீ... துக்கிரியாட்டம் பேசவேண்டாம். பொண்ணு கல்யாணம் அன்னியில் நான் வேறு என்னத்தைப் பேசனுமாம்?"

யாசுமின் எழுந்தாள்.

“ஆடு கத்திக்கிட்டு இருக்கு. ரெண்டு தழை ஓடிச்சுப் போடு. நான் ரஷீதுக்கு ரொட்டி சுடனுமாக்கும்."

அச்சானியமாக, இந்தப் பெண் காலையில் இப்படிப் பேசியமைக்காக பாயம்மாவின் மனம், வருத்தமுற்றது. ஆடு கட்டியிருந்த மரத்தடிக்கு வந்தாள். அவளைக் கண்டு தாயாடும் குட்டியாடும் பேய் கணக்காகக் கத்தின.

“சைத்தான் மக்களா! ஏன் இப்படிக் கத்தி என் உயிரை வாங்கிறியள்?” என்றபடி, தழைகளை உடைத்துப் போட்டாள்.

“கொஞ்சம் விடியட்டும். அவிழ்த்து விடறேன். அதுக்குள்ளயும் பள்ளம், குளத்துல விழுந்து காலை கீலை உடைச்சுட்டா என்ன பண்ணுவேன் நான்?" என்று தாயாட்டைப் பார்த்துக் கேட்டாள் பாயம்மா . அது “மே... மே..." என்றது. அதைப் புரிந்து கொண்டவளாக, “ஓகோ... உனக்கு வழி தெரியும்னா சொல்றே. அவ்வளவு தூரத்துக்கு பெரியவளா யிட்டியாக்கும். உனக்குப் பிரசவம் பார்த்தவளே நானாக்கும், தெரிஞ் சுக்கோ. நூத்துக் கிழவி கணக்கா என்னண்டையே சதாய்க்கிறியே!" என்று நீட்டி முழக்கினாள் பாயம்மா .

அடுப்பில் ரொட்டி சுட, தோசைக் கல்லை வைத்த யாசுமினுக்குச் சிரிப்பு வந்தது. அம்மாவுக்குத்தான் எத்தனை பாஷைகள்

அத்துப்படியாகியிருந்தன? ஆடுகளோடு, மாடுகள், காக்காய்கள், மைனாக்கள், மரங்கொத்திகள், ராத்திரிகளில் அலறும் ஆந்தைகள் என்று எல்லாவற்றோடும் அம்மா உரையாடுவது ஆச்சரியம்தான்.

ரஷீது உண்டு முடித்தான். கொடியில் இருந்த கைலியை எடுத்துக் கட்டிக்கொண்டான். ஆணியில் இருந்த சட்டையை எடுத்து, மூட்டைப் பூச்சையைத் தவிர்க்க உதறிக் கொண்டான். உதறிய உதறலில் சட்டை யிலிருந்த பீடி கீழே விழுந்தது. அம்மா பார்ப்பதற்கு முன் சட்டெனக் குனிந்து, அதை எடுத்துப் பையில் போட்டுக் கொண்டான். பாயம்மா அதைப் பார்க்கத்தான் செய்தாள். வளர்ந்த பையன் அப்படியும், இப்படியுமாகத்தான் இருக்கும். இந்தக் காலத்துப் பையன்கள்.

ரஷீது புறப்பட்டான். திண்ணைக்கு வந்தான்.

“மோனே!”

“என்னம்மா?”

“உன் தங்கைக்கு வயசு ஏறிக்கிட்டு இருக்குப்பா... வர்ற யானை மாசத்துக்குள்ளே, நிக்காவை முடிச்சுட்டா நல்லது மோனே. கூரை ஒழுகுது அதை மாத்தோணும். கைச்செலவுக்குப் பணம் வேணும். மாப்பிள்ளை வீட்டுல நெருக்குறாக. நேத்துகூட அந்த அகமது அண்ணன் கேட்டுட்டாக... பதிலைச் சொல்லாமே இருந்தா நல்லதா? நீ ரோசிக்கணும்.”

“முதலாளிகிட்டே சந்தர்ப்பம் அறிஞ்சு பேசனும்மா. பார்க்கலாம். நிக்காவை முடிச்சுடலாம். சீக்கிரமே.”

"அதோட, உனக்கும் வயசு ஏறுது. உனக்கும் பண்ணி வச்சுட்டா எனக்கு நிம்மதியாப் பூடும்."

“எனக்கென்ன அவசரம்?" என்றபடி, பூவரச மரத்தின் கீழ் நிறுத்தி இருந்த சைக்கிளை எடுத்துக் கொண்டு கிளம்பினான் ரஷீத்.

அவன் கடைக்குச் சென்று சேர்வதற்கும், முதலாளி வருவதற்கும் சரியாக இருந்தது. முதலாளியைக் கண்டதும் மடித்துக் கட்டி இருந்த கைலியை இறக்கி விட்டுக் கொண்டான் ரஷீது. மற்ற ஆட்களும் பவ்யமாக விலகி நின்று முதலாளிக்கு வழிவிட்டனர். கதவை மூன்று முறை தட்டிவிட்டு திறந்தார் முதலாளி. ரஷீது கடைவாசலைத் தொட்டுக் கும்பிட்டுக் கொண்டு உள்ளே நுழைந்தான். தன் செக்‌ஷனான மோதிரங்கள் பகுதியில் போய் நின்று கொண்டான்.

வாடிக்கையாளர்கள் ஒருவர் பின் ஒருவராக வரத் தொடங்கினார்கள். நகரத்தில் பிரபலமான நகைக்கடை அது. எந்நேரமும் கும்பல் வழியும். ரஷீதுக்கு ரொம்ப ஆச்சரியம். ‘மனுஷர்கள், உப்பு, புளி,

அரிசி வாங்குவது மாதிரி நகைகள் வாங்குகிறார்களே! அதுவும் காத்திருந்து, கடை திறந்தவுடனேயே அடித்துப் பிடித்துக்கொண்டு உள்ளே நுழைந்து... பணம் அந்த அளவுக்கு மக்களிடம் கொட்டிக் கிடக்கிறது...'

அவனுக்கு முன்னால் வந்து நின்ற மனிதர்களின் விரல்கள் ஒல்லி, பருமன், நீளம், குட்டை எல்லாவற்றிலும் மோதிரங்கள் அணிவிக்கப்படுகின்றன. மோதிரம் அழகின் வெளிப்பாடு மட்டும்தானா? பணப் பகட்டும் அளவுகோலும் அதுதான்.

சிவப்பிரகாசம் அவனை அழைத்தார். முதலாளியின் தனி அறைக்கு அவன் சென்றான்.

“கெ்சஷன்ல ஆட்கள் அதிகமா, ரஷீத்?”

“இல்லீங்க அய்யா, பரசுராமன் ‘அட்டெண்ட்’ பண்ணிக்கிட்டு இருக்கார்.”

“சரி. இந்தப் பணத்தை எண்ணி, பத்தாயிரம், பத்தாயிரமா கட்டு. இன்னிக்கு ஒரு பார்ட்டிக்குப் பணம் தர்றேன்னு சொல்லியிருக்கேன். நாணயத்தைக் காப்பாற்றணும்” என்றபடி, அவன் முன் ஒரு சின்ன பணநோட்டு மலையைக் குவித்தார் சிவப்பிரகாசம்.

“சாவகாசமா எண்ணு. ரெண்டு லட்சத்தை மட்டும் சூட்கேசில் வை. மற்றதை இந்தக் களவயத்துக்குள்ளே தள்ளிவிடு” என்றபடி அந்தப் பகுதியைக் காட்டினார் அவர். அது அவர் நாற்காலிக்குப் பின்னால் இருந்த ஒரு அறை. சட்டென்று யாராலும் கண்டுபிடிக்கமுடியாது குவியல் குவியலாகக் கிடந்தன நோட்டுகள்.

"அப்புறம், இன்னொரு நாளைக்கு, இந்த நோட்டுகளையும் கட்டி வைக்கணும். சரி நான் ஸ்கூல் வரைக்கும் போய் வர்றேன். பிரின்ஸ்பல் மேடம் வரச்சொல்லி இருக்காங்க. டோனேஷன் எதிர்பார்க்கிறாங்க போல, வரட்டுமா. பையனைக் கூப்பிட்டு டீ சொல்லி சாப்பிட்டுக்கோ” என்றபடி, அந்தத் தனியறையில் ரஷீதை வைத்துவிட்டு அகன்றார் சிவப்பிரகாசம்.

அறைக் கதவு தன்னால் சாத்திக் கொண்டது. சிவப்பிரகாசம் அவன் மேல் வைத்த நம்பிக்கை, அவனைக் கிளர்ச்சி அடையச் செய்தது. இவரிடம் அவன் வேலைக்கு அமர்ந்து மூன்று ஆண்டுகள் முடிந்துவிட்டன. ஒரு சூப்பர்வைசர் அளவுக்கு அவனை உயர்த்தியவர் அவர். ஒவ்வொரு உணவு இடைவேளையின்போதும், எல்லா ஊழியர்களும் பரிசோதிக்கப்படுவார்கள். ரஷீதுக்குச் சோதனை வேண்டாம் என்றார் சிவப்பிரகாசம். வங்கிக்குச் சென்று பணம் போடுவது முதல், பணம் எடுப்பது வரையிலான சகல பொறுப்புகளையும் அவனிடம் தந்தவர்

சிவப்பிரகாசம். எல்லாம் ஒன்றன்பின் ஒன்றாக அவன் நினைவில் வந்து போகத்தான் செய்தன.

அரைமணியில் வேலை முடிந்தது. இரண்டு லட்சங்களைத் தனியாக சூட்கேசில் வைத்தான். மற்றதைக் களவயத்துக்குள் தள்ளினான். ஐநூறு, ஆயிரம் நோட்டுக்களாக ஐம்பதாயிரம் ரூபாயை மட்டும் எடுத்து தன் பனியனுக்குள் போட்டுக் கைலியை இறுக்கமாக முடிந்து கொண்டு வெளியே வந்தான். சட்டை உப்பிக் கொண்டிருந்தது. மோதிரம் செக்னுக்குத் திரும்பினான் ரஷீத். பரசுராமன், "இன்னா விஷயம்பா!" என்றான்.

"நோட்டு எண்ணச் சொன்னார் முதலாளி."

"ஒண்ணு ரெண்டை உருவு. தெரியவா போகுது. சொட்டைத் தலைக்கு?"

"சீச்சீ..." என்றான் ரஷீத்.

முதலாளி திரும்பினார். தன் தனியறைக்குச் சென்றார். மனம், கிடந்து அடித்துக் கொண்டது ரஷீதுக்கு. தப்பு செய்கிறவன் இருதயம், வித்தியாசமாகத் துடிக்கும் போலும். தனக்கு அழைப்பு வரும் என்று எதிர்பார்த்தான். மானேஜர் மட்டும், கண்ணாடிக் கதவைத் திறந்து கொண்டு, தனியறைக்குள் சென்றார். சற்று நேரம் கழித்து, இருவருமே வெளியே வந்தார்கள். முதலாளி புறப்பட்டுச் சென்றார் பெட்டியுடன். வழி அனுப்பிவிட்டு வந்த மேனேஜரிடம், "அண்ணே, முதலாளி ஏதாச்சும் சொன்னாங்களா?" என்றான்.

"ஒண்ணும் சொல்லலையே... மதுரை போறதாகச் சொன்னாக." என்றார் அவர்....

நிம்மதியாக இருந்தது அவனுக்கு.

"வயிறு சரியில்லை அண்ணே . அரைநாள் லீவு வேணும்."

"பரசுராமன் கிட்டே கணக்கை ஒப்படைச்சுட்டுப் போ..." என்றார் மேனேஜர், கணக்கை எழுதிக் கொடுத்துவிட்டு சைக்கிளை எடுத்துக் கொண்டு புறப்பட்டான் ரஷீத்.

மறுநாள் ஆபீசுக்கு வருகையில் வேலையாட்கள் முகத்தில் சவக்களை இருந்தது. கண்ணாடியைத் துடைத்துக் கொண்டிருந்த அப்துல்லாவிடம், "என்ன விஷயம்?" என்றான்.

"பரசுராமன் நாலு மோதிரத்தை ஜட்டிக்குள்ளே வச்சிக் கடத்திட்டாரு. மாட்டிக்கிட்டாரு. மேனேஜர், கேள்வி கேட்டுக்கிட்டு இருக்கிற போதே, ஓடிட்டாரு. போலீசு தேடிப் போயிருக்கு. இன்னிக்கு எல்லாரையும் போலீஸ் விசாரிக்க வர்றாங்களாம்."

ரஷீது சந்தோஷப்பட்டான். முதலாளி கவனம், சுத்தமாக அவன் பக்கம் திரும்ப நியாயம் இல்லை. புறப்படும்போது, அவன் ஒழுங்காகக் கணக்கைப் பரசுராமனிடம் ஒப்புக் கொடுத்திருந்தான். கவலையே இல்லை. வேலைக்குச் சேர்ந்த புதிதில், ஏதோ சின்னத் தப்புக்கு கழுத்தில் அறைந்தவன் பரசுராமன், ஒழியட்டும்.

'உலகம் கெட்டுப் போய்விட்டது' என்று நினைத்துக் கொண்டாள் பாயம்மா. இல்லையென்றால் இந்த வெயில் காலத்தில் மழை பெய்யுமா? பெய்தது. காலையில் இருந்து மப்பும் மந்தாரமுமாக இருந்தது. மதியம், மழை கொட்டத் தொடங்கியது. அதுவும் ரஷீது படுக்கிற கட்டிலுக்கு மேல். 'பாவம் களைத்து வரும் குழந்தை. படுக்கை நனைந்துவிட்டால் என்ன ஆவது? ஏதேனும் செய்ய வேண்டுமே' என்று நினைத்தாள். கட்டிலுக்கு எதிரில் வாப்பா செய்து போட்ட அலமாரி. குட்டை அலமாரி. அது மட்டும் நனையாமல் இருந்தது. அலமாரியை நகர்த்தி வைத்துவிட்டால், படுக்கையைக் காப்பாற்றலாம் என்று தோன்றியது பாயம்மாவுக்கு. நகர்த்தினாள் முடியவில்லை . அலமாரியில் அடர்த்தியாக இருந்த பொருட்களை கீழிறக்கி வைத்துவிட்டு, அதை நகர்த்த முடியும் என்று அவளது அறிவு சொன்னது. ஒவ்வொன்றாய் எடுத்துக் கீழே வைத்தாள். மேல் தட்டில் ரஷீதின் சட்டைத் துணிமணிகள், இரண்டாவதில் யாசுமினின் ஆடைகள். கீழ்த்தட்டில் சில கிழிசல்கள் மற்றும் அவளது துணிகள். அலமாரியை இப்பொழுது நகர்த்த முடிந்தது. அலமாரிக்கும் கீழே கல் ஒன்று சற்று மேலெழும்பி இருந்தது. அது அப்படி இருக்கக் காரணம் இல்லை . கல்லைப் பெயர்த்தாள். கல்லின் அடியில் பச்சை உறையில் சுற்றப்பட்ட ஒரு கட்டு. கட்டைப் பிரித்தாள். நோட்டுகள்.

சப் இன்ஸ்பெக்டர் ராஜகோபாலன் ரொம்ப சந்தோஷமாக இருந்தார். மதியம் ஒரு பார்ட்டி, கால் புட்டியும், தேவர் ஓட்டலிலிருந்து அருமையான கோழி பிரியாணியும் வாங்கித் தந்திருந்தான். ருசித்தும் குடித்தும் தன் இருக்கைக்கு வந்திருந்தார். அந்தப் பார்ட்டி வாங்கித் தந்த 'கிங்ஸ்' சிகரெட்டைப் பற்ற வைத்துப் புகையை வெளியேவிட்டார். அந்த நேரம் அவர் முன் ஒரு கிழவி வந்து நின்றாள்.

அவர் முன் பச்சைக் காகிதத்தில் சுற்றப்பட்ட நோட்டுக் கத்தையை வைத்தாள் பாயம்மா. ராஜகோபாலோ அதிர்ச்சி அடைந்தார்.

“இது எங்க வீட்டுல கிடைச்ச பணம் அய்யா. புதைச்சு வைக்கப்பட்ட பணம். என் மகன் ரஷீதுதான் இந்தப் பணத்தை ஒளிச்சு வைச்சிருக்கணும். அவன் முதலாளியைக் கேளுங்க.”

ராஜகோபாலன், விபரங்களைக் கேட்டறிந்தார். முதலாளிக்குப் போன் செய்தார். சில நிமிஷங்களில் முதலாளி வந்து சேர்ந்தார். நோட்டைப்

பார்த்தார். தம் பணமாக இருக்கலாம் என்று சந்தேகமாகச் சொன்னார். ரஷீது வரவழைக்கப்பட்டான். போலீஸ் நிலையத்தில் முதலாளியைப் பார்த்ததும் அவன் கை கால் நடுங்கின.

“இவன் ரொம்ப நல்ல பையன் ராஜகோபாலன் இந்தக் காரியத்தை இவன் செய்யமாட்டான்.”

ரஷீது அழுதான். ‘கணக்கில் வராத பணம் என்பதால் திருடினேன்’ என்று ஒப்புக் கொண்டான். ‘கூரை மாற்ற, தங்கை கல்யாணம் முடிக்க...’ என்று காரணங்களை அடுக்கினான்.

ராஜகோபாலன் தன் பங்குக்கு நாலு அறை அறைந்தார்.

“நான் வழக்கு கொடுக்கலை... விட்டுவிடுங்கள்” என்றார் சிவப்பிரகாசம். குனிந்த தலையுடன் அமர்ந்திருந்தாள் பாயம்மா. முகம் மட்டும் வெளியே தெரிந்தது. தாரை தாரையாக அவள் கண்களில் இருந்து கண்ணீர் வழிந்தபடி இருந்தது.

பாயம்மா படுத்துக்கிடந்தாள். அவளுக்கு ஒரு வாரமாகவே சோறு செல்லவில்லை. ‘மன விசாரம்’ என்றார் வைத்தியர். யாசுமின்,

அம்மைக்கு டீ போட்டுக் கொண்டிருந்தாள். எழுந்து அமர்ந்து, போர்த்திக் கொண்டாள்.

“ஏட்டி.... முதலாளிக்கு தடுக்கு போடு.”

தடுக்கில் அமர்ந்தார் முதலாளி.

“பாயம்மாவுக்கு மனசு சங்கடமாகத்தான் இருக்கும். ரஷீது திருந்திட்டான். மனசார மன்னிப்பும் கேட்டுக்கிட்டான். வேலையும் ஒழுங்கா செய்கிறான். அப்புறம் என்ன பாயம்மா நடந்ததை மறந்திட வேண்டியதுதானே?”

பாயம்மா சிரமப்பட்டுப் பேசினாள்.

“முதலாளிக்கு ரொம்பப் பெரிய மனசு.”

“அதொன்னும் இல்லை. மனுஷன் தவறுறது சகஜம். மறந்துடுங்க.” முதலாளி அந்த அம்மாவுக்கு முன் ஒரு கட்டு வைத்தார்.

“என்னங்க முதலாளி?”

“கொஞ்சம் பணம். கூரையை மாத்துங்க. பாப்பா கல்யாணத்தை முடியுங்கோ.”

பாயம்மா அவரை ஆச்சர்யமுடன் பார்த்தாள்.

“எதுக்கு? வேணாம் முதலாளி. ரஷீதை ஆதரிக்கறதே பெரிசு.”

“இருக்கட்டும். உங்க நல்ல குணத்துக்காக.”

“அது என்ன அதிசயம் அல்லாவுக்கு முன்னால நாம் அப்படித்தானே இருக்கணும்?”

“இருப்பாங்க! எத்தனை பேர்? ரொம்பக் கொஞ்சம் பேர்தானே? போட்டும். பாப்பா கல்யாணத்தை இதை வச்சு முடியுங்க.”

“வேணாம் முதலாளி. நல்ல காரியம் நல்ல வழியாத்தான் வரணும். என் மவன், உழைச்சு சம்பாரிச்சு அவன் தங்கை கடமையைச் செய்வான். மன்னிக்கோணும்.”

கடைசிவரை பாயம்மா அந்தப் பணத்தை வாங்கவில்லை.

ஒன்றுபடுதல்

பொன்னீலன்

இப்படியும் ஆகுமா? அற்பப் பிரச்சினையில ஊரே ரெண்டாப் பிளக்குமா? நினைக்கவே பயமா இருக்கு.....

எல்லாமே, நாசமாப் போன பிராந்திக் கடையில தொடங்கினதுதான். குடிகாரனுக ரெண்டு பேருக்கிடையில் ஏதோ வாக்குத் தர்க்கம் ஏற்பட்டு, தள்ளுமுள்ளு ஆயிட்டு. பின் வாங்கி வந்தவன், ஊர்ல நாலு வண்டிப் பயல்களச் சேர்த்துக்கிட்டு, அந்தத் தெருக்கார அப்பாவிப் பய ஒருத்தன உதச்சான். அந்தப் பக்கம் உள்ள விண்டிக நாலு பேர் சேர்ந்து, பழிக்குப் பழியா இந்தப் பக்கம் உள்ள அதே மாதிரி ஒரு அப்பாவிய அடிச்சிட்டான். இப்ப ஊரே ரெண்டாய் பிளவுபட்டு, பெரும் மோதலுக்குத் தயாராகிக்கிட்டு இருக்கு... சமதாதானம் பண்ண வர்றவன் என்ன வரத்தான் இன்னும் காணல்ல... மணி எட்டாகுது... என்ன ஆச்சு அவருக்கு?

லாட்ஜ்ல ரூம் போட்டு வையுங்க. மாலை ஏழு மணிக்கெல்லாம் வந்து துணி மாத்திட்டுப் போயிடலாம்னு சொன்ன எம்.மெல்.லேய இன்னும் காணல்லியே?

"என்ன தம்பி, பிரச்சினை இன்னும் ஓயல்லியா?" லாட்ஜ் நிர்வாகி கிண்டல் தொனிக்க கேட்ட போது, எனக்கு அடி மனசு சுட்டது.

உள்ள மாட்டிக்கிட்டவனுக்குத் தானே வலி தெரியும். உங்களுக்கென்ன என்று மனம் முணுமுணுக்க... "இல்லே சார், பிணம் விழுந்தா மலைக் கழுகுக்கு வியர்க்குமாமே... அது மாதிரி... எங்க எங்கேயோ இருக்கிற மதத் தலைவனுக எல்லாரும் ஊருக்குள்ள வந்து, ஆளுக்கொரு பக்கம் உசுப்பேத்துறாங்க... உங்க மாதிரிப்பட்ட அப்பாவிக பாடுதான்

பரிதாபமாப் போச்சு. என்னோட சேருன்னு இவன் அடிக்கிறான்... நீ எதிரி ஆளுதானே...ன்னு அவன் உதைக்கிறான்... குன்றக்குடி அடிகளார் மாதிரி ஒருத்தர் பக்கத்தில இருந்திருந்தா, எவ்வளவோ உதவியா இருக்கும்... ஓட்டுப் போட்டுத் தேர்ந்தெடுத்த எம்மெல்லே தேர்ந்தெடுக்கப்பட்ட அன்னிக்கே கடவுளா மாறிட்டாரே..."

ஒரு சாயா சாப்பிடணும் போல இருந்தது. சோபாவிலிருந்து எழுந்தேன். மானேஜரிடம் சொல்லிவிட்டு, வெளியே வந்தேன்...

ஆட்டோ ஒண்ணு சர்ர்னு வந்து லாட்ஜ் முன்னே நின்னது. எம் எல்லே தான் வந்திட்டாரோ? இப்படி நினைத்த அற்ப மனதை அதுவே இடித்தது. சீ... மடையா என்று... வெத்தலக் கொடி போல ஒரு இளைஞன் ஆட்டோவிலிருந்து கைப்பையுடன் மிடுக்காக இறங்கி, மானேஜரிடம் போனான்.

சாயா சாப்பிட்டுட்டு நான் திரும்பி வந்த போதும், அந்த இளைஞன் கவுண்டர் அருகிலேயே நின்னுக்கிட்டிருந்தது என்னை ஆச்சரியப்படுத்திச்சு. அவனுக்கும் மானேஜருக்கும் இடையில ஏதோ வாக்குவாதம் நடந்துக்கிட்டிருந்தது. அதை ரசிச்சபடி லாட்ஜ் சிப்பந்திக ரெண்டு பேர் பக்கத்தில நின்னுக்கிட்டிருக்காங்க.

பிரச்சினை என்னவா இருக்கும்? இளைஞன் இலங்கைக் காரனா யிருப்பானோ? ஒரு வேளை பயங்கரவாதியோ? கவுண்டர் பக்கம் போயி மானேஜரைக் கேட்டேன். "என்ன சார், என்ன பிரச்சினை ?"

மானேஜர் எனக்குப் பதில் சொல்லத் தயாராயில்லை. கணக்கு முடிக்கிற மாதிரி பாவனையில, குனிஞ்சி ஏதோ கிறுக்கிக்கிட்டிருந்தாரு...

"என்ன தம்பி விசயம்?" இளைஞனோட குருத்துத் தோள்ல அன்னியோன்னியமாகக் கை வச்சேன்.

"ஒரு ரூம் கேட்டேன். தரமாட்டேன் என்கிறார் சார்."

"ஏன் ரூம் இல்லியாமா?"

"முதல்ல இருக்குன்னாரு சார்... இப்போ என்னவோ, இல்ல என்கிறாரு." பையன் குரலில் கசப்பும் வெறுப்பும் தெறித்தன.

"ஏன் சார்? என்ன பிரச்சினை?" கைகளை மடிச்சி வளைஞ்ச மேசையில ஊனிக்கிட்டு, வரவேற்பாளரின் அரை வழுக்கை நெற்றியில் திருநீற்றுப் பூச்சு மீதிருந்த குங்குமக் குறியைப் பார்த்தேன். "யூனிவர்சிட்டியில் இன்னிக்கி சட்டிபிகேட் கொடுக்கிறாங்க சார். அத வாங்குறதுக்காக வந்தேன். ரூம் போட்டுக் குளிச்சித் துணி மாத்திட்டுப் போணும். மிஞ்சி மிஞ்சிப் போனா மத்தியானம் வரை தேவைப்படும், தர

மாட்டேங்குறாரு சார்.”

“ஏன் சார், கொடுக்க மாட்டேன் என்கிறீங்க” ஆர்வத்தைத் தாண்டிய கோபம் என் குரலில் தொனித்தது. மானேஜர் பின்னால் சுவரில் விநாயகர், வெங்கடாச்சலபதி, லட்சுமி, இவர்களோடு இதயத்தைக் கிழித்துக் காட்டிக் கொண்டிருந்த ஏசுநாதரையும், மறுபுறம் இருந்த மெக்கா... கூட்டத்தையும் என் பார்வை கேள்வி கேட்டது.

“இந்த மாதிரி விசயங்கள்ல, நீங்க தலையிடாதிங்க தம்பி.” தன் சாம்பல் நிறப்பூனை முகத்தைத் தூக்கி, வெள்ளிக் கண்களால் என்னை முறைத்தார் மானேஜர். “எங்க நிலைமை அப்படி. எந்த நேரம் போலீஸ் வரும்னு தெரியாது. இந்த மாதிரிப் பெயர்களைப் பார்த்தா, கொடை கொடையின்னு எங்களக் கொடஞ்சி, உயிர எடுத்துருவான்...”

இளைஞனின் செண்பக நிற முகம் கோபத்தில் ரத்தச் சிவப்பாகி விட்டது.

“நான் ஒரு இந்தியக் குடிமகன் சார்” வழுவழுப்பான மேசையில் ஓங்கி அடித்தான் அவன். "சட்டப்படி இந்த நாட்ல உள்ள எல்லா உரிமைகளும் எனக்கும் உண்டு..." உறுமிக்கிட்டே தன் சட்டைப் பையில் இருந்து ஒரு அடையாள அட்டையை எடுத்து மானேஜர் முன்னே போட்டான் இளைஞன்.

அடையாள அட்டையைக் கையில் வாங்கிக் கொஞ்ச நேரம் உற்றுப் பார்த்தார் மானேஜர். “இந்த அட்டையை ரூம் காலி பண்றது வரைக்கும் வச்சிக்கலாம்னா, ரூம் தாரேன்." ஒரு தினுசா இழுத்தார் மானேஜர்.

“இதை எப்படி சார் உங்ககிட்டே கொடுக்க முடியும்?” திரும்பவும் குரலை உயர்த்தினான் இளைஞன். “அதை யூனிவர்சிட்டியில காட்டினாத் தானே சார் சர்டிபிகேட் தருவாங்க.” மானேஜர் எதுவும் பேசவில்லை . மெலிந்த உதடுகள் அழுந்த, அடையாள அட்டையை இளைஞன் முன்னே போட்டார். போ... ப்பா என்கிற மாதிரி.

அடையாள அட்டையை உற்றுப் பார்த்தேன். பகீரென்றது எனக்கு. அட, ஒரு முஸ்லிமாக இருப்பது இந்த நாட்டில் குற்றமா? இனி இந்த இளைஞன் மனதில் தன் நாட்டைப் பற்றி என்னென்ன உணர்ச்சிகள் உண்டாகும்? இது எவ்வளவு ஆபத்தானது? அடையாள அட்டையைப் பையில் பத்திரப்படுத்திவிட்டு கைப்பெட்டியுடன் தலைகுனிந்து வெளியேறும் அந்த இளைஞனைப் பார்க்க லாட்ஜே என் தலையில் இடிந்து விழுவது போலிருந்தது.

“நீங்க செய்தது ரொம்பத் தப்பு சார், அவனும் இந்த நாட்டுக்காரன். நாட்ல உள்ள எல்லாத்துக்கும் உரிமைப் பட்டவன்.”

“போங்க தம்பி... உங்களுக்குத் தெரியாது.” வெறுப்போடு உதட்டைக் கோணினார் மானேஜர். “தேசபக்தி இல்லாதவனுக. இந்த நாட்டையே காட்டிக் கொடுக்கத் தயங்காதவனுக.”

சாட்டையடியாகச் சுளீர்னு என் மனசில விழுந்த அந்த சொல்... “எவன் சார் தேசபக்தி இல்லாதவன்? நீங்களா, அவனா? இந்திய சுதந்திரப் போராட்ட வரலாற்றுல அவன் இல்லாம எந்தப் போராட்டம் சார் நடந்திருக்கு? வெள்ளைக்காரனை எதிர்க்கிறதுக்காக பூலித்தேவனுக்குத் துணை நின்ன கான் சாகிப், கட்டபொம்மனுக்குத் துணை நின்ன முகமது தம்பி, மாவீரன் திப்பு சுல்தான், வ.உ.சி. கப்பல் கம்பெனிக்கு லட்சக் கணக்குல பணம் கொடுத்த முகமது சேட், நேதாஜிக்கு வலது கரமா இருந்த அஜித் முகமது, அன்னியத்துணி எரிப்பில் முன்னுக்கு நின்ன அப்துல் ரகுமான் சாகிப், காந்திக்கு நிகரான மௌலானா அபுல் கலாம் ஆசாத், ஏன் கப்பல்படை எழுச்சியில காங்கிரஸ் கொடியா? அது முஸ்லிம்களின் பச்சைக் கொடி. உங்கள் விடுதலைக்குப் பிறகு சீனப் போர்லயும், பங்களாதேஷ் போர்லயும், ஏன் இப்போ கார்கில் போர்லயும் எவ்வளவு? இஸ்லாமியன் ரெத்தமும் வியர்வையும் சேராம இந்த தேச வரலாற்றுல எந்தப் பக்கத்தையாவது நீங்க எழுத முடியுமா?"

கோபத்தில் வார்த்தைகள் வெடித்துச் சிதறுது. ஊர்ல இதே மதப்பகையால நாங்க பட்டுக்கிட்டிருக்கிற பாடு அப்பிடி...

“ஐயோ, அவசரத்தில அந்தத் தம்பிய மறந்தே போயிட்டேனே!" உள் மனசு என்னைக் கண்டிக்குது. இவன் கிட்ட பேசிட்டு நின்னதுக்கு, வேற எங்கையாவது அவன அழைச்சுட்டுப் போயி உதவியிருக்கலாமே. வேக வேகமா வெளியில ஓடினேன். அதுக்குள்ளே அவன் ரோட்ல இறங்கி ஜன நெரிசல்ல கரைஞ்சு அந்தப் பக்கமாப் போயிட்டான். கை தட்டினேன், அவன் திரும்பவில்லை .

என் பக்கத்தில் ஒரு படகுக்கார் வந்து நின்றது. "ஆகா எம்மெல்ஏ" காரின் கருப்புச் சன்னலுக்கு வணக்கம் போட்டேன்.

கதவு திறந்தது. எம்.எல்.ஏ.யின் மினுமினுத்த புன்னகைக்குத் திரும்பவும் வணக்கம் போட்டேன். அவர் கார் பின்னாலேயே ஓடி, மானேஜரிடம் ரூம் சாவியை வாங்கி, பி.ஏ.விடம் கொடுத்து, காபிக்கும் ஏற்பாடு செய்து விட்டுத் திரும்பவும் ரோட்டுக்கு ஓடினேன். கடுமையான போக்குவரத்து நெரிசல். இளைஞனைக் காணமுடியல்ல. அவனுக்கு உதவ முடியவில்லையே என்கிற பரிதவிப்பு. என்ன பண்றதுன்னு தெரியாத திகைப்பு. எம்மெல்லேவை முறையாக வரவேற்று உபசரிக்கவில்லையே என்கிற குற்றஉணர்வு... எல்லாஞ் சேர்ந்து என் பேர்லேயே வெறுப்பு... இன்னேரம் எந்த லாட்ஜப் போய் அவன்

தட்டிக்கிட்டு நிற்கிறானோ, ச்சே... இது என்ன நாடு? பத்து முப்பது ஆண்டுகளுக்குள்ளே எல்லாமே தலைகீழா மாறிப் போச்சே!

திடீர்னு அந்த இளைஞன் திரும்பி வர்றது கூட்டத்துக்குள்ள தெரிஞ் சது. அவன் கையில சூட்கேஸ் இல்லை. “அப்பாடா, யாரோ நல்லவர் அவனுக்கு ரூம் கொடுத்திருக்காரு." நிம்மதியா இருந்தது எனக்கு.

இளைஞன் என்னைக் கவனிக்கல்ல. கைக்கடிகாரத்தைப் பார்த்துக்கிட்டு, நடையை வேகப்படுத்துறான். பேருந்து நிலையத்துக்குள்ளே நுழைய இருந்த அவனைக் கைதட்டிக் கூப்பிட்டேன்.

“தம்பி, ஒரு நிமிசம்!”

இளைஞன் என்னைப் பார்த்து உற்சாகமில்லாம முறுவலிச்சான். "பத்து மணிக்கு யூனிவர்சிட்டியில நிக்கணும் சார்..."

“ரூம் கிடைச்சுதா?"

பஸ்களுக்கும் பைக்குகளுக்குமிடையே ரோட்டை கடந்து அவனை நோக்கி ஓடிக் கொண்டே கத்தினேன். “எனக்குத் தெரிஞ்ச ஒரு லாட்ஜ் இருக்கு... அதுக்காகத்தான் நான் ஓடிவாறேன்!”

“எந்தச் சிக்கலும் இல்ல சார்... பிரச்சினை முடிஞ்சிருச்சு.”

“எப்படி?” பேராச்சரியம் எனக்கு.

“பேர் முருகேசன் என்னேன்.” கேலியாய்ச் சிரித்தான் இளைஞன். டாட்டா காட்டிக் கொண்டே டவுன் பஸ் ஒன்றில் தாவி ஏறினான்.

அதிர்ச்சியடைந்து, அப்படியே உறைந்து போனேன். தேசக்கட்டுமானமே சடசடவெனக் குலைந்து விழுந்து கொண்டிருந்தது போலிருந்தது. யாரோ தோளைத் தட்ட, திடுக்கிட்டுத் திரும்பினேன். என்னுடைய நீண்ட நாளைய நண்பர்.

"எம்.எல்.ஏ. வந்திட்டாரா?"

“வந்திட்டார்"

“வாங்க போவோம். சமாதானப் பேச்சுக்கு நானும் வாரேன்!"

“எல்லாம் முடிஞ்சாச்சு," என்றேன் விரத்தியாக.

“மணி எட்டுதானே ஆகுது! எம்.மெல்.லே கிட்ட இப்பதானே பேசினேன்." கிண்டலாய்ச் சிரித்த அவர், என்னை ஒரு மாதிரியாப் பார்த்தார். எனக்குள்ளே ஆத்திரமும் அழுகையும் முட்டிக் கொண்டு வந்தன.

மெஹ்ருன்னிஸா

வண்ணநிலவன்

நாலைந்து நாட்களாகத்தான் வெயில் கொஞ்சம் கடுமையாக அடிக்க ஆரம்பித்திருந்தது. மத்தியான நேரங்களில் பனைவடலிகளினூடே நிற்கிற கருவேலமுள் மரங்களிலிருந்து, பச்சை முள்ளை முறித்தால் வருகிற வாசனை காற்றில் அவ்வப்போது மிதந்து வரத் தொடங்கி யிருந்தது. அந்திக் கடைத் தெருவில் கடலில் மீன் படுகை குறைந்து விட்டதென்று பேசிக் கொண்டார்கள். எல்லோரும் காலையிலும் சாயந்திரமும் இரண்டு நேரமும் கிணற்றில் தண்ணீர் இறைத்துக் குளித்தார்கள். வெயில் ஏற ஏற பூவரச மரங்களின் இலைகள் தரையை நோக்கித் தலையைத் தொங்கப் போட்டுக் கொண்டன. அநேகமாகக் காலை முதல் சாயந்திரம் வரை ஓடிக் கொண்டிருக்கும் தோமஸ் நாடாருடைய ரைஸ் மில், விட்டு விட்டுத்தான் ஓட வேண்டியிருந்தது . ஜெர்மனியிலிருந்து வரவழைக்கப்பட்ட பிரம்மாண்டமான ஸ்டீம் இன்ஜினில் ஓடும் ரைஸ்மில் அது. அதற்குத் தேவையான தண்ணீரை மில்லின் பின்புறமுள்ள அந்தப் பெரிய கிணற்றால் சப்ளை செய்ய முடியவில்லை. தண்ணீர் ஊற ஊறத்தான் டிரைவர் ஜெயராஜ் மில்லை ஓட்டுவான். அப்படியென்றால் வேனல் காலம் ஆரம்பித்துவிட்டது என்று தான் அர்த்தம்.

ஆனால், என்னதான் நொடித்துப் போயிருந்தாலும் மேலத்தெரு கப்பல் முதலாளி வீட்டின் வண்ணச் சுண்ணாம்புக் கொழுப்பு பூசப்பட்ட மாடி அறைகளை இந்தக் கோடை வெயிலால் ஒன்றும் செய்ய முடியவில்லை. ஏனென்றால், அந்த அறைகளின் கூரைகளுக்கு இரட்டை ஓடுகள் போடப்பட்டிருந்தன. வீட்டின் பின்பகுதி விழுந்து நொறுங்கி எத்தனையோ காலமாகிவிட்டது. விழுந்து விட்ட பகுதிகளில், ஒரு காலத்தில் ஆட்டுக் கறியும், கோழியும் சதாவும் வெந்து கொண்டிருந்த ஆக்குப்புரையும் ஒன்று என்றாலும், இன்னும் இடிந்து விழாமலிருந்த வீட்டின் முன்பகுதி கப்பல் முதலாளியின் கௌரவத்தைக் காப்பாற்றிக்

கொண்டிருந்தது. இவ்வளு துயரத்திலும் அந்தக் குளுமையான, வண்ணச் சுண்ணாம்பு கொழுப்பு பூசப்பட்ட அந்த மாடி அறைகள் ஒன்றிலிருந்து பிற்பகல் நேரத்தில் மிருதுவான வயலின் நாதம் கேட்டுக் கொண்டுதானிருந்தது. அதை இசைத்தது கப்பல் முதலாளியின் ஒரே பெண்ணான மெஹ்ருன்னிஸா,

தேரிக் காட்டிலிருந்து தலையில் முள் விறகுச் சுமையுடன் ஓட்டமும் நடையுமாக ஊருக்குள் விறகு விற்கப் போகும் பெண்கள் அந்த வீட்டுக்கு முன்னால், தெருவில் நிற்கிற பூவரச மரத்தின் மீது கமையைச் சாத்தி வைத்து விட்டு நிற்பார்கள். அப்போது மாடியிலிருந்து கேட்கும் வயலின் இசை அவர்களை அண்ணாந்து பார்க்கச் சொல்லும்.

சில வருஷங்களுக்கு முன்னால் ஷவ்வல் நாலாம் பிறையன்று, அந்தி மயங்கிக் கொண்டிருந்த நேரத்தில் மெஹ்ருன்னிஸாவின் புருஷன் மீரான், கருத்த உயரமான ஒரு வாலிபப் பையனைத் தன்னுடன் அழைத்துக் கொண்டு வந்தான். அப்போது மெஹ்ருன்னிஸா நடுக்கூடத்தில் அவளுடைய சாச்சாவுடனும், கைரூன் மாமியுடனும் பேசிக் கொண்டிருந்தாள். ஆக்குப்புரையில் ராத்திரி சாப்பாட்டுக்காக ஆயிஷா வைத்துக் கொண்டிருந்த ரசத்தின் மணம் வீட்டுக்குள் சுற்றிச் சுற்றி வந்தது. ஆயிஷா ரசம் வைப்பதிலும், புட்டு வைப்பதிலும் கெட்டிக்காரி. அவன் கூச்சத்துடன் சுவரோரமாக நின்று கொண்டிருந்தான். மல் சட்டையைக் கழற்றி மர ஸ்டாண்டில் தொங்க விட்டுவிட்டுத் திரும்பிய மீரான், "ஏம்ப்பா நின்னுக்கிட்டிருக்க? அட!... சும்மா அந்தச் சேர்ல உக்காருவேன்... கூச்சப்படாத மக்கா!..." என்றான்.

அன்று முதல் அவன் அந்தக் குடும்பத்தில் ஒரு நபராகி விட்டான். சில தினங்களிலேயே அவன் எல்லா வேலைகளும் செய்யக் கற்றுக்கொண்டு விட்டான். ஊரிலிருந்தபோது அவனுக்கு எதுவும் தெரியாது. கடையில் ஒரு சாமானை சரியாக நிறுத்து வாங்கத் தெரியாது. அழுகல் தேங்காயை வாங்கிக் கொண்டு வந்து நின்று அம்மாவிடம் பேச்சு வாங்குவான். "நீயெல்லாம் என்னன்னுதான் காலங் கழிக்கப் போறியோ தெரியலை" என்று அம்மா வருத்தப்படுவாள்.

ஆனால், நாற்பது மைல் தள்ளி இருக்கிற அந்த ஊருக்கு கப்பல் முதலாளி வீட்டுக்கு வந்து சேர்ந்த பிறகு அவன் ரொம்பக் கெட்டிக்காரப் பையனாகி விட்டான். அந்திக் கடையில் போய் நல்ல மீன், கருவாடு எல்லாம் கூட வாங்கத் தெரிந்து கொண்டுவிட்டான். ஒருபோதும் முக்காட்டை தலையிலிருந்து நழுவவிடாத ஆயிஷா அவனுக்கு ரசம் வைப்பதற்குச் சொல்லித் தந்திருந்தாள். அவனுடைய ஊரில் ஆறு, வாய்க்கால், குளம் இவை எல்லாமே இருந்தன. இங்கே வந்த பிறகு இப்போது அவனுக்கு, வயதான சீக்காளி மனுஷனைப் போல்

முணங்கும் துலாவில் தண்ணீர் இறைத்துக் குளிக்கத் தெரியும். ஆனால் சுண்ணாம்புத் தண்ணீரில் சோப்பு தான் சரியாக நுரைப்பதில்லை.

அந்த வீட்டின் நடுவீட்டு மாடத்தில் வேலைப்பாடமைந்த நீளமான கண்ணாடி பாட்டிலில், கிளிப் பச்சை நிறத்தில் ஒரு எண்ணெய் இருந்தது. அந்த எண்ணெயைத்தான் தலையில் தேய்த்துக் கொள்வான். அந்த எண்ணெயில் சம்பங்கி விதைகளைப் போட்டிருந்தது. அதைத் தேய்த்துக் கொண்டால், இரவு படுக்கப் போகிறவரை கூட அந்த மணம் முகத்துக்குள் வீசிக்கொண்டிருக்கும். அவனுக்கென்று பூத்தையல் போடப்பட்ட ஒரு தலையணையும், பாயும் கொடுத்திருந்தார்கள். அந்தத் தலையணையில் கூட அந்த எண்ணெயின் மணம் இருந்தது.

மெஹ்ருன்னிஸாதான் தன்னிடமிருந்த தலையணையை அவனுக்குக் கொடுத்திருந்தாள். "இந்தா, அத்தை தலையணையை வச்சுக்கவேன்!..." என்று, அந்த வீட்டுக்கு வந்து சேர்ந்த அன்று தந்தாள். ஆனால், அதை அவளுடைய சாச்சாவும், கைரூன் மாமியும் வெகுவாக எதிர்த்தார்கள். 'கடை வேலைக்கு வந்திருக்கிற பையனுக்கு இவ்வளவு நல்ல தலையணையெல்லாம் எதற்கு' என்ற பேச்சு எழுந்தது. எல்லோரும் தூங்கப் போகிற நேரமாகிவிட்டபடியால் அந்த விஷயம் பெரிதாகவில்லை . பிறகு, அந்தத் தலையணை அவனுக்கே சொந்தமாகிவிட்டது. அன்றிலிருந்து அவன் மெஹ்ருன்னிஸாவை அத்தை என்றும், அவள் புருஷன் மீரானை மாமா என்றும் அழைத்தான்.

கப்பல் முதலாளி வீட்டின் முன்புறம் தெருவை ஒட்டி பெரிய திண்ணையொன்று இருந்தது. ஏக காலத்தில் அதில் பத்துப் பன்னிரெண்டு பேர் படுத்துத் தூங்கலாம். அங்கு வந்த பிறகு அவன் அந்தத் திண்ணையில்தான் படுத்துக் கொண்டான். அவ்வளவு பெரிய திண்ணையில் அவனும் மெஹ்ருன்னிஸாவுடைய சாச்சாவும்தான் படுத்துறங்கினார்கள். நடு இரவில், காற்றில் சலசலக்கிற பூவரச இலைகளின் சத்தத்தில் எப்போதாவது அவன் விழித்துக் கொள்வான். நிலாக் காலத்தில் அந்தத் தெரு பார்க்க அழகாக இருக்கும். இருபுறமும் வரிசையாக நின்ற பூவரச மரங்கள். அவற்றினூடே அரைகுறையாகத் தெரிகிற வீடுகள் இவற்றையெல்லாம் பார்க்க ஒரு ஓவியம் போலிருக்கும். நடு இரவில், விழித்துக் கொண்டால், வெளியூர்களில் வந்து வேலை பார்க்கிற பையன்களுக்கு ஏற்படும் வீட்டு ஞாபகம் ராமையாவுக்கும் வந்துவிடும். எத்தனையோ வருஷங்களுக்கு முன்னால் நடந்த சிறு சிறு விஷயங்கள் கூட நினைவுக்கு வரும். சாச்சாவின் குறட்டையொலி பூவரச இலைகள் ஒன்றோடொன்று உரசுகிற சத்தத்துடன் சேர்ந்து விசித்திரமாய் கேட்கும். அந்த வீட்டுடன் ஊர் முடிந்துவிடுகிறது. வீட்டுக்குப் பின்னால் அடர்த்தியான பனங்காடுதான். வீட்டை ஒட்டி மேற்கே பார்த்துப் போகிற வண்டிப் பாதை அந்தப் பனைவடலிகளுக்கு

அழைத்துச் செல்லும். சாச்சா நல்ல உறக்கத்தில் இருக்கிறார் என்றால், அந்த வண்டிப் பாதையில் பனைவடலிகளை நோக்கிப் போவான். நிலவொளியில் குளிர்ந்து போயிருக்கும் தேரி மணலில் கால்கள் புதையப் புதைய நடந்து போவான். ஒவ்வொரு பனைமரத்தைச் சுற்றியும் அதன் அடியில், காற்று கொண்டு வந்து சேர்த்த மிருதுவான தேரி மணல் கிடக்கும். நிலவின் குளுமையிலும் கடல் காற்றிலும் சில்லென்று குளிர்ந்து போயிருக்கும். அந்த மணலைக் கையால் அள்ளி முகர்ந்து பார்ப்பான். அதன் விவரிக்க முடியாத மணம் அவனை எங்கோ இழுத்துச் செல்லும். அந்தத் தேரிக்காட்டு மணலுக்கு ஒவ்வொரு நேரத்தில் ஒவ்வொரு விதமான மணம் உண்டு. விடிவதற்குச் சற்று முன்னால் அந்த மணலை முகர்ந்து பார்த்தால் பச்சை பனை ஓலைகளின் வாடை அடிக்கும். நல்ல மத்தியான வேளையில் வெயில் சூட்டினால் அந்த மணலில் ஒரு விதமான காரநெடி வீசும். எண்ணையில் வறுத்த முறுக்கு வத்தலின் மணத்தை ஒத்திருக்கும். சிறு வயதில் அவனை அம்மா அணைத்துக் கொஞ்சும்போது அம்மாவுடைய உடம்பிலிருந்து அந்த மணம்தான் வீசும். இன்றும் அம்மா தன் கோணல் மாணலான கையெழுத்தில் அவனுக்கு எழுதும் கடிதங்களில் கூட அந்த மணம் வீசுவது போலிருக்கிறது.

நிலவொளியில், சாம்பல் நிறத்தில் தெரிகிற நெருக்கமான அந்தப் பனைகளினூடே வளைந்து வளைந்து போய்க் கொண்டே இருக்க வேண்டும் போலிருக்கும். ஆனால், சிறிது நேரத்திலேயே சாச்சாவின் நினைவு வந்துவிடும். சாச்சா ரொம்பக் கண்டிப்பானவர். திடீரென்று தூக்கத்திலிருந்து விழித்துக் கொண்டால் அவ்வளவுதான்! மெஹ்ருன்னிஸாவைத் தவிர வேறு யாராலும் அவருடைய ஆத்திரத்தை தணிக்க முடியாது. சாச்சாவின் ஞாபகம் வந்துவிட்டால் வேகமாக திரும்பிவிடுவான். பிறகும் அவனுக்கு உறக்கம் வராது. சாச்சாவின் குறட்டையொலியுடன், விட்டு விட்டுக் கேட்கிற சுவர்க் கோழியின் சத்தத்தையும் கேட்டுக் கொண்டு மீதி இராப் பொழுதையும் கழிப்பான்.

பிறகென்ன? மீண்டும் இன்னொரு நாள் பொழுது தொடங்கும். முக்காட்டை ஒரு போதும் தலையிலிருந்து நழுவவிடாத ஆயிஷாவை ஆக்குபுரைக்குத் தேடிக்கொண்டு போய் சாயா வாங்கிக் குடிப்பான். எப்போதும் அவள் தனக்கென்று ரெங்கு அதிகமாக இருக்கும் சாயாவைத் தனியே எடுத்து வைத்திருப்பாள். ஆக்குப்புரை கதவு வரை சென்று, யாராவது வருகிறார்களா என்று பார்த்துவிட்டு, அதைத் கலந்து அவனிடம் ஊற்றித் தருவாள். அவன் சாயா குடித்துக் கொண்டிருக்கும்போது வீட்டையொட்டிப் போகிற வண்டித் தடத்தில் காட்டு வேலைக்குப் போகிறவர்களின் பேச்சுக் குரல்கள் அநேகமாகக் கேட்கும்.

அடுத்து, புறவாசலில் போட்டிருக்கிற துலாவில் தண்ணீர் இறைத்து அரையாள் உயரமுள்ள தண்ணீர் தொட்டியை நிரப்ப வேண்டும். தண்ணீர் இறைக்கும் போது சாச்சா வந்துவிட்டால், 'வாளி கிணற்றுச் சுவரில் படாமல் தண்ணீர் இறைக்க வேண்டும்' என்பார். துலாவில் தண்ணீர் இறைக்கும்போது மாடியிலிருந்து மெஹ்ருன்னிஸாவின் ரேடியோ பாட ஆரம்பித்துவிடும். கடல் காற்றில் லேசாக அசையும் முக்காடு போட்ட மெஹ்ருன்னிஸாவின் முகம் சமயங்களில் ஜன்னல் கம்பிகளினூடே தென்படும். அவனுக்காக அவள் பரிந்து பேசுவாள்.

"போதும்!... போதும்!... வூட்டுல உள்ள ஆட்கள் எல்லாருக்கும் குளிக்கிறதுக்கு நீதான் தண்ணீர் எறச்சுக் குடுக்கணுமா?... அவுஹ இறைச்சிக்கிட மாட்டாங்களா?... நீ அப்புராணிப் புள்ளையா இருக்கப் போயிதான் ஒன்னை இந்த மாதிரி வேலை எல்லாம் வாங்குதாவ... நீ பேசாம இரு!... என்று மிகுந்த பிரியத்துடன் ஜன்னல் வழியே சொல்வாள்.

அவள் கப்பல் முதலாளியின் ஒரே பெண்தான் என்றாலும், அவளுடைய பேச்சு ஒன்றும் அந்த வீட்டில் எடுபடாது. ஏனென்றால், அவளை உலகம் தெரியாத பேதை என்றுதான் சாச்சாவும், கைரூன் மாமியும் முடிவு செய்திருந்தார்கள். அவள் புருஷன் மீரானே கூட அப்படித்தான் நினைத்தான். வீட்டு நிர்வாகம் பூராவும் ஒருவிதத்தில் பார்த்தால், சாச்சாவிடமும் கைரூன் மாமியிடமும்தான் இருந்து வந்தது என்று சொல்ல வேண்டும். தண்ணீர் இறைக்கிற விஷயத்தில் அத்தையின் பேச்சைக் கேட்டால் சாச்சாவிடம் ஏச்சு வாங்க வேண்டியிருக்கும் என்பது அவனுக்குத் தெரியாததல்ல. என்றாவது ரெண்டாம் பிளே சினிமாவுக்குப் போவதை சாச்சா பெரிய மனதோடு அனுமதித்து வந்தார். அத்தைக்காக அதை அவனால் இழக்க முடியாது.

எப்போதும் ஆக்குப்புரையிலேயே வெந்து கொண்டிருக்கும் ஆயிஷாவுக்கு அவன் கடைக்குப் புறப்படத் தயாரானது எப்படித்தான் தெரியுமோ? தலை சீவிவிட்டு சீப்பை மாடத்தில் வைக்கவும், ஆக்குப்புரையிலிருந்து ஆயிஷாவின் குரல் கேட்கவும் சரியாக இருக்கம். "ராமையா... புட்டு தயாராயிட்டுது... வந்து நாஷ்டா பண்ணுவேன்..." என்பாள்.

சரியாக எட்டு மணிக்குக் கடையைத் திறக்க வேண்டியது அவனுடைய பொறுப்பு. மீரான் எதிலுமே பட்டும் படாமலும்தான் இருப்பான். கடை விஷயத்திலும் அப்படித்தான். அந்த வீடு, கடை எல்லாமே அவனுடைய மனைவியுடையதுதான். என்றாலும், அவன் எதிலும் உரிமை கொண்டாடியதில்லை. அவன் வீட்டில் இருக்கிற சமயங்களில் கூட, அவ்வளவு பெரிய குடும்பத்தின் மூத்த மருமகன் போல் தோன்றமாட்டான். அந்த வீட்டிலுள்ள நபர் யாரையோ

பார்த்துவிட்டுப் போவதற்காக வந்த வெளி ஆள் மாதிரித்தான் அவனுடைய நடவடிக்கைகள் இருக்கும்.

அவன் கடை சாவியை எடுத்துக் கொண்டு புறப்படும்போது அநேகமாக மீரான் நார்க்கட்டிலில் நன்றாக உறங்கிக் கொண்டிருப்பான். கட்டிலுக்குக் கீழே அவனுடைய செல்லமான கருப்புப் பூனை அரைத் தூக்கத்தில் படுத்துக்கிடக்கும் பக்கத்தில் யாராவது நடமாடுகிற அரவம் கேட்டால் லேசாகக் கண்களைத் திறந்து பார்த்துவிட்டுத் திரும்பவும் அது சோம்பலுடன் கண்களை மூடிக் கொள்ளும்.

ஆயிஷாவோ புட்டு அவிப்பதிலும் ரசம் வைப்பதிலும்தான் கைதேர்ந்தவள். மட்டன் கறி, கோழிக்கறியெல்லாம் அவ்வளவாக வைக்கத் தெரியாது. மெஹ்ருன்னிஸாவைத் தவிர மற்றவர்களுடைய ஏகோபித்த அபிப்பிராயம் இது. மெஹ்ருன்னிஸாதான் அவளுக்குப் பரிந்து பேசுவாள். "இம்புட்டு தூரத்துக்கு ஆக்கி எடுத்துப் பண்ணுதவளுக்கு அதெல்லாம் ஆக்கத் தெரியாமலா போகும்? நீங்க அவளைக் கறி புளி ஆக்கவுட்டாத்தானே?" என்பாள். ஆனால் அவளுடைய பேச்சை யார் மதிப்பார்கள்? வேலைக்காரர்களிடம் அளவற்ற பரிவு காட்டுகிற அவளை சொந்தக்காரர்கள் எல்லோரும் எரிச்சலுடன் பார்த்தனர். "இந்தாப் பாரு மெஹ்ருன்னிஸா! ஒனக்கு இந்த வூட்டு வெவகாரமெல்லாம் சரிப்பட்டு வராது" என்று கைரூன் மாமி முகத்திலடித்தது போல் சொல்லிவிடுவாள். என்றாலும், மெஹ்ருன்னிஸா அதற்காகக் கோபித்துக் கொள்ளமாட்டாள். அவளுக்கு யார் பேரிலும் கோபமோ, ஆத்திரமோ ஏற்படாது. அதுதான் மெஹ்ருன்னிஸா.

ஆனால், ஆயிஷா அப்படியல்ல. அவளை யாராவது குற்றம் சொன்னால் அவளுக்குக் கோபம் வந்துவிடும். வீட்டுக்காரர்கள் இருக்கும்போது அவர்கள் காதுபட எதுவும் சொல்லமாட்டாள். வேறு யாருமில்லாத நேரத்தில், ராமையாவிடம் மட்டும், 'எனக்குன்னு சாதி சனம் ஆரும் இல்லண்டு நெனைச்சுட்டாங்க போல... செய்யது வாப்பா தர்க்கா இருக்க உரூஸ்பேட்டை தெரியுமா ஒனக்கு?... அங்க எங்க பெரிய மாமி வூடு இருக்குதாக்கும்... இன்னைக்கியும் என்னையத் தாங்கி வச்சுக்கிடுவாஹ... ஒரு வரி கடுதாசி எளுதிப் போட்டாப் போறும்... எங்க மாமி ரவூத் அண்ணனை அனுப்பிச்சு என்னையக் கூட்டியாரச் சொல்லிருவா!... ஆண்டவரு இந்த ஆயிஷாம்மாவை அப்படி ஒண்டும் அனாதையாப் படைச்சிரலை...' என்று சொல்லிவிட்டு அழுவாள். அவனுக்கு என்ன சமாதானம் சொல்வதென்று தெரியாது. ஆனால் ஆயிஷா ஒரு தடவை கூட உரூஸ்பேட்டையில் இருக்கிற பெரிய மாமிக்கு கடிதம் எழுதிப் போட்டதே இல்லை. ரவூத் அண்ணனும் அவளைக் கூட்டிக் கொண்டு போக வரவில்லை. சிறிது நேரம் விம்மிக் கொண்டிருப்பாள். அவளுடைய அழுகை குறையும் வரை இருந்து

விட்டுப் புறப்படுவான். அப்போது அவனை ஆயிஷா போகவிட மாட்டாள். “மக்கா! ரெண்டு சீனிக் கெழங்கு சாப்புட்டுட்டுப் போயேன்...” என்றோ, “அந்திக் கடையில வாங்குன இனிப்புச் சேவு இருக்குது! சாப்புடுவேன்” என்றோ எடுத்துத் தருவாள். அப்படிச் செய்வதில் அவளுக்கு ஒரு சந்தோஷம். கைரூன் மாமியோ, சாச்சாவோ அல்லது வேறு யாருமோ அவளைச் சத்தம் போட்ட சமயத்திலெல்லாம் அநேகமாக இப்படித்தான் நடந்து கொள்வாள். இதைச் செய்த பிறகு, கொல்லைக்குப் போகிற வழியிலுள்ள ஓடுகள் போட்ட நீண்ட தாழ்வாரத்தை நோக்கிப் போவாள். அந்தத் தாழ்வாரத்தில், பம்பரக் கயிற்றால் கட்டப்பட்ட கொடியில்தான், கறி மசாலா வாடை அகலாத தன் சேலைகளைத் துவைத்துக் காயப்போட்டிருப்பாள். எவ்வளவு துவைத்தாலும் அந்த மசாலா வாடை போகவே போகாது. அந்தச் சேலையை எடுத்து “என்னைய சாதி சனம் ஆரும் இல்லாதவண்டு நெனச்சுக்கிட்டாவ போல...” என்று முணு முணுத்துக் கொண்டே மடிப்பாள்.

ராமையாவுக்குச் சங்கீதம் என்று எதுவும் பெரிதாகத் தெரியாது. அவனுக்குத் தெரிந்ததெல்லாம் சினிமா பாட்டுக்கள்தான். தனியே இருக்கும்போது தனக்குப் பிடித்தமான சினிமா பாட்டுக்களை மிகுந்த உணர்ச்சியுடன் பாடுவான். ஆனால் மெஹ்ருன்னிஸா வயலின் வாசிக்கும்போது அவனும் உட்கார்ந்து கேட்பான். இளஞ்சிவப்பு வண்ணச் சிமெண்டுக் கொழுப்பிடப்பட்ட அந்தத் தரை, சுவரில் மாட்டப்பட்ட பழைய போட்டோ படங்கள், சட்டமிடப்பட்ட ஓவியங்கள் இவற்றுடன் அவளுடைய வாசிப்பு இசைந்திருப்பது போலிருக்கும். அவளெழுப்பும் நாதம் மனதை உருக வைக்கும். அதைக் கேட்கும்போது, அவனுக்குப் பிடித்தமான தேரிக்காட்டு மணலில் பனை வடலிகளினூடே, தன்னந்தனியே, முடிவற்ற அந்த வண்டித் தடத்தில் நடந்து போவதைப் போலிருக்கும். ஏனோ அவள் எப்போதும் பிற்பகல் நேரத்தில்தான் வயலின் வாசிப்பாள். மத்தியானச் சாப்பாட்டுக்காக வரும் சமயம், பூவரச மர நிழலில் சைக்கிளை ஸ்டாண்ட் போட்டு நிறுத்தும்போதே, மாடியிலிருந்து அவள் வயலின் வாசிப்பது, துருப்பிடித்த ஜன்னல் கம்பிகள் வழியே வெளியே கேட்கும். முன் கூடத்தைத் தாண்டிப் போனால், வானவெளி முற்றத்தில் கைரூன் மாமி தன் கனத்த உடம்புடன் நார்க் கட்டிலில் குறட்டை விட்டுத் தூங்கிக் கொண்டிருப்பாள். அவள் அந்த வேளையில் உறங்குவதும் நல்லதுதான். இல்லையென்றால் ‘ஒனக்கு வேற ஜோலி இல்லியா?... எதுக்கு எப்பம் பார்த்தாலும் அதைப் போட்டு வறட்டு வறட்டுன்னு இழுத்துக்கிட்டு இருக்கா?...’ என்பாள்.

அவசர அவசரமாக ஆக்குப்புரையில் போய்ச் சாப்பிட்டுவிட்டு மாடிக்கு ஓடுவான். தன்னுடைய வாப்பாவின் பெரிய போட்டோ

படத்துக்கு முன்னால் ஜமுக்காளத்தில் முக்காடிட்ட தலையுடன் வயலின் வாசித்துக் கொண்டிருப்பாள் மெஹ்ருன்னிஸா. அவனைப் பார்த்ததும் வாசிப்பை நிறுத்தாமலே லேசாகச் சிரிப்பாள். அவனுடைய உற்சாகம் பெருகிவிடும். ஏனென்றால், அந்த வீட்டில் அவனைத் தவிர வேறு யாரும் அவள் வயலின் இசைப்பதை விரும்புவதே இல்லை. அந்த உவகை அவளுடைய மெலிந்து நீண்ட விரல்களின் வழியே தந்திக் கம்பிகளில் நாத வெள்ளமாய் பிரவஹிக்கும்.

ஒருநாள் மதியம் அவன் சாப்பிட வந்தபோது மெஹ்ருன்னிஸாவின் வயலின் நாதம் கேட்கவில்லை . வழக்கம் போல் ஆயிஷாதான் மசாலா வாடை வீசும் முரமுரப்பான சேலையுடனும் நழுவாத முக்காட்டுடனும் சாப்பாடு பறிமாறினாள். சாப்பிடும் போது 'ஆயிஷாம்மா' என்று மெதுவாகக் கூப்பிட்டான் ராமையா. 'என்ன' என்பது போல் திரும்பிப் பார்த்தாள் ஆயிஷா. குழம்புதான் கேட்கிறானோ என்று நினைத்தாள்.

“மத்தியானம் சாச்சா, அவுஹ ஊர்க்காரங்க ரெண்டு பேரைக் கூட்டிக்கிட்டு சாப்புட வந்துட்டாஹ... அதுதான் கொழம்பு போதாது” என்றாள்.

“அதுக்கில்லை."

“பின்னே?"

“அத்தை மச்சுலே இருக்காங்களா?”

“எந்த அத்தை? கைரூன் மாமியா?”

“மோருன்னிஸா அத்தை.”

“எதுக்கு?”

“இல்லை... இந்த நேரத்துக்கு எப்பவும் பிடில் வாசிப்பாங்களே... இன்னிக்கி வாசிக்கக் காணலையேன்னு கேட்டேன்."

இதற்கு ஆயிஷா உடனே பதில் சொல்லவில்லை. ஏதோ ரகசியத்தை அவனுடன் பகிர்ந்து கொள்ளப் போகும் பாவனையுடன் அவள் முகம் தோற்றமளித்தது. பொதுவாக, வீட்டிலுள்ளவர்களைப் பற்றி அவனிடம் ஏதாவது பேசப் போகிறாள் என்றால் கதவுப் பக்கம் சென்று, யாராவது வருகிறார்களா என்று எட்டிப் பார்த்துவிட்டு வருவாள். அதுபோல் இப்போதும் செய்தாள். பிறகு முக்காட்டை நன்றாக இழுத்து விட்டுக் கொண்டு அவனுக்கு முன் வந்து நின்றாள். மிக முக்கியமான தகவலைச் சொல்லப் போகிற பாவனையுடன் முகத்தை வைத்துக் கொண்டாள். ஆக்குப்புரை அரையிருட்டில் அவனருகே குனிந்து, “ஒனக்கு வெசயம் தெரியாதா?" என்று தலையை ஆட்டிக்கொண்டே கேட்டாள். 'தெரியாது' என்பது போல் தலையை

அசைத்தான். யார் வீட்டிலோ சேவல் தீனமாகக் கத்தியது.

“மோருன்னிஸா, மீரானுக்க நிக்கா பண்ணி வைக்கப் போறா!... தெரியுமா?” என்றாள்.

“அப்போ மோருன்னிஸா அத்தை?" என்று வியப்புடன் கேட்டான்.

"ஸ்... ஸ்..." என்று தன் கருத்த ஆள் காட்டி விரலை, கூட்டிக் குவித்து இரண்டு உதடுகளின் மீதும் வைத்து அவனை எச்சரிக்கை செய்தாள்.

“மெள்ளப் பேசு மக்கா... சத்தம் போட்டுப் பேசாத. கைரூன் மாமி காதுல வுழுந்தா ஒன்னையும் என்னையும் கொத்திப் போடுவா கொத்தி... மீரானுக்கு இவளே இன்னொரு நிக்கா பண்ணி வைக்கப் போறாளாக்கும்!”

“நெசமாவா?” என்று மிகுந்த ஜாக்கிரதையாக, மெதுவாகப் பேசினான்.

“பின்னே பொய்யா சொல்லுதேன்.”

“எதுக்கு இன்னொரு கல்யாணம்?"

“சுத்த பைத்தியக்காரப் புள்ளியா இருக்கியே...? ரெண்டு பேருக்கும் கல்யாணங் களிஞ்சு எத்தனை வருஷம் இருக்கும்?" என்று கேட்டுவிட்டு, 'நீ எங்கே சரியான பதிலைச் சொல்லப் போகிறாய்' என்பது போல் அவனை இளக்காரமாகப் பார்த்தாள்.

அவனும் “ரொம்ப வருஷம் இருக்காது?" என்று பொதுவாகக் கேட்டான்.

“ஆச்சு மக்கா... இந்த ரம்சான் பொறை கண்டா பதினாலு வருசம் ஆயிப் போச்சு... அவ வயித்துல ஒரு புள்ளை உண்டுமா சொல்லு?” என்று சொல்லிவிட்டு, திரும்பவும் ஒரு தடவை கதவுப் பக்கம் போய்ப் பார்த்துவிட்டு வந்தாள். யாருமில்லை என்ற திருப்தி முகத்தில் நிலவியது. தண்ணீர் நிரம்பிய துலாவாளி 'மொரமொர' வென்ற சப்தத்துடன் மேலே ஏறிக் கொண்டிருந்த சத்தம் எங்கிருந்தோ கேட்டது.

"இந்தக் கைரூன் மாமி காதுல நாம பேசுவது வுளுந்திருச்சோ ... கொத்திப் போடுவா கொத்தி... வெசயத்தைக் கேளு! தனக்குப் புள்ள இல்லண்டுதான் மோருன்னிஸாவே பொண்ணு பேசி முடிச்சிருக்கா... இன்னிக்கி வெள்ளன நீ கடைதொறக்கப் போனப் பெறவு புருசங்கிட்டே இதைப் பேசப் போக, அந்த ஆளு மாட்டேன்னு சொல்லப்போக... ஒரே தகறாறு! அவன் கடைக்கிப் போனப்பொறவு மச்சுக்குப் போனவ தான். கீள எறங்கவே இல்ல. இதுவாக்கும் வெசயம்!" என்று நழுவிப் போன முக்காட்டை இழுத்து விட்டுக் கொண்டே சொன்னாள். இதைச் சொல்லிவிட்டு, ஏதோ நினைவில் மோட்டு வளையைப் பார்த்துக் கொண்டிருந்தாள்.

"அந்த நிக்கா நடந்துச்சுன்னா இந்த ஆக்குப் புரைக்க வேற ஆளு வந்திரும்... எங்க மாமிக்கு நான் கடுதாசி எளுதிப் போடுவேன்... ரவுத் அண்ணன் வந்து என்னையக் கூட்டிக்கிட்டுப் போயிருவாங்க. நிக்கா முடிஞ்சிட்டுதுன்னா, வார மனுஷி எப்படிப்பட்டவளோ... ஆரு கண்டது? சொல்லு பாப்பம்" என்றாள் ஆயிஷா.

வேகமாகச் சாப்பிட்டு முடித்தான். மாடிப்படிக்குப் போகிற பாதையில் வானவெளி முற்றத்தில் உறங்கிக் கொண்டிருந்த கைரூன் மாமியை எழுப்பி விடாமல் மெதுவாக மாடிப்படிகளில் ஏறினான். பாதிப் படிக்கட்டில் படுத்துக் கிடந்த பூனை, அவனைக் கண்டதும் எழுந்து நின்று முதுகை உயர்த்திச் சோம்பல் முறித்தது. அவன் மேலே ஏறிப் போகிறவரை அவனையே பார்த்துக் கொண்டிருந்தது. அவன் தலை மறைந்ததும் மறுபடியும் அதே படியில் கால்களை முடக்கிக் கொண்டு படுத்துக் கொண்டது.

மாடியில் மெஹ்ருன்னிஸாவின் அறைக் கதவு லேசாகச் சார்த்திக் கிடந்தது.எங்கிருந்தோ கௌரிப் பல்லி குறி சொல்லியது. காலையில் வைத்திருந்த ஊதுபத்தியின் மணம் இன்னும் அந்த அறைக்குள் லேசாக மிதந்து கொண்டிருந்தது. எட்டிப் பார்த்தான். அவனுடைய பிரியமான மெஹ்ருன்னிஸா அத்தை தோம்பரா கட்டிலில் ஒருச்சாய்த்து படுத்துறங்கிக் கொண்டிருந்தாள். அவளுடைய வயலின் பெட்டி கட்டிலுக்குக் கீழே கிடந்தது. அவளுக்கு நேரெதிரே சுவரில் மாட்டி யிருந்த பெரிய போட்டோ படத்திலிருந்து, கப்பல் முதலாளி, தன் மகளையே மிகுந்த வாத்ஸல்யத்துடன் பார்த்துக் கொண்டிருந்தார். அதற்குமேல் அவனால் நின்று கொண்டிருக்க முடியவில்லை. கீழே இறங்கிப் போய் விட்டான்.

பிறகு மேலத்தெரு கப்பல் முதலாளியின் வீட்டில் எவ்வளவோ காரியங்கள் நடந்துவிட்டன. மீரான் என்னவெல்லாமோ சொல்லிப் பார்த்தான். ஆனால், அவளுடைய மெலிந்த திரேகத்தினுள் இருந்த ஹிருதயம், அந்த வயலின் நாதத்தைப் போலவே பரிசுத்தமானதாக இருந்தது. அதனால் கரையூரிலிருந்த ஏழைப் பெண்ணான சுலைகாவுக்கும் அவள் புருஷனுக்கும் அவளே கல்யாணம் செய்து வைத்தாள்.

ஆனால் மீரானால் பதினாலு வருஷமாகக் குடும்பம் நடத்திய அதே வீட்டில், மெஹ்ருன்னிஸாவின் முன்னால் இன்னொரு பெண்ணுடன் குடித்தனம் நடத்த இயலாமல் போயிற்று. தன் புதுப் பொஞ்சாதியுடன் ஆத்தங்கரைப் பள்ளிக்குப் போய்விட்டான். மெஹ்ருன்னிஸா, மாதத்துக்கு ஒரு தடவையாவது ஆத்தங்கரைப் பள்ளிக்குப் போய் வருவாள். அந்த ஊருக்குக் குடிபோன ஒரு வருஷத்துக்கெல்லாம்

சுலைகா ஒரு பெண் குழந்தையைப் பெற்றாள். அதற்கு மெஹ்ருன்னிஸா என்றே பெயரிட்டார்கள். வேறு யார் சுலைகாதான் அந்தப் பெயரிட வேண்டுமென்று சொன்னவள்.

ராமையா, மீரானுக்குக் கல்யாணம் நடப்பதற்கு முன்பே வேலையை விட்டுப் போய்விட்டான். மெஹ்ருன்னிஸாவின் மென்மையான ஹிருதயத்துக்கு ஏற்படப் போகும் தனிமையை அவனால் நினைத்துக் கூடப் பார்க்க முடியவில்லை. சொன்னால் போகவிடமாட்டார்கள் என்பதனால், ஒரு நாள் இரவு கடையைப் பூட்டிவிட்டு வந்தபிறகு, கடைச்சாவியை நாகூர் தர்கா படம் மாட்டியிருந்த ஆணியில் வழக்கம்போல் மாட்டிவிட்டு, அப்படியே உடுத்தின துணியுடன் அந்த வீட்டை விட்டுப் போய்விட்டான். துரதிர்ஷ்டவசமாக அன்று மீரான் ஊரில் இல்லை. சரக்கு எடுப்பதற்காக சாத்தான்குளம் வரை போ யிருந்தான். அவன் வீட்டைவிட்டு வெளியேறியது ஆயிஷாவுக்குத்தான் முதலில் தெரிந்தது. அவள் அவனுக்குச் சாப்பாடு போடுவதற்காக அந்தப் புகைபடிந்த ஆக்குப்புரையின் மங்கலான வெளிச்சத்தில் வெகுநேரம்வரை காத்துக் கொண்டிருந்தாள். பிறகுதான் தெரிந்தது ராமையாவைக் காணவில்லையென்று. தனது மனத் தாங்கலைப் பகிர்ந்து கொள்வதற்கு இருந்த ஒரே ஜீவனும் அந்த வீட்டைவிட்டுப் போய்விட்டது என்பதைக் கூட உணர முடியாத அந்த அப்பாவிப் பெண், மறுநாள் காலை வழக்கம்போல் புட்டு அவிப்பதற்கான ஏற்பாடுகளில் யந்திரம் போல் ஈடுபட்டாள்.

மீரானுக்குக் கல்யாணம் ஆன நாலாவது மாதத்தில்தான் அது நடந்தது. உலகந் தெரியாத ஆயிஷா ஒரு நாள் நெஞ்சு வலிக்கிறது என்று ஆக்குப்புரை நடைவாசலில் உட்கார்ந்தாள். அப்படியே அவளுடைய உயிர் பிரிந்துவிட்டது. அவளை எப்போதும் சத்தம் போட்டுக் கொண்டே இருக்கும் கைரூன் மாமி அன்று அழுததை நினைத்தால் ஆச்சரியமாகத்தான் இருக்கிறது. யாருடைய மனதில் எப்போது அன்பு சுரக்கும் என்று எப்படிச் சொல்ல முடியும்? “இந்த பைத்தியக்காரிக்கு இப்படி ஒரு சாவையா அந்த ஆண்டவன் தரணும்?” என்று மார்பில் அடித்துக் கொண்டு துக்கம் தாங்காமல் அழுது புரண்டாள் கைரூன் மாமி. பாவம், அவளுடைய மவுத்துக்கு மியான் பள்ளியிலிருந்து அவளுடைய மாமியோ, ரவூத் அண்ணனோ வரவில்லை .

ஆயிஷாவுக்குப் பிறகு, நொடித்துப் போன கப்பல் முதலாளி வீட்டுக்கு சமையல் வேலைக்கு யாரும் வரத் தயாராக இல்லை. அதனால் கைரூன் மாமியும் சாச்சாவும் ஆத்தங்கரைப் பள்ளிக்கு மீரான் வீட்டுக்கே போய் விட்டார்கள். அவர்கள் சென்ற சில நாட்களில், அந்தக் கருப்புப் பூனை, நடைக்கூடத்தில் செத்துக் கிடந்ததை ஒரு நாள்

காலை மெஹ்ருன்னிஸாவே பார்த்தாள். இப்போது அந்த வீட்டில் அவளைத் தவிர யாருமே இல்லை.

உயர்வைப் போலவே தாழ்வும் வெகுவேகமாகத் தான் வருகிறது என்பதற்கு கப்பல் முதலாளி வீடு ஒன்றே போதும். கடவுளுடைய நோக்கத்தை யாரால் அறிய முடியும்? மீரானுக்கு இரண்டாவது பெண் குழந்தை பிறந்த சமயத்தில் பெய்த அடை மழையில் அந்த வீட்டின் பின்பகுதி பூராவும் விழுந்துவிட்டது. இப்போது எஞ்சி இருந்தது வானவெளி முற்றத்தையொட்டி இருந்த இரண்டே இரண்டு அறைகளும், மாடியும்தான்.

வீடு இடிந்து விழுந்ததைப் பற்றி மேலத்தெருவில்தான் யாரோ இரக்கப்பட்டு மீரானுக்கு எழுதிப் போட்டார்கள். அவன் அன்று சாயந்திரமே ஓடிவந்தான். தன்னோடு வந்து விடும்படி மெஹ்ருன்னிஸாவிடம் மன்றாடினான். அவள் மறுத்து விட்டாள். வாழ்வானாலும் தாழ்வானாலும் இந்த வீட்டோடுதான் இருப்பேன் என்று சொல்லிவிட்டாள். அவளுடைய ஜீவனத்துக்கு கடை வாடகை மட்டும் நூறு ரூபாய் வந்து கொண்டிருந்தது.

எப்போதாவது தன் தளர்ந்து மெலிந்த விரல்களால் வயலின் வாசிப்பாள். ஆனால், அதைக் கேட்க ராமையாதான் இல்லை. அதனாலென்ன? அவளுடைய வாப்பாதான் போட்டோ படத் திலிருந்து மிகுந்த வாத்ஸல்யத்துடன் தன் மகள் வாசிப்பதைப் பார்த்துக் கொண்டிருக்கிறாரே.

ஈரா

எஸ். பொன்னுதுரை

"இண்ட ஒரு பொழுதும் இரிக்கி. நாளக்கி பஜறு வெளிச்ச ஒடன செற கழியுது."

அவுத்துக் கனி மாமட மகள் அலிமா நாச்சி ஒலகம் தெரிஞ்சவ. அவவும் என்னப்போல ஈரா இரிந்தவ. நான் வாண்ட வரிசந்தான் அவட புரிசனார் மகுத்தானார். நேத்தெண்டாப் போல இரிக்கி. மூணு வரிசம் எவ்வளவு சுறுக்கா ஓடிப்பறிஞ்சி போச்சி. ஈரா இரிக்க எண்டா லேசுப்பட்ட காரியமா? தலக்கி எண்ண பூசாம, சர்வாங்கத்திலே பூணாரம் போடாம, வெள்ளைப் பொடவ உடுத்தி, ஆம்புளர மொகம் பாக்காம இரிக்க வேணும். ஈரா எண்டா அலிமாநாச்சி சொல்லுக மாதிரி செற வாசந்தான். நாலு மாசம் பத்தரப் பொழுதுக்கு ஊர் ஒலகம் தெரியாம இரிக்கதெண்டால் எவ்வள கரச்சல்? அலிமாநாச்சி ஈரா இரிக்க நான் மணவற போகப்போற புதுப்பெண். அவக்கு ஈரா வேலி கட்ட நான் பச்சக்கிடுக எளச்சு சுறுக்கக் கண்டு கூடி இரிந்த எல்லாளும் எரிச்சல் பட்டுக் கதச்சி, கண்ணும் வெச்சுப் போட்டாளுகள். அதுக்குப் பொறகு எனக்குக் கை சுறுக்கில்ல. வாழுகத்துக்கு முந்திக்கூட இரிந்து பாயெளக்கும் தொழில். மத்த பொண்டுகள் ஒரு பாயெளக்கிறதுக்கெடயில், நான் ஒரு பாயத் தலக்கட்டிப் போட்டு, அடுத்த பாய அடிப்போட்டு, ரெண்டு குத்துக்குத்திப் போட்டிறுவன். மூணு குத்துக் குத்தினா ஒரு பாய்.

"என்ர சீதேவிக் காக்காக்கு நாளயோட சொவர்க்கத்து வாசல் தொற பட்டுறும். ஹூர்லின் பெண்டுகள் கனிவர்க்கமெல்லாம் கொடுப்பாங்க."

ஈன கதக்கவ என்ர மூத்த மதினிக்காரி. அவர்றய ஒடப்பொறப்பு. வள்ள அல்லாக்கு மத்திக்காக நடக்கிறவள்... நான் ஈராவில இரிந்து வெளியான ஒடன அவருக்கு பிர்தவுசு கெடச்சிரும், பொண்டாட்டி மார் ஈரா இரிந்தா புரிசன்மார்ற பாவ தோஷம் கொறயுமாம். சொர்க்கம்

கெடக்காட்டியும் அதாபு குறையுமாம்.

அப்படி இல்லகா புள்ள, ஈரா இரிக்கத்தல ஆம்புளயளுக்கு அங்கிருந்து வழியில் ஒரு நன்மையுமில்ல. புரிசன் மகுத்தான ஓடனேயே வேற புரிசனுக்கு வாழ்க்கைப் படலாம். முந்தின புரிசன் மகுத்தான அண்டைக்கோ, அதுக்கு முந்துயோ ஊடு கூடி புக்கத் தரிச்சிரிந்தா அந்தப் புள்ள அவர்றய, இவர்றய எண்டு அறிய ஏலாது. நாலு மாசத்தாலதான் ஒருத்தி புள்ளத்தாச்சி எண்டத மத்தவங்க பாத்து அறிஞ்சிக்கலாம். பொண்டாளக் கூடிய ஆம்புளயளக் காணாம வெலகி இரிக்கத்தான் ஈரா வெக்கிறாங்க."

என்ர சுபகானல்லா! இப்பிடிய சங்கதி! ஆசியத்து மூத்தம்மா ஈமானிஸ்லாம் தெரிஞ்சவ ஒருவகுத்து தொழுகையும் விடமாட்டா. மிரிவடிக்கால்ல தான் நடப்பா, பள்ளிக்கொடம் வெச்சி புள்ளயளுக்கு குர்ஆன் ஓதிக் கொடுக்கிறா. அவ சொன்னாச் செரிதான். நான் எண்ணிக் கிருந்ததெல்லாம் அவருக்கு ஆகிற சமானிலே நல்ல வாழ்ச்சியம் கெடக்கும் எண்டுதான். சாச்சா, காக்கா, தம்பி எல்லாம் என்ன வந்து வந்து பார்ப்பாங்க, வேற ஆம்புளயள்தான் ஒருவரும் வர்றதில்ல. புள்ளத்தாச்சிமாரும் வரப்படா.

“அங்குத்து நாளயில நீதான் ஒம்புரிசனுக்குப் பொண்டாட்டி. அவர் தான் ஒனக்கு சோடு. அந்தத் தட்டுவாணியள் மூணுபேரும் அவன வேணா எண்டு சொல்லி தலாக்குச் சொல்ல வெச்சிற்றாளுகள். அடங்காமாரியள்."

நான்தான் அவருக்கு ஆகிறத்தில சோடியாம். பாவம் மூத்தம்மாவுக்கு எவன தெரியும்? என்ர கல்பு சொல்லுது நான் அவருக்குச் சோடி யில்ல எண்டு. எனக்கு முந்தி ஒருத்தி பின்னால் ஒருத்தியாக மூணு பேர முடிச்சார். அவளுகளும் ரெண்டொரு வரிசம் பாத்துப் போட்டு வேணாம் வேணாம் எண்டிட்டாளுகள். பாவம் அவளுகள்தான் என்ன செய்வாளுகள்? அவருக்குத்தான் என்ன கொற? காணி பூமிக்கிக் கொறச்சலா? மாடு கண்டுக்குக் கொறச்சலா? நகநட்டு இல்லயா? றிஜிக்கு கொடுக்கல்லயா?... இதுகளுக்காக மட்டுந்தானா வாழுக? நானும் பொறுத்துப் பொறுத்து மனப் பூங்காரம் தாங்க ஏலாமத்தானே மையதீன் மச்சானோட தொடுப்பு வச்சன்.

என்னோட வெளயாடினவளுகளெல்லாம் கையில் ஒண்டும் கக்கத்தல் ஒண்டுமாகத் தூக்கிட்டுத் திரியிறதப் பாத்து வெப்புசாரம் தாங்க ஏலாம, ஒருத்தரும் இல்லாத நேரத்தில் எத்தினதரம் அழுது இரிக்கிறேன்? உம்மாதான் என்ன செய்வா? அவவும் தாலியறுத்த கைம்பொண்டாட்டி. எனக்கு மாப்புள எடுக்க அவவால தெளலத்து காணும்? இப்பிடி இரிக்கத்தான் மையதீன் மச்சான் பாய் வாங்க வந்தார். நல்ல எளந்தாரி.

மொத்தத்தல இல்லாம, சோக்கும் கீக்குமா இரிந்தார். என்ன ஒரு சாதியாப் பாக்க... நானும் அவர ஆனக்கிடுகால பாக்க...

ஆனா, இந்த நேரத்திலதான் என்ர அவர் மூணாம் பொண்டாட்டிய தலாக்கு சொல்லிப் போட்டு என்ன வந்து முடிச்சார். அவருக்கு எங்கட சாச்சாட வயசிரிக்கும். ஒரு நாளக்காவது புரிசன் பொண்டாட்டியா இரிக்காட்டி வாண்டதில் என்ன புறயசனம்?

“முந்தின தொளுப்புறிகள் செய்யாத பாக்கிசத்த நீ செஞ்சிரிக்காய். அவளுகலிட வகுத்தில் ஆண்டவன் ஒரு காயக் குடுக்கல்ல. ஒண்ட வகுத்திலிதான் காச்சிரிக்கி. ஆறு மாச மெண்டாத் துடிக்கும்.”

இப்ப நாலஞ்சி நாளாத் துடிப்புத்தான். புள்ளக்கி உசிர் வந்தாத்தான் துடிக்குமாக்கும். எனக்கு இதுக தெரியாது. இதுதான் தலப்புள்ள. “சோட்டைக்காவது எங்காக்காக்க ஒரு புள்ளக்கிணாட்ட இல்ல எண்டு எவ்வளவு கக்கிசப்பட்டம். அந்த நாயன் ஒரு புள்ளயக் குடுத்திற்று, காக்காவ அழச்சிக்கிட்டான். நாகூர் மீராசாய்பு ஆண்டவர்களே, ஆலிசமில்லாம அந்தப்புள்ளக் குஞ்சையாவது குடுத்திரிங்க. காக்கா சொத்துக்கெல்லாம் அதுதானே உரித்தாளி.” வல்ல பெரிய நாயகனே, பூப்போல என்ற வகுத்துச் சொமயக் கழத்தி, நோய் நொடியில்லாம என்ர உசுப் பிராணிய வளத்துத் தந்திர வேணும். அவரிக்கு வாண்ட சங்கைக்காக என்ற புள்ளக்கித்தானே அவர்ற ஆதனமெல்லாம் சேர வேணும். எனக்கு அவரோட எரக்கந்தான். என்ர உசிரக் குடுத்துத்தானே அவருக்கு அணிவிட பணிவிட எல்லாம் செய்தன். அவர வாப்பாவப் போலவே கவனிச்சி வந்தன். இப்புடி எல்லாம் கஷ்டப்பட்ட என்ர கல்புக்க மையதீன் மச்சானக் கண்டாத்தான் குளுமை. மகுத்தாகுரத்துக்கு ரெண்டு மாசத்து முந்தி அவருக்கு இரிமல் வரித்தம் ஒரத்திற்று. புளியந்தீவு ஆஸுவத்திரிக்கிக் கொண்டு போனதுக்குப் பொறகு ஊட்டுல நான் தனிய. நல்ல முன்னிருட்டுக் காலமும். ஒருவர்ற கண்ணிலயும் படாம மையதீனெ மச்சான் வந்து போவார். புரிசன் இல்லாதவங்களோட ஊடு கூடுகது சனா. சனா செய்யுறது ஹறாம்தான்.

“நான் போய் நாளக்கி செவகு தொழுதாப்போல வாறன் மச்சாள்”

ஆசியாத்து மூத்தம்மா போறா, ஈராவில் இரிந்து வெட்டக்கு எறங்க அவதான் பாத்தியா ஓதுவா. வாழப்பழம், பிசுக்கோத்து, சாம்புறாணி எல்லாம் வாங்கி வெக்கவேணும். அதுக்கு உம்மா வந்திடுவாக.

தொலைவெளி நெருக்கம்

சுகுமாரன்

திருவனந்தபுரத்திலிருந்து சென்னை செல்லத் தயாராக நின்றிருந்த ரயிலில் எங்கள் பெட்டியில் அம்மாவுடன் ஏறியதுமே அந்தச் சிறுமி எல்லாருடைய கவனத்தையும் ஈர்த்தாள். மூன்றோ நாலோ வயது இருக்கும். மாநிறம். கழுத்து வரை வெட்டிய சுருட்டை முடி. அதை மறைக்கும் குட்டி முக்காடு. திராட்சைக் குண்டு போலக் கண்கள். இருக்கையை அடையாளம் கண்டதும் உட்கார்ந்து எல்லாரையும் ஒருமுறை பார்த்தாள். எழுந்து அம்மாவின் கையிலிருந்த ராட்சசப் பெட்டியை வாங்கி சிரமப்பட்டு இழுத்து இருக்கைக்கு அடியில் தள்ளி விட்டாள். மலையாளித்தனமான தோள் குலுக்கலுடன் எல்லோருக்கும் 'சலாம் அலைக்கும்' சொன்னாள். அந்த ஒற்றைநொடியில் எல்லோருக்கும் அவளைப் பிடித்துப் போயிற்று.

திரோந்திரத்திலிருந்து எர்ணாகுளத்துக்கு உம்மாவுடன் போகிறாள். அவளுக்கு அதுதான் முதல் ரயில் பயணம். பெட்டியில் இருந்த எல்லாரிடமும் அவளே பிரகடனப் படுத்திக் கொண்டாள். அவளுடைய உப்பா வளைகுடா நாட்டில் வேலை செய்கிறார். அங்கே நடந்த விபத்தில் அவருக்குக் காயம்பட்டிருக்கிறது. அதனால் அவர் வேலை பார்க்கும் கம்பெனி அவரை விமானத்தில் திருப்பி அனுப்புகிறது. அன்று இரவு விமானம் நெடும்பாசேரி விமான தளத்துக்கு வரும். அங்கிருந்து உப்பாவை அமிர்தா ஆஸ்பத்திரிக்குக் கொண்டு போவார்கள். உம்மாவும் அவளும் உப்பாவைப் பார்த்துக் கொள்வார்கள். குழந்தை பேசுவதை அதன் தாய் அதட்டித் தடை செய்யப் பார்த்துத் தோற்றுப் போய்க் கொண்டிருந்தாள். தோல்வியை மறைக்க எல்லாரையும் பார்த்து வெளிச்சமில்லாத சிரிப்பை உதிர்த்தாள்.

என்னுடைய இருக்கைக்கு எதிரில் அம்மாவுக்கும் பொண்ணுக்கும் இருக்கை. "அங்கிள் என்னை ஜன்னலருகில் விடுவீங்களா?" என்று

மலையாளத்தில் கேட்டாள். நான் நகர்ந்து உட்கார்ந்தேன். அம்மாவை விட்டு வந்து ஜன்னலருகில் உட்கார்ந்து கொண்டாள். அவளுடைய சின்ன உடம்பிலிருந்து அத்தரின் கனத்த நெடி எழுந்து கொண்டிருந்தது. எல்லா முகங்களையும் பரிச்சயம் செய்துகொள்ளும் பாவத்தில் ஒருமுறை பார்த்தாள். பிறகு நோட்டம் ஜன்னலில் பதிந்தது. காட்சிகள் சுவாரசியமில்லாமல் போன நொடியில் அவளிடமிருந்து கேள்விகள் வந்து விழுந்தன. எல்லாருக்குமான கேள்விகள் அவளிடமிருந்தன.

என்னுடைய மீசை ஏன் வெள்ளையாக இருக்கிறது. அவளுடைய உப்பாவின் மீசை கருகருவென்று இருக்கும். அவர் பல் துலக்கும் பிரஷ்ஷால் கறுப்புப் பேஸ்ட் போட்டு மீசையையும் துலக்குவார். முன்னிருக்கையில் ஜன்னலுக்குப் பக்கமாக உட்கார்ந்திருக்கும் மாமி ஏன் அவ்வளவு பெரிய கம்மலை மூக்கில் போட்டிருக்கிறாள். இது கம்மல் இல்லை குழந்தை. மூக்குத்தி என்றார் மாமி. அப்படியானால் வலிக்காதா? அவளுடைய வலியம்மாவுக்குக் காது நிறைய அலுக்கு. பெரிய கம்மல். அதைப் போட்டுப் போட்டு காதே அறுந்துவிட்டது. மாமியின் மூக்கு அறுந்து போகாதா? உப்பா வரும் விமானம் எத்தனை மணிக்கு நெடும்பாசேரிக்கு வரும்? அதற்குள் ரயில் அங்கே போய்ச் சேர்ந்துவிடுமா? சேர்ந்துவிடும் என்றாள் அம்மா. அடிபட்ட உப்பா எப்படி வருவார்? நடந்து வருவாரா? படுக்கையில் படுத்துக் கொண்டே வருவாரா? இந்த முறை உப்பா அவளையும் உம்மாவையும் விமானத்தில் கொண்டு போவாரா? இது என்ன ஸ்டேஷன்? வர்க்கலை. அப்படியென்றால்? அது ஒரு பெயர். என் பெயர் ஜீனத். உங்கள் பெயர்? மாமி பெயர்? அந்த அங்கிள் பெயர்? பக்கத்திலிருக்கின்ற ஆன்ட்டி பெயர்? அந்தக் குழந்தையின் பெயர்? பெயர்களைத் தெரிந்து கொண்ட பிறகு கொஞ்ச நேரம் அமைதியாக இருந்தாள் அவள். அம்மா கொடுத்த பதார்த்தத்தை யாருக்காவது வேண்டும் என்று கேட்டு குழந்தையே தின்று கொள்ளலாம் என்றதும் சாப்பிடத் தொடங்கினாள். முடித்து விட்டு ஜன்னல் வழியாகப் பார்க்கத் தொடங்கினாள். மறுபடியும் கேள்விகள் கேட்பாளோ என்று பயமாக இருந்தது. பயந்தது போலவே மறுபடியும் கேள்விகள் ஆரம்பமா யின. அவளுடைய அம்மாவைத் தவிர எல்லோரும் தூங்குவதுபோல நடித்துக் கொண்டிருந்தார்கள்.

அம்மா அவளைப் பக்கத்தில் வந்து உட்கார அழைத்தாள். “இல்ல, நான் இங்கேயே இருக்கேன்” என்று ஏதோ கேட்கத் தொடங்கினாள்.

“குழந்தைக்குத் தூக்கம் வரவில்லையா?" என்று கேட்டேன். “இப்போது வரவில்லை. கொஞ்சம் கழித்து வரும். அங்கிளுக்குத் தெரியுமா? தூக்கம் எங்கயிருந்து வருகிறது?" "தெரியாது” என்றேன். பதில் சொல்லச் சிரமமான கேள்விகளையே பெரும்பாலும் குழந்தைகள்

கேட்கிறார்கள். அவர்களுக்கு முன்னால் ஒரு புது உலகம் கிடக்கிறது. அதன் திசைகளைத் திறந்து உள்ளே நுழைவதற்காக அவர்கள் உபயோகிக்கும் திறவுகோல்களாக இருக்கலாம் இந்தக் கேள்விகள்.

“காலுக்கு அடியிலிருந்துதான் தூக்கம் வருது. நாம தூங்குறதுக்குப் படுத்ததும் கால்தான் முதல்லே தூங்கும்” என்றாள் ஜீனத். நான் யோசிக்க ஆரம்பித்தேன்.

எர்ணாகுளம் சந்திப்பில் ஜீனத்தும் அம்மாவும் இறங்கினார்கள். விடைபெறும் முன்பு அவள் எல்லாரையும் தொட்டு நகர்ந்தாள். 'சிலிர்ப்பு' கதையில் ஜானகிராமன் எழுதியது போல இருந்தது. சைதன்யமே ஒருமுறை ஸ்பரிசித்து விலகியது போல இருந்தது. அந்தக் குழந்தை இறங்கிப் போன பிறகு சில நிமிடங்கள் பெட்டியில் இருண்ட அமைதி கவ்வியிருந்தது.

கான் சாகிப்

நாஞ்சில் நாடன்

கான் எனத் துணைப் பெயர் கொண்ட சில மேதைகள் நினைவில் நின்றனர். எல்லை காந்தி என்றழைக்கப்பட்ட கான் அப்துல் கஃபார் கான். எப்போது கேட்டாலும் கண்கள் நிறைந்து சொட்ட ஷெனாய் வாசித்த உஸ்தாத் பிஸ்மில்லா கான். 'பாபா ஹாஜி அலி' எனத் தொடங்கிப் பரவசத்தில் ஆடச் செய்யும் பாகிஸ்தானி சூஃபி பாடகர் நுஸ்ரத் ஃபத்தே அலிகான், இந்திய இசை மேதைகள் அலி அக்பர் கான், ரஷீத் கான், அம்ஜத் அலி கான், யாவருக்கும் மேலான உஸ்தாத் படேகுலாம் அலிகான்.

உங்கள் விருப்பமாக, சினிமா நடிகர்கள் சஞ்சய்கான், அம்ஜத் கான், சல்மான்கான், அமீர்கான், ஷாருக்கான் என பட்டியலை நீட்டிக்கொள்ளலாம், எமக்கு எதிர்ப்பில்லை.

இவ்வனைத்துக் கான்களையும் மீறி, என் சொந்த வாழ்வில் குறுக்கிட்டு, பாதித்து, கடந்தும் போனதோர் கான் பற்றி இவண் பேசலானேன். ஈண்டு அவரது இயற்பெயரைப் பயன்படுத்தப் போவதில்லை. இதுவோர் தன்வரலாற்றுக் குறிப்பா எனில் ஆம் என்றும் இஃதோர் சிறுகதைப் புனைவா எனில் ஆம் ஆம் என்றும் அறையும் பம்பாயின் அலைகடற் காற்று.

1972ம் ஆண்டு, நவம்பர் மாதம், தீபாவளி முடிந்த மூன்றாம்நாள், வரலாற்று முக்கியத்துவம் உள்ள நாளென்று இந்திய வரலாற்று ஆசிரியர்களால் கொள்ளப்படவில்லை. அன்றுதான் பம்பாய் விக்டோரியா டெர்மினஸ் தொடர்வண்டி நிலையத்தில் இந்தக் கதாசிரியன் கால் குத்திய நாள்.

இங்கிலாந்து பேரரசர் ஐந்தாம் ஜார்ஜும் ராணி மேரியும் 1911ல் கடல் மார்க்கமாக பம்பாய் கொலாபா கடற்கரையோரம் அப்பலோ

வந்து இறங்கியதன் நினைவாக 1924இல் 'கேட் வே ஆஃப் இந்தியா' கட்டப்பட்டது. சென்றிறங்கி இன்று முப்பத்தேழு ஆண்டுகள் கடந்து போயின எனினும் எந்த நினைவுச் சின்னமும் எழுப்பப்படாமற் போன காரணத்தினாலேயே, எனது செய்கைக்கு வரலாற்று முக்கியத்துவம் எதுவும் இல்லையெனப் புரிந்து கொள்ளலாம்.

இறங்கிய அன்று தானே எனக்கு கான் சாகிப் அறிமுகமாகி விடவில்லை. உண்மையில், சரியான உருது உச்சரிப்பில், அவர் பெயரை KHAN SAHEB என்று எழுத வேண்டும். எல்லா வேற்று மொழிப் பெயருக்கும் நம் மொழியில் சில சலுகைகளை வழங்கிக் கொள்கிறது. அதற்காக ஷேக்ஸ்பியரை, செகப்பிரியர் எனச் சலுகை கொடுப்பதை நம்மால் சகித்துக்கொள்ள இயலாது. இரண்டு மேதைகளின் அறிமுகம் சந்திப்பு, அத்தனை எளிதில் நடந்துவிடவும் வாய்ப்பு இல்லை . எனினும் இருவரும் சமகாலத்தில் ஒரு மாநகரில் வாழ்ந்து கொண்டிருந்தோம். சந்தித்துக் கொள்ளாமலேயே!

இதில் அதிசயம் கொள்ள ஒன்றுமே இல்லை. பிரபஞ்ச வெளியில் ஏற்கனவே பெயரிடப்பட்ட கோள்களும், பின்பு காணப்பட்ட கோள்களும், இன்னும் அறிந்து கொள்ளக் காத்திருக்கின்ற கோள்களும் ஒன்றை ஒன்று முட்டிக் கொள்வதில்லை, மோதிக்கொள்வதில்லை, உராய்ந்து கொள்வதும் இல்லை. ஒரு கோளின் ஓட்டுநர் எட்டிப் பார்த்து அடுத்த கோளின் ஓட்டுனரை, "தாய்ளி, லெப்ட் சிக்னல் போட்டுக்கிட்டு ரைட்ல திரும்புறான் பாரு" என வாழ்த்துவதும் இல்லை .

வேறு வேறு கதிகளில், திசைகளில் பயணம் செய்தும் கூட, கோள்களுக்கு என்று போக்குவரத்துக் கட்டுப்பாட்டு அறை கிடையாது. பச்சை, மஞ்சள், சிவப்பு விளக்குகளும் சிக்னல் எனக் கிடையாது. சிட்டி போலீஸ் கமிஷனர்களும் இல்லை.

கவிஞர் தில்லை வேலன் எமக்கு நண்பர். சிதம்பரத்துக்காரர் எனச் சொல்ல வேண்டியதில்லை. தில்லை வேலனை அறிந்திராத நீங்கள் அவர்க்கும் மூத்த தில்லை வில்லாளனை எங்கே நினைவு வைத்திருக்கப் போகிறீர்கள்? பம்பாயில் நடந்ததோர் தமிழ் நாடக விழாவின் போது, தில்லை வேலன் எனக்கு கான் சாகிபை அறிமுகம் செய்வித்தார்.

"ஜப்பானுக்கு தோல் ஏற்றுமதி செய்றாரு... உருதுல கவிதை எல்லாம் எழுதுவாரு"

எனக்கு இரண்டாவது தகவல் கவர்ச்சியாக இருந்தது. பின்னர் தெரிந்து கொண்டேன். இந்தியாவில் இருந்து தோல் இறக்குமதி செய்கிற ஜப்பான் நிறுவனம் ஒன்றுக்கு பம்பாய் முகவர் என்றும் தீவிர உருதுக் கவிதை வாசகர், ஆனால் கவிஞர் அல்ல என்றார்.

அப்போது கான் சாகிப் கார் வைத்திருந்தார். நாடகக் காவலர் மனோகரின் இலங்கேஸ்வரன் நாடகம் முடிந்த பிறகு, காரில் புறப்பட்டோம். கான் சாகிப் சயான் இரயில் நிலையம் அருகில் ஹோட்டல் கம்ஃபர்ட்டில் மாதவாடகைக்கு தங்கி இருந்தார். எனக்கு அங்கிருந்து தாக்குர்லிக்கு ரயில் பிடிக்கலாம். இரவு ஒன்றரை முதல் அதிகாலை மூன்றரை மணி வரைக்கும் இரயில் போக்குவரத்து இடைவெளி. இது 1972ன் நிலைமை.

எனக்கு கட்டுப்படியாகிற வாடகைக்கு நான் வேலைபார்த்த இடத்தில் இருந்து 50 கி.மீ. வெளியே குடி இருந்தேன். தாக்குர்லியில் இறங்கி, குறுக்கு வழியாக ஒற்றையடிப் பாதையில் நடந்தால் இருபது நிமிட நடை. கள்ளர் பயம் கிடையாது. காட்டு வழி ஆனாலும் கைக்கடிகாரமும், பத்து ரூபாய்க்கும் குறைவான கையிருப்பும், மாதம் இருநூற்றுப் பத்து ரூபாய் சம்பளக்காரனுக்கு அதுவே பெரிய காரியம். கண்மணி குணசேகரனின் சொல்லாட்சியை இரவல் வாங்கினால் 'இதுல பயப்பட என்ன கெடக்கு?'.

கான் சாகிப் காரோட்டிய விதம் கவலைக்கிடமானது. தவளை போல் காரோட்ட முடியும் என்பது அன்றுதான் எனக்குத் தெளிவானது. சயான் சர்கிளில், இரவு பத்து மணி தொடங்கி அதிகாலை இரண்டரை மணி வரை இயங்கிய தட்டுக்கடைகள் உண்டு. அல்லது செம்மொழியில் மொழிமாற்றம் செய்தால், 'கையேந்தி பவன்'. தாராவி, கோலிவாடா, கோவான்டி வாழ் தமிழர்கள் நடத்திய கடைகள். ஆம்லெட்பாவ், பாவ்புர்ஜி, வடா பாவ், இட்லி, தோசை கிடைக்கும். எப்படியும் உருதுக் கவிஞர் பணம் தருவார் எனும் நம்பிக்கையில் சுடச்சுட இட்லிசாம்பார் சட்னிஆம்லெட் குலுக்கிக் கட்டினேன்.

நேரம் கடந்து கொண்டிருந்தது. விக்டோரியா டெர்மினஸ் ஸ்டேஷனில் இரவு 01:35க்குப் புறப்படும். அன்றைய கடைசி கர்ஜத் லோகல், 01:50க்கு சயான் வரும். புறப்பட யத்தனித்தேன்.

“எத்தன மணிக்குப் போய்ச் சேரும்ல, பாய்?" என்றார் கான் சாகிப்.

“தாக்குர்லி ஸ்டேஷனுக்கு ரெண்டு நாப்பதுக்குப் போகும். பொடி நடையாப் போனா இருவது நிமிஷம்.'

“படுக்கச்சலே சாடே தீன் பஜேங்கா?"

“திரும்ப காலம்பற எப்ப லவுட்டேங்கா?" "ஆட் பஜே!'

"பேசாம என் ரூமிலே படு... காலம்பற ஸ்நான் கரோ, தஸ்தர் சலோ ..."

“இல்ல பாய், போயிருவேன்...."

“அரே, சலோனா சாலா... மை துஜே காண்ட் நை மாரேங்கா"

அப்போது நான் சற்று புஷ்டியாக இருந்தேன். தில்லை வேலன் அவரை பட்டாணிய இனம் என்று வேறு சொல்லி இருந்தார். எனது அச்சத்துக்கு அந்தரங்கமாய் ஆதர்சம் இல்லை என்று சொல்ல இயலாது. நண்டுக்கு நாவூறாத நரி உண்டா ?

1972லேயே பழைய காலத்து விடுதி. எனினும் விசாலமான காற்றோட்டமான அறை. பத்துக்கு இருபது அடி. ஒரு பீரோ, ஒற்றைக் கட்டில், மேஜை, நாற்காலி, துணி கிடக்கும் கொடி, தண்ணீர் பானை, துவைக்கும் குளிக்கும் பித்தளை வாளி, மக், நாளிதழ்கள், வாரந்தரிகள், புத்தகங்கள், சோனி மோனோ கேசட் பிளேயர் எனக் கிடந்தது அறை. பாத்ரூம், சண்டாஸ் வெளியே, பொது.

பீரோக்குப் பின்னால் மறைவாக இருந்த வர்ணக் கோரைப் பாயும் தலையணையும் போர்வையும் பிரித்துப் போட்டார். பீரோவைத் திறந்து மூட்டிய சங்கு மார்க் லுங்கியும் வர்ணத் துண்டும் தந்தார். விரித்துப் படுத்தேன். இரவு முழுக்க பேசிக் கொண்டிருந்தார். அவர் பேசினால் சிரித்துச் சிரித்து குடலறுந்து போகும். காலை ஐந்துமணிக்கு, சோக்ராவைக் கூப்பிட்டு சாய் சொன்னார். அப்போது தான் முதன் முதலாக அவருக்கு கான் சாகிப் என செல்லப் பெயர் வைத்தேன்.

அப்படித்தான் தொடங்கியது 'நஞ்சும் நா நாழியா வேணும்?' என்பார்கள் எதிர்மறையில். ஒரு சேக்காளி, சகா, தோஸ்த், நண்பன் என பாய்ந்து போயிற்று காலம். என்னைவிட நாலைந்து ஆண்டுகள் இளையவர். எனினும் எமக்குள் பேதங்கள் இல்லை . வாரம் ஒரு நாள் என ஆரம்பித்து பெரும்பாலும் தினமும் எனும் ரீதியில் நான் பணிபுரிந்த இடம் சென்ட்ரல் ரயில்வேயின் ஹார்பர் பிராஞ்சு தடம். சயான் இருந்தது மெயின் தடத்தில். ரே ரோடு நிலையத்தில் மின்வண்டி பிடித்து எதிர்திசையில் இரண்டு ஸ்டேஷன் பயணம் செய்து, சாண்டர்ஸ் ரோடு நிலையத்தில் இறங்கி, தடம் மாறி, வண்டி பிடித்து சயானில் இறங்க வேண்டும். மாலை ஐந்தே காலுக்கு தொழிற்சாலையில் புறப்பட்டால் ஆறுமணிக்கு சயானில் இறங்கி சாலை கடந்து ஓட்டல் கம்ஃபர்டின் இரண்டாவது மாடியில் இருக்கலாம். பத்து மணிக்கு மேல் வீட்டுக்குப் புறப்படுவேன். அல்லது அங்கேயே தங்கியும் விடுவேன்.

அவர் தாய்மொழி உருது. அதற்காக நீங்கள் கன்னித் தமிழ் நாட்டில் அந்நியர் ஆதிக்கம் என்று புருவம் தூக்க வேண்டாம். நடப்பு மாநில சட்டப் பேரவையின் மொத்த உறுப்பினர் 234 பேரில் வீட்டில் தாய்மொழியான தெலுங்கு 42 பேரும் கன்னடம் 18 பேரும் மலையாளம் ஆறு பேரும் பேசுகிறார்கள் என்று எனக்கொரு குறுஞ்செய்தி வந்தது சில மாதங்கள் முன்பு.

பயஸ் அகமது பயஸ் கவிதைகளை கான் சாகிப் சொல்லிக் கேட்க

வேண்டும். அல்லாமா இக்பால் அவருக்குப் பிரியமான இன்னொரு கவிஞர். உமர் கயாம் பெருவிருப்பு, ஆனால் அவர் பாரசீகக் கவி. அவர் போன்று மிர்தாத், காலிப், கலில் கிப்ரான்.

எப்போதும் கேசட் பிளேயரில் மன்னாடே, கிஷோர் குமார், மொகம்மது ரஃபி, பேகம் அக்தர், சம்ஷாத் அலி பேகம், நூர்ஜகான், சுரையா பாடல்கள் ஒலித்துக் கொண்டிருக்கும். இடையிடையே மலபாரின் மாப்பிள்ளைப் பாட்டுக்கள். 'முழுவன் கோழி பொரிச்சு வச்சு' என்று தொடங்கும் ஒரு பாடல் இன்னும் என் உட்செவியில் ஒலிக்கும்.

அவரது அறையின் துணிக்கொடியில் நான் பயன்படுத்தும் சாரமும் துண்டும் தொங்கிக் கிடக்கும். டூத் பிரஷும் நாக்கு வழிப்பானும் என் செலவில் வாங்கி வைத்திருந்தேன். சோப்பு, பவுடர், எண்ணெய், பற்பசை எல்லாம் பொதுக் கணக்கு. அன்று கைபேசிகளைக் கண்டதில்லை. விடுதித் தொலைபேசிதான். விடுதிக்கு கூப்பிட்டால் கீழே இருந்து அறைக்கு மணி அடிப்பார்கள்.

"கான் சாகிப்... மை நாஞ்சில்".

"கிதர் ஜாக்கே மர் கயா? சூத்தியா பொலா... கபி ஆத்தா ஹை?"

"ஆறு மணிக்கு வாறேன்"

"டீக் ஹை... கானா ஹமாரா ஸாத் காவ்" என்று இரவு உணவு அவருடன் என்று சொல்லி ஃபோனை வைத்து விடுவார்.

கான் சாகிபின் அம்மா, அவருடைய அப்பாவுக்கு இரண்டாம் தாரம். ஆம்பூரிலும் இராணிப் பேட்டையிலும் சென்னையிலும் வர்த்தகம், நல்ல செல்வந்தர். எதிர்பாராத தகப்பன் மரணம். சொத்துக்கள் யாவும் முதல் தாரத்து மக்களுக்குப் போய்விட்டன. பி.காம்., படித்திருந்த கான் சாகிப் தோல் மண்டிக்கு வேலைக்குப் போனார். ஆட்டுத் தோல், உப்பிட்டது, பதப்படுத்தியது என தொழில் கற்றுக் கொண்டார். இது முன்கதைச் சுருக்கம்.

கிட்டத்தட்ட ஓட்டல் கம்ஃபர்ட் எனது இரண்டாவது வீடு, பின்னாளில், நான் மேலாளராகப் பணியாற்றிய நிறுவனத்தின் எம்.டி. லண்டனைத் தனது செகண்ட் ஹோம் என்பார். ஒவ்வொரு மீட்டிங்கிலும் இருமுறை. அதுபோல் அல்ல இது. எனது பிற நண்பர்கள் கேலி பேசுவார்கள் சீக்கிரம் சுன்னத் கல்யாணம் செய்து மார்க்கத்துக்கு மாறிவிடு என்று. பாபா சாகேப் அம்பேத்கருக்கும் பெரியார் ஈ.வே. ராமசாமி நாயக்கருக்கும் அந்த எண்ணம் இருந்தது. அது பெரியார்தாசனுக்காவது நிறைவேறி இருக்கிறது.

வழக்கம் போல, மாலை ஓட்டல் கம்ஃபர்ட் சென்று சேர்ந்த போது,

கான் சாகிப் மக்ரிப் தொழுது முடிக்கும் தறுவாயில் இருந்தார். தொழுகை முடிந்து என்னைப் பார்த்தபோது முகத்தில் நல்ல மலர்ச்சி இருந்தது. எப்போதும் போல அஃதோர் வியப்பூட்டும் அனுபவம் எனக்கு. அடுத்தது, "சாய் பீயெங்கே?" சாய் பருகத் தொடங்குகையில் மொழிமாற்றம் பெற்று உலகாயத சலிப்போ, உற்சாகமோ!

எனக்குத் தெரிந்து தமிழில் வெளியான முதல் கமலாதாஸ் நேர்காணல், பாவைச்சந்திரன் ஆசிரியராக இருந்த காலத்தில், குங்குமத்தில் வெளிவந்தது. நேர் கண்டது கான் சாகிப். எந்தக் குறுக்கீடும் இன்றி நானும் உடனிருந்தேன். ஆனால் கமலாதாஸ் பின்னாளில் சுரையா பேகம் ஆனது கான் சாகிப் தூண்டுதலால் அல்ல. அப்போது ஆங்கிலத்தில் பெயர்க்கப்பட்ட அவரது நாவல்? My Story? நான் வாசித்திருந்தேன். படைப்பாளுமையைத் தாண்டி தாயின் கனிந்த முகம். கான் சாகிப் அடுத்துச் செய்த நேர்காணல் BLITZ ஆசிரியர் R.K. நரஞ்சியா, முதலெழுத்துக்களை ஒத்துப் பார்க்க வேண்டியதிருக்கலாம். ஆனால் அவர் Best dressed Indian என அக்காலத்தில் புகழப் பெற்றவர்.

எனது நற்பேறு கான் சாகிப் காரை விற்று விட்டார். அவருக்கு வேலை நெருக்கடி இல்லாத நாட்களில் மனம் போல அலைந்திருக்கிறோம். சாபிஸ் தாஸ் மேநிலைப்பள்ளி, சிவாஜி நாடக மந்திர், ரவீந்தர நாட்டிய மந்திர், பிரித்வி தியேட்டர் என மராத்தி, இந்தி, வங்காளி நாடகங்கள். 'அத்ரக் கே பாஞ்சே', 'பொலி அர்தா கர்வாலி', 'புட்டானு சடா ஜவானி' எனும் சிந்தி, பஞ்சாபி நாடகங்கள் பார்த்துக் குலுங்கிய சிரிப்பு. சிலசமயம் சண்முகானந்தா சபா, டாட்டா தியேட்டர் என கர்னாடக, இந்துஸ்தானி சங்கீதம். மரைன் டிரைவ், சௌபாத்தி, ஜூஹூ கடற்புறங்கள். அல்லது மஸ்ஜித் பந்தர், கர்நாக் பந்தர், அப்பலோ பந்தர், அல்லது மும்ப்ரா , தலோ ஜா எனும் மீன்பிடிக் கிராமங்கள்.

நகரில் எந்த மூலை முடுக்கில் ஆனாலும் நெரிசலான, சந்தடியான, தூசுதும்பான சூழல் ஆனாலும் அங்கிருந்த முஸ்லிம் உணவு விடுதிகளின் சுவை குறித்து என்னையும் அலைக்கழித்து நடப்பார். சுக்கா ரொட்டி, டால் ஃபிரை, வெங்காய எலுமிச்சைத் துண்டுகளே ஆனாலும் அவற்றில் தனித்துவம் இருக்கும். கோஷ் சாப்பிடுவதானால் அவர் இந்து, கிறிஸ்துவக் கடைகளில் உண்பதில்லை. ஹலால் செய்திருக்க மாட்டார்கள் என்று.

அவருக்கு இருபத்திரண்டு வயதிலேயே திருமணம் ஆகிவிட்டிருந்தது. ஆங்கிலம் போதிக்கும் மனைவியும் இரு மக்களும். எனக்கோ, பம்பாய்க்குப் பெண் தரத் துணியாத வெள்ளாளக் குடும்பங்களில் தப்பிக் கொண்டிருந்தனர். எட்டு வருடங்கள் காதலித்துத் திருமணம் செய்தவர் கான் சாகிப், அதாவது பதினான்கு வயதில் இருந்து.

எனினும் தான் பட்டாணிய இனம் என்றும் மனைவி லெப்பை வகுப்பு என்றும் அவருக்கு ஒரு கர்வம் இருந்தது.

ஒரு சந்தர்ப்பத்தில், வாடகைக்கு ஒரு ஃப்ளாட் பார்த்து ஓட்டல் கம்ஃபர்ட் அறையைக் காலி செய்யலாம் எனும் உத்தேசத்தில் வீடு தேட ஆரம்பித்தோம். மாலை நேரங்களில் சயான், கிங் சர்கிள், மாதுங்கா, விடாலா என. வெளிப்படையாகவும் மறைமுகமாகவும் பெயர் கேட்டதுமே முகம் கறுத்தனர். "விடுயா தர மாட்டானவோ." என்றார் சலிப்பின் உச்சத்தில். எனது நண்பர் வட்டத்திலும் பலர், கான் சாகிபுடன் இயல்பாய்ப் பழக மறுத்ததில் அவருக்கு வருத்தம் உண்டு. தமிழ்ச் சங்க விழாவொன்றில் மனைவியுடன் வந்த நண்பர், அவனுக்கு கான் சாகிபை அறிமுகம் செய்து வைத்தவுடன் அந்த சீரங்கத்துப் பெண்ணின் முகம் காட்டிய மருட்சியும் 'துலுக்கனா' எனும் கேள்வியும் என்னால் ஆயுளுக்கும் மறக்க முடியாதது.

அன்றிரவு நெடுநேரம் கான் சாகிப் சமாதானம் ஆகவில்லை .

பள்ளி விடுமுறைகளில் ஒரு மாதம் அவரது மனைவியும் குழந்தைகளும் பம்பாயில் வந்து தங்கிப் போவார்கள். ஒரு முறை அவர்கள் திரும்பிய போது, திருவனந்தபுரம் வழியாக ஊருக்குப் போகும் நான், துணையாகப் பயணம் செய்தேன். பம்பாயில் இருந்து ஆம்பூர் வரை முப்பது மணி நேரம்.

திரும்பி வந்த முதல் சந்திப்பில், கான் சாகிப் சொன்னார் காட்டமாக

"ஓ மாகி சூத் பூஸ்த்தா ஹை, எப்பிடி உன்னோடு என் குடும்பத்தை அனுப்பினேன்னு?"

"யாரு?"

"துமாரா தோஸ்த் சகாபுதீன்"

உண்மையில் சகாபுதீன் அவருக்குத்தான் நண்பர். எனக்கு அறிமுகம், பழக்கம் தான் கேட்டேன்.

"ஆப் கியா போலே?"

"அவுர் கியா? என் நண்பன் பேர்லயும் நம்பிக்கை இருக்கு. என் பீவி மேலயும் நம்பிக்கை இருக்குண்ணேன்"

"ஃபிர் கியா, சோடோ."

ரமலான் நோன்பு தினங்களில், இஃப்தார் நேரத்தில் ஓட்டலுக்குப் போவேன். தொழுகை முடிந்து எனக்காகக் காத்திருப்பார். தாராவியில் இருந்து சைக்கிளில் நோன்புக் கஞ்சி வரும், இருவருக்கும் சேர்த்து. ஒருவேளை அந்த நோன்புக் கஞ்சிதான் இழுத்துக் கொண்டுபோய்

நிறுத்திற்றோ? ஒன்றிரண்டு முறை நோன்பு தொடங்கும் ஸகரின் போதும் உடன் இருந்திருக்கிறேன்.

நோன்பு நாட்களில், இரவு முழுக்க, பம்பாயின் பிரதான பள்ளிவாசல்கள் சுற்றிலும் கல்யாணக் கோலமாக இருக்கும். எத்தனை வகை, எத்தனை வாசம், எத்தனை நிறம், எத்தனை சுவை?

எனக்கு காதுக்குள் பாடுவது போலிருக்கும் மதுரை சோமு. பம்பாய் சண்முகானந்தா சபாவில் கேட்டது

'ஓ ராம நீ நாமம் ஏமி ருசி?

ஏமி ருசிரா ராமா நீ எந்து ருசி?'

பத்ராச்சல ராமதாசர் சாகித்யம், பூர்வி கல்யாணி ராகம். இராமனின் சுவையை வியந்து, வியந்து, வியந்து பாடியது. ஆழ்வாரின் மனோபாவம் தான் உண்ணும் நீர், தின்னும் வெற்றிலை யாவும் நாராயணா எனும் நாமம். இரவு முழுக்க பார்த்தும் கேட்டும் வாசனை பிடித்தும் தின்றும் நடக்கையில் யாரோ மகான் ஒருவர் சொன்னது போல இறைவன் ஏழைகளுக்கு ரொட்டி வடிவில் வருகிறான். பசித்தவனுக்கு உணவும் இறையனுபவம் தான். ஆனால் அதைப் பசித்தவன் மட்டுமே தான் பெறவும் இயலும்.

கான் சாகிப் கையில் காசிருந்தால் என் பைக்குள் என் கை போகாது. அவர் கையில் காசில்லை எனில் என் சீசன் டிக்கட் முதற்கொண்டு அடமானம் தான். ஜப்பான் போய் வந்தபோது எனக்கு 'சாக்கே' வாங்கி வந்தார். அரிசியில் செய்த மது அது. ஆரம்பத்தில் எனக்கதை எப்படிக் குடிக்க வேண்டும் என்று தெரியாது. சோடாவா, தண்ணீரா, லைம் கார்டியலா, ஆன் த ராக்ஸ்சா என, பின்பு தெளிவாயிற்று, பீர் போல அப்படியே குடிக்கவேண்டும் என்று.

அவர் அறை மூலையில் சாம்பிளுக்காக வந்த, பதப்படுத்தப்பட்ட, பல்வகை ஆட்டுத்தோல்கள் கிடக்கும். வெள்ளாடா, செம்மறியா, குரும்பையாடா, கம்பளி ஆடா என்றெல்லாம் எனக்கு பேதம் தெரியாது. பதப்படுத்தப்பட்டு, தவிட்டுக் கலரில் சாயம் ஏற்றப்பட்டிருந்தாலும் அதற்கென ஒரு வாசம் உண்டு.

அந்தக் காலத்தில் அலுவலகம் போகும்போது என் கையில் எப்போதும் ஒரு ரெக்சின் பை இருக்கும். பம்பாயில் தமிழ்ப் பார்ப்பனப் புரோகிதர் பலரும் வைத்திருந்தது போல. ரெக்சினுக்கு தீட்டுக் கிடையாதாம். விளையாட்டாக கான் சாகிப் அதைத் தூக்கி விசிறுவார். அதனுள் பெரும்பாலும் ஒரு புத்தகம், ஒரு பருவ இதழ், டைம்ஸ் ஆஃப் இந்தியா நாளிதழ், மதியம் சாப்பிட என ஏதும் கொண்டு போனால் அலுமினிய கன செவ்வக டப்பா,

ஒரு நாள் ஓட்டல் அறைக்குப் போன போது, தோளில் தொங்கப் போடும் விதத்தில் *14* X *10* அங்குல அளவில், தோற் பை ஒன்று எடுத்து முன்னால் எறிந்தார்.

"சுத்தமான பக்ரி கா சம்டா! எக்ஸ்போர்ட் குவாலிட்டி. தையல் கூலி மாத்திரம் நூற்றைம்பது கொடுத்தேன். பிக்காரி ஸாலா, இனி அந்த ரெக்சின் பையைக் கடாசு."

என் தோளுக்கு அந்தப் பை வந்து முப்பதாண்டுக்கும் மேலாயிற்று. எழுத்தாள, இலக்கிய நண்பர்கள் கவனித்து இருக்கக் கூடும். என் தோளில் தொங்கியதை. தருமமிகு சென்னையில் வலப்பக்க விலாவில் நீளமாக பிளேடு போட்டான் ஒருவன். அண்ணன் அதைத் தைத்துக் கொடுத்தார். கோவை வந்த பிறகு ஒரு முறை மராமத்து செய்தேன். என்னுடன் அந்தத் தோற்பை, மராத்தியம், குஜராத், மத்திய பிரதேசம், உத்தரப் பிரதேசம், சோனார் பங்களா, ஆந்திரம், கர்நாடகம், கோவா, தேனிருந்து மழைபொழியும் தீந்தமிழ் நாடு, கடவுளின் சொந்த தேசம் கேரளம், பாண்டிச்சேரி என பல்லாயிரக் கணக்கான மைல்கள் பயணம் செய்திருக்கிறது. சுக்காய்க் காய்ந்த முரல் கருவாடு, காஜூ ஃபென்னி, சத்யஜித் ரேயின் பதேர் பாஞ்சாலி வீடியோ கேசட் எனப் பலவும் சுமந்திருக்கிறது. கண்டக்டர் பை என நண்பர்கள் பகடி செய்திருக்கிறார்கள்.

காலம் என்பது குரங்கு, காட்டு ஓடை, மழைப் புயல், கோடைக் கானல்.

காலி செய்துவிட்டு சென்னை வந்தார் கான் சாகிப். நான் கோவைக்குப் பெயர்ந்தேன். தோல் மண்டிகளும் அலுவலங்களும் தட்சண மாற நாடார் மகமைக் கட்டிடங்களும் இருந்த பெரியமேடு குறுக்குச் சந்து ஒன்றில் முதல் மாடியில் அவர் அலுவலகம். ஆள் நடக்க இடம் விட்டு தோல் மூட்டைகள் அடுக்கப் பட்டிருக்கும். ஆளுக்கு ஒரு பாய் விரித்து, தலைமாட்டின் தோல் வாசனை காற்றாட விடிய விடியப் பேசிக் கொண்டிருப்போம். ஈண்டு பகிர்ந்து அளிக்க இயலாத ஒரு சுவை ஊற்று அது.

எப்போதாவது மேலும் ஒரு குப்பி பீர் கேட்டால், "ஸாலா, பீவோ, பீக்கே மரோ" என்பவர் சுத்தமாய்க் குடியை நிறுத்தி இருந்தார். ரோத்மான்ஸ், ஸ்டேட் எக்ஸ்பிரஸ் புகைப்பதும் இல்லை. வெள்ளிக்கிழமை ஜும்ஆ முடிந்து ரயில் பிடித்து ஆம்பூர் புறப்பட்டுச் சென்று, திங்கள் முற்பகலில் திரும்புவார்.

நீண்டகாலம் குடி இருந்த நீரிழிவின் தாக்கம் முகத்தில், உடலில், நடையில் தொற்ற ஆரம்பித்தது. இன்சுலின் போட்டுக் கொண்டிருந்தார்.

எனினும் சிறுநீரகங்கள் தோற்றுக் கொண்டிருந்தன.

பம்பாயில் இருந்த போது ஒரு முறை சொன்னேன். "கான் சாகிப், ஒரு முறை கிராண்டு ரோடு போகணும்.'

"தெனமுந்தானே வெஸ்டர்ன் ரயில்வே போயிக்கிட்டிருக்கே?"

"அதைச் சொல்லல்லே நான்'

"ஓ! ஐக்மார்னேகேலியே! கந்தா ஹை ஸாலா தும்"

"எனக்கு அந்த இடங்களைப் பாக்கணும், போதும், வேற ஒண்ணும் வேண்டாம்"

"அதுக்கு தில் வேண்டாமா? ஓ, துமாரா பாஸ் கஹாங்?"

பல்லாண்டு பம்பாய் வாழ்க்கையில் கேள்விப்பட்டிருந்தேன். ஃபால்க் லேண்டு ரோடு, நவால்கள் லேன், பீதாம்பர் கல்லி என சிவப்பு விளக்குப் பகுதிகளை லோயர் பரேலில் மொரார்ஜி கோகுல்தாஸ் மில் பார்த்து விட்டுக் குறுக்குப் பாதையில் பிரமல்மில்லுக்குப் போகும் போது கொஞ்சம் ஆந்திரக்காரிகள் சாட்டின் பாவாடையும் பாடியும் மட்டும் போட்டுக் கொண்டு தத்தம் குடிசை வாசலில் நிற்பார்கள். அழைப்பு இருக்கும், சயானில் இருந்து அறுபத்தாறு பிடித்து லேமிங்டன் ரோட்டுக்குப் பயணமானோம். மாடி பஸ், முன் சீட்டில் உட்கார்ந்து வேடிக்கை பார்த்தவாறு டிக், டிக் என ஒலி எழுப்பிக் கொண்டு கண்டக்டர் வந்தார்.

"ஒனக்குத் தெரிமாய்யா? பெஸ்ட் கண்டக்டர் ஒரு நாளைக்கு பஸ்ஸுக்கு உள்ளேயே பதினாறு கிலோமீட்டர் நடக்கான். ஆயிரத்து முந்நூறு பயணிகளைப் பாக்கான்."

டெல்லி தர்பார் ஓட்டலுக்குப் பின்புறம் நாலைந்து நான்கு மாடிக் கட்டிடங்கள். டெல்லி தர்பார், நகரின் முக்கியமான உணவு விடுதி, தினமும் நாலாயிரம் கோழிகள் அறுபடுவதாகச் சொல்வார்கள்.

கான் சாகிபுக்கு ஒரு ஆளுமை உண்டு. நடக்கும் தோரணை, பார்க்கும் விதம், கண்ணாடியினுள் உருளும் பெரிய கண்கள், 'கியா ஹை?' என்ற அதட்டல். பார்க்கும் ஆசை எனக்குத்தான் என்றாலும் நான் கூசிக்கூசி நடந்தேன். கறுப்பு, புது நிறம், சிவப்பு, வெளுப்பு என எல்லா நிறங்களிலும் நின்று கொண்டிருந்தனர். ஏற்றிக் கட்டப்பட்ட முலைகளும் தொப்பூழுக்குக் கீழே இறக்கிக் கட்டப்பட்ட பாவாடையும் அடிவயிற்றுப் பரப்பு ஆலிலை போல் பரந்திருந்தது. தோள் தெரியும் சோளி அல்லது பாடி கண்ணுக்கு அஞ்சனம், கன்னத்தில் செம்மினுக்கம், கொண்டையில் பூ, வாயில் மிட்டா பான், உதட்டுச் சாயம்...

'தில்லானா தில்லானா, நீ தித்திக்கின்ற தேனா' என்றொரு சாய்வு இடுப்பு நிலை. எனக்கு நெஞ்சில் 'திக் திக்' என்று அடித்தது. இரண்டு கட்டிடங்கள். எட்டுத் தளங்களையும் சுற்றி வந்தோம்.

“காய் சேட், பைட் தூஸ் கா?”

“பஸ் கியா?” “சலோனா அண்ணா... பைட்டோ!” என ஆந்திர, மராத்தி, உத்திரப்பிரதேசம், நேப்பாளிக் கொஞ்சல்கள். நெஞ்சு படபடப்பாக இருந்தது.

“என்னய்யா? ஆத்மா சாந்தி ஆச்சா?” என்றார் கான் சாகிப். முன்னிரவு எட்டு மணி ஆகிவிட்டது. டெல்லி தர்பாரில் முழுக் கோழி தந்தூரி, பியாஸ் ரைத்தா, ரொட்டி, சலன்.

கடைசியாக, கடைசி என்று தெரிந்திராமலேயே, பெரியமேடு போனபோது அவர் குடும்பமும் இருந்தது. பி.காம்., படிக்கிற மகள் பத்தாவதில் மகன்.

வாரம் ரெண்டு டயலிசிஸ், உப்பில்லாமல் உணவு, அளந்து குடிநீர். நொந்து போய்விட்டது மனது.

வழக்கமாய், பம்பாயில், ஓட்டல் அறையில் பாய் விரித்து, சுற்றி அமர்ந்து நாங்கள் சாப்பிடுவது நினைவு வந்தது. தலையில் கர்ச்சீப் போட்டு, தண்ணீர் தம்ளரைப் பிடித்திருந்த இடது கையை வலது கையால் தாங்கிக் குடித்து.....

"நீ நமக் போட்டுக் கையா!" என்றார்.

“வேண்டாம் கான் சாகிப். இன்னைக்கு நீ சாப்பிடுவதை நானும் சாப்பிடுகிறேன்.”

இருவருக்கும் கண்கள் கலங்கின. குடும்பத்தினருக்கும். நாட்கள் எண்ணப்பட்டு விட்டனவா என உள்மனம் ஓங்கி ஒலித்தது. அவர் அடிக்கடி சொல்லும் கவிதை வரியொன்று... யாவர் வீட்டு முற்றத்து நின்றும் கண்ணுக்குத் தெரியாத தடம் ஒன்று கப்ருஸ்தானுக்கு.

சாப்பிட்டு முடித்ததும் உள் அலுவலக அறையில் கதவைச் சாத்திக் கொண்டு பேசிக் கொண்டிருந்தோம்.

“உங்ககிட்டே சொல்லல்லே... ரொம்ப நாளா மத்தவனுக்கு தம் இல்லே! முட்டுக் கொடுக்கதுக்கு கண்டகண்ட மாத்திரை... ரெண்டு கிட்னியும் போச்சு... பாய், ஒரு விளம்பரத்தையும் நம்பாதே! எந் தப்புத்தான்...”

அவரது பெரிய கண்கள் கலங்கிப் பாய்ந்தன. பெரிய கனத்த சோடாப் புட்டிக் கண்ணாடியைக் கழற்றித் துடைத்தார். பம்பாயில் எனக்கு முதலில் அறிமுகமான கான் சாகிப் அல்ல இது. கொடுங்கூற்றுக்கு

இரையெனப் பின் மாய ஒதுக்கம் கொண்ட வேறேதோ மானுடன்!

'திப்பு சுல்தான்', சஞ்சய் கான் படம் பார்க்க அன்று இருநூறு ரூபாய் கொடுத்து டிக்கெட் வாங்கியவரல்ல. என்னைவிட கணக்குக்கு ஒரு குப்பி பீராவது அதிகம் குடிக்க வேண்டும் என வாசிக்கு விரல் உயர்த்தியவர் அல்ல. இரண்டு டால்ஃபிரை வாங்கி மொத்தமாய்ப் பீங்கான் தட்டில் கவிழ்த்து, தலைக்கு ஒரு லோஃப் பிரட் பிரித்து வைத்து வெங்காயம் பச்சை மிளகாய் கடித்துத் தின்றவரும் அல்ல. மூங்கக் குடித்துவிட்டு உறங்கியவனைப் பாயோடு கரகரவெனச் சேர்த்து இழுத்துச் சுவரோரம் போட்டவரல்ல. பம்பாயின் நவீன நாடக முயற்சிகளில் நடித்துப் பங்காற்றியவரல்ல. தமிழ்ச் சங்கக் கவியரங்கங்களில் எழுதி வாசித்தவரல்ல. ஃப்ஸோரா ஃபவுண்டன் பதக்கம் வேலையிருந்தால், நான் வேலை முடிந்து வரும்வரை, வரவேற்பறையில் காத்துக் கிடந்தவர் அல்ல.

கையறு நிலையில் இரு கையும் நீட்டி, குதாவிடம் வாழ்நாள் யாசித்து நின்ற ஜீவன்.

வழக்கம் போல் தோள் தழுவி, "குதா வராஃபீஸ்" சொல்லி விடை கொடுத்தார். இருவர் புறமுதுகிலும் சொட்டி நனைத்த சோகத் துளிகள். திரும்பிப் பார்க்காமல் நடந்தேன்.

புறப்படுமுன், வெள்ளியில் இளநீல ஒற்றைக் கோடுகள் போட்ட சங்கு மார்க் லுங்கியொன்று தந்தார் புதியதாய். அண்மையில் கோலாலம்பூரில் கிராண்ட் சீசன்ஸ் ஓட்டலில் ஒரே அறையில் தங்கி இருந்தபோது கட்டி இருந்தேன், கவனித்தீர்களா ஜெயமோகன்?

அதன்பிறகு கான் சாகிபை நான் பார்க்கவில்லை, உயிருடனோ, மையத்தாகவோ!

அந்தத் தோற்பைக்கும் முப்பத்திரண்டு வயது ஆகிறது. ஓரங்கள் வெளிறி, நைந்து, தையல் விட்டு, உள்ளே நட்டக் குத்த போடுகிற பேனா ஒழுகிக் கீழே விழுந்து விடுகிற அளவு நான்கு மூலைகளிலும் ஓட்டைகளுடன்.

எல்லோரும் எறிந்துவிடச் சொல்கிறார்கள். ஆனால் புறத்தே, ஸ்தூலமாய் நான் சுமக்கும் கான் சாகிப் அது. போனவாரம், கோவை ராஜவீதி அஞ்சு முக்கில், தோற்பைகள் பெட்டிகள் சீர்திருத்தும் கடையொன்றின் முன் நின்றிருந்தேன். தோள் பையைக் காட்டி, அதைப் பிரித்து வெட்டி, சின்னதாகவேனும் ஒரு பவுச் செய்து தரமுடியுமா எனக் கேட்டேன். அடுத்த வாரம் வரச்சொல்லி இருக்கிறான்.

ஹசர் தினார்

எஸ். ராமகிருஷ்ணன்

அவனுக்குப் பெயர் கிடையாது. அவனை விலைக்கு வாங்கியவர்களின் விருப்பத்திற்கு ஏற்ப அவனது பெயர் மாறிக் கொண்டேயிருந்தது. கடைசியாக அவனை விலைக்கு வாங்கிய வணிகன் ஆயிரம் தினார் விலை கொடுத்து வாங்கியிருந்தான். அன்றிலிருந்து அவனை ஹசர் தினார் என்று அழைக்கத் துவங்கினார்கள்.

அந்த வணிகனிடம் அவனைப் போல இருபதுக்கும் மேற்பட்ட இளவயது ஆண்களிருந்தார்கள். தேசம் முழுவதுமே ஆண் மோகம் கொண்டவர்கள் அதிகமாயிருந்தார்கள். அழகான பெண்களை அடைவதை விடவும் ஆண்களோடு உறவு கொள்வதற்கே ஆசைப்பட்டார்கள்.

ஹசர் தினாரின் உரிமையாளன் விசித்திரமான பழக்கங்கள் கொண்டவன். அவன் பருவ வயது ஆண்களோடு சல்லாபம் செய்தபடியே குளிப்பதில் அதிக ஈடுபாடு கொண்டிருந்தான். இதற்காகவே குளியலின் போது எப்படியெல்லாம் களிப்பை உண்டாக்க முடியும் என்பதை அவனிடமிருந்த அடிமைகள் யோசிக்க வேண்டியதிருந்தது.

ஹசர் தினாரின் பால்யம் முழுவதும் வேசைகளோடும் வேலைக்காரப் பெண்களோடுமே கழிந்தது. ஆகவே அவனால் உடல் உணர்ச்சிகளை எளிதாக மீட்டி மேலேற்ற முடிந்தது. அதற்காகவே ஒரு குளியல் தொட்டியை உருவாக்கியிருந்தான். அதில் வேளைக்கு ஒரு நறுமணமும், குளியல் முறையையும் அறிமுகம் செய்து கொண்டிருந்தான் ஹசர் தினார்.

டெல்லியில் அப்போது சுல்தான் கில்ஜியின் ஆட்சி நடந்து கொண்டிருந்தது. வேசையர் விடுதிகள் யாவையும் தடை செய்து விட்ட கில்ஜி நகரமெங்கும் ஒருபால் புணர்ச்சிக்கான ஆண்களையும் பால்திரிபு கொண்ட அரவாணிகளையும் மட்டுமே அனுமதித்திருந்தார்.

விலக்கப்பட்ட வேசைகள் பிச்சைக்காரர்களை விடவும் கேவலமாக பசியோடு தெருவில் அலைந்து திரியத் துவங்கினார்கள்.

இளவயதுப் பையன்களை புணர்ச்சிக்கு ஏற்பாடு செய்யும் கேளிக்கை கூடங்கள் நகரமெங்கும் உருவாகின. கில்ஜி வெளிப்படையாகவே தனக்குப் பிடித்தமான ஆண்களோடு ஒன்றாக பவனி வரவும் பொது இடங்களில் அவர்களது அந்தரங்க உறுப்புகளோடு விளையாடவும் செய்கின்றவராகயிருந்தார். டெல்லி நகரமே மோகத்தின் கொந்தளிப்பில் இருந்தது.

ஹசர் தினார் தன் பெயரை எப்படியாவது தன்னிடமிருந்து விலக்கி விட வேண்டும் என்ற வெறியோடு இருந்தான். பெயரே இல்லாமலிருந்தால் கூட பரவாயில்லை, இந்தப் பெயர் ஒரு கறைபடிந்த அடையாளமாக இருந்தது. தனிமையில் அவன் தனக்கு உரிய பெயர் எதுவாக இருக்கும் என்று யோசித்துக் கொண்டேயிருப்பான். வேசையின் பிள்ளையாகப் பிறந்து ஒரு பெயரைக்கூட தனக்கு சொந்தமாக்கிக் கொள்ள முடியவில்லையே என்ற ஆதங்கம் அவனுக்குள் கொதித்துக் கொண்டிருந்தது.

அவனுக்கு சொந்தமானது ஒரு அறை மட்டுமே. அந்த அறையில் இருந்த கூண்டில் ஒரு குருட்டுக் கிளி மட்டுமே துணையாக இருந்தது. அது தான் கற்று வைத்திருந்த சில வார்த்தைகளை திரும்பத் திரும்பக் கத்திக் கொண்டேயிருந்தது. சில வேளைகளில் அந்த குருட்டுக் கிளியைத் தன் கைகளில் இறுக்கிக் கொன்றுவிடலாமா என்று ஆத்திரப்படுவான்.

அந்தக் கிளியும் இல்லாமல் போய்விட்டால் தன் கோபத்தை கொட்டுவதற்குக் கூட ஆள் இருக்க மாட்டார்கள். இல்லையா? பகலும் இரவும் அவன் யார் யார் மீதோ இருந்த வெறுப்பை அந்தக் கிளியிடம் காட்டிக் கொண்டிருந்தான். கிளி பயந்து கூண்டில் ஒண்டிக் கொண்டிருந்தது.

வணிகனின் வீட்டிலிருந்து அவனுக்கு இரண்டு வேளை பரிமளம் மிக்க உணவு வந்து சேர்ந்துவிடுகிறது. பகல் நேரங்களில் அறையை ஒட்டியிருந்த வீதியைக் கடந்து செல்லும் ஓசைகளைக் கேட்டுக் கொண்டிருக்கலாம். அதைத் தவிர வேறு இயக்கம் கிடையாது. எப்போதாவது படைவீரர்களின் ஏதாவது ஒரு நகரத்தைக் கைப்பற்றச் செல்லும் ஓசை கேட்கும். தானும் அவர்களைப் போல குதிரையேறிச் சென்று சண்டையிட முடியாதா என்று யோசித்தபடியே இருப்பான் ஹசர் தினார்.

அவனுக்கு கொஞ்சம் கொஞ்சமாக உலகின் மீது வெறுப்பும் ரௌத்திரமும் அதிகமாகிக் கொண்டே வந்தது. தனது நீண்ட தலைம யிரையும் மழிக்கப்பட்ட முகத்தையும் தானே சிதைத்துக் கொள்ள

வேண்டும் என்று ஆசைப்பட்டான்.

இந்தூரில் அப்போது எதிர்பாராத கலகம் உருவானது. அதை அடக்குவதற்காக கில்ஜியின் தளபதிகளில் ஒருவன் வந்திருந்தான். ஆறாயிரம் குதிரைப்படைகளும் அவனோடு வந்திருந்தன. அந்தப் படைகள் கடந்து போன இரவில் ஹசர் தினார் குதிரைகளின் குளம்படி ஓசையைக் கேட்டுக் கொண்டிருந்தான். விட்டில் பூச்சியைப் போல பிறந்திருந்தால் கூட தன்னிச்சையாகக் கண்காணாத இடத்திற்குச் சென்றுவிடலாமே என்று நினைத்துக் கொண்டிருந்தான்.

இரண்டு நாட்களில் கலவரம் ஒடுக்கப்பட்டிருந்தது. வெற்றி பெற்றுத் திரும்பும் தளபதிக்கு விருந்து கொடுப்பதற்காக வணிகர்கள் போட்டி யிட்டனர். ஹசர் தினாரின் உரிமையாளன் தளபதியை மகிழ்விப்பதற்காக அவனை அனுப்பி வைப்பது என்று முடிவு செய்தான்.

ஹசர் தினாரோடு உறவுகொள்ளும் போது கில்ஜியின் தளபதி தண்ணீர் உஷ்ணமேறி கொதிக்கையில் இடையறாது குமிழ்கள் தோன்றி மறைவது போல் தன் உடலில் காமம் கொதித்துக் குமிழ்விடுவதையும் ரத்த நாளங்களில் ஒரு லாகிரி கலந்துவிட்டது போல இச்சை கரைந்து போவதையும் உணர்ந்தான்.

மறுநாளே கில்ஜிக்கு உரியவன் இந்த அடிமைதான் என்று முடிவு செய்தவனாக அவனை அரசருக்கான பரிசாக தன்னோடு அழைத்துப் போவதாக உத்தரவிட்டான். வணிகன் ஹசர் தினாரின் கைகளைப் பிடித்துக் கொண்டு ஒரு சிறுவனைப் போல அழுதான். ஹசர் தினாரின் கண்களில் சலனமேயில்லை. அந்த அறையில் இருந்த குருட்டுக் கிளியை மட்டும் தன்னோடு கொண்டு செல்வதற்காக எடுத்துக் கொண்டான்.

இரண்டு பகலிரவுகள் பல்லாக்கில் கடந்து சென்று டெல்லியைக் கண்டபோது நகரம் பனிமூட்டத்தினுள் மூழ்கியிருந்தது. கிளி அதன் முன்பு அறிந்திராத குளிர் காற்றை உணர்ந்தபடியே தனக்குத் தானே கத்திக் கொண்டே வந்தது. கோட்டைகளும் காவல்வீரர்களின் நடமாட்டமும் தென்பட்டது. விடிகாலை நட்சத்திரம் ஒன்றை உற்று நோக்கியபடியே ஹசர் தினார் டெல்லிக்குள் பிரவேசிக்கத் துவங்கினான்.

பதினாறு நாட்களுக்குப் பிறகு ஹசர் தினார் நறுமணக் குளியல் செய்யப்பட்டு வாசனை திரவிங்கள் பூசி, வெண்பட்டு உடுத்தப்பட்டு, சிறையில் மயிலிறகு சூடி தோளில் குருட்டுக்கிளி அமர்ந்து கொள்ள கில்ஜியின் படுக்கையறைக்கு அனுப்பி வைக்கப்பட்டான். பிரம்மாண்டமான அந்த அறையில் நான்கு முக விளக்குகள் எரிந்து கொண்டிருந்தன. அறைக்காவலர்களாகக் கூட பதின்வயது சிறுவர்களே அமர்த்தப்பட்டிருந்தார்கள்.

டெல்லி நகரமெங்கும் மது விற்பனை தடை செய்யப்பட்டிருந்தது. அத்தோடு மது கடத்துபவர்கள் உயிரோடு புதைக்கப்பட்டார்கள், ஆகவே அரண்மனையிலும் மது தடை செய்யப்பட்டிருந்தது. மாறாக போதையேற்றும் புகைக் குழாய்களும், கல்பங்களும் புழக்கத்திலிருந்தன.

ஹசர் தினார் அந்த அறையின் படுக்கையில் அமர்ந்தபடியே உறக்கமற்றுக் காத்துக் கொண்டிருந்தான். கிளி பயத்தில் மெதுவான குரலில் கத்திக் கொண்டிருந்தது. அடிமைகளில் ஒருவன் வெள்ளிச் சரிகை சுற்றப்பட்ட கோந்து போன்ற கல்பம் ஒன்றை அவனிடம் தந்து ருசிக்கச் சொன்னான். அதை நாவிலிட்டதும் உடலில் எறும்புகள் அப்பிக் கொள்வதைப் போல உணர்வு ஏற்படுவதை உணர்ந்தான்.

கொஞ்சம் கொஞ்சமாக உடல் அவிழ்ந்து வெண்ணெய் உருகுவது போலிருந்தது. ஹசர் தினார் உறக்கத்திற்கும் விழிப்பிற்கும் இடையில் ஊசலாடிக் கொண்டிருந்த போது அறையில் முன்பு இல்லாத சுகந்தம் நுழைந்தது. கில்ஜி அறையில் பிரவேசித்திருந்தார். அவர் தன் இருபுறமும் இரண்டு ஆண்களை அணைத்தபடியே நடந்து வந்தார். அவர்கள் பிறந்த மேனியாக இருந்தார்கள்.

ஹசர் தினாரின் அருகில் வந்த கில்ஜி அவனது ஆடைகளை அவிழ்த்து எறிந்துவிடும்படியாக சொன்னார். பிறகு, அவனிடம் தன்னுடைய உடலில் அவனுக்குப் பிடித்தமான இடம் ஒன்றைத் தேர்வு செய்து தொடும்படியாகச் சொன்னார். அவரோடு இருந்த அடிமை ஆண்கள் பரிகாசமாக சிரித்தார்கள்.

ஹசர் தினார் தனது சிகையிலிருந்த மயிலிறகைக் கையில் எடுத்தபடியே அவரது உடலில் மெல்ல ஊர்ந்து செல்லத் துவங்கினான். குருடன் தொலைந்து போன தன் கைப்பொருளைத் தேடுவதைப் போல மிகக் கவனமாக உடலின் நரம்புகளைத் தேடத் துவங்கினான். கில்ஜி சில நிமிசங்களில் அங்கிருந்த மற்ற அடிமைகளை அறையை விட்டு வெளியேறும்படியாக ஆணையிட்டார். அதன் பிறகு இரண்டு பகலிரவுகள் கில்ஜி அந்த அறையை விட்டு வெளியேறி வரவில்லை. வெளிச்சம் வராத அறையில் குருட்டுக் கிளி மட்டுமே எதையோ கத்திக் கொண்டேயிருந்தது.

அதன் பிறகு கில்ஜியின் நடவடிக்கைகளில் முன்பு இல்லாத மாற்றங்கள் துவங்கின. அவர் காதலில் விழுந்தவரைப் போல சதா ஹசர் தினார் கைக்குள் தன்னை ஒப்புக் கொடுக்கவே துடித்துக் கொண்டிருந்தார். ஹசர் தினார் தனக்கு என்று தனியாக ஒரு மாளிகை ஏற்பாடு செய்ய வேண்டும் என்றான். அதன்படியே நடந்தது.

அவனது மாளிகை எங்கும் அரவாணிகள் காவல் ஆட்களாக

நியமிக்கப்பட்டார்கள். நீண்ட நாட்களுக்குப் பிறகு அவன் இரவில் தனியே குதிரையில் சுற்றியலையத் துவங்கினான். கண்ணில் தென்படும் யாவையும் அழித்து ஒழிக்க வேண்டும் என்ற ஆவேசம் நாளுக்கு நாள் அதிகமாகிக் கொண்டே வந்தது. கில்ஜி அவனது மோகத்திலிருந்து விடுபட முடியாதவராகயிருந்தார்.

ஹசர் தினார் மீதான பொறாமை அரண்மனை எங்கும் பீறிடத் துவங்கியது. பட்டத்து ராணி உள்ளிட்ட யாவரும் அந்தப் புதிய அடிமை பற்றி ரகசியமாகப் பேசிக் கொண்டார்கள். ஆனால் எவரும் ஹசர் தினாரை நேர்கொண்டு கண்டதேயில்லை. கில்ஜியின் தர்பாருக்கு ஒரு நாள் ஹசர் தினார் கவச உடையணிந்து கம்பீரமாக அவரோடு கைகோர்த்து வந்தபோது அரண்மனையில் இருந்த பெண்களில் பலரும் தங்களை மறந்து அவனைப் பார்த்துக் கொண்டிருந்தார்கள்.

அரண்மனை அதிகாரம் யாவும் தன் கைவசமான போதும் அந்தப் பெயர் தன்னை விட்டுப் போக மறுப்பது ஹசர் தினாருக்கு எரிச்சலை ஏற்படுத்திக் கொண்டிருந்தது. உடனடியாக அவன் தனக்கு ஒரு பெயரை ஏற்படுத்திக் கொள்ள ஆசைப்பட்டான். அதற்காக அவன் சில பெயர்களைத் தேர்வு செய்தும் வைத்திருந்தான். ஆனால் தன் முதுகுக்குப் பின்னே பல நூறு கண்கள் தன்னைப் பரிகசித்துக் கொண்டிருப்பதையும் வெளிப்படையாகவே அவனைப் பலரும் ஹசர் தினார் என்று சொல்லி கேலி செய்வதையும் தவிர்க்க முடியவே யில்லை .

தன்னை நிரூபித்துக் கொள்வதற்காக அவன் காத்துக் கொண்டே யிருந்தான். அவன் சுல்தானிடம் தன்னை அரசப்பிரதிநிதியாக அறிவிக்க வேண்டும் என்றான். சுல்தானின் மோகம் அனுமதித்தது. அதன் சில மாதங்களில் அரண்மனையில் ஹசர் தினாரை எதிர்ப்பவர்கள் பலரும் சிரச்சேதம் செய்யப்பட்டார்கள்.

கறுப்பு நிற அராபியக் குதிரை ஒன்றில் போர் வீரனைப் போல உடையணிந்தபடியே பகலிரவாக ஹசர் தினார் டெல்லியின் வீதிகளில் சுற்றியலைந்து கொண்டிருந்தான். அவன், கூடவே குருட்டுக் கிளியை வைத்திருந்தான். ஹசர் தினாரின் ஆவேசம் கிளியிடம் பயத்தை ஏற்படுத்தியிருக்க வேண்டும். அது பேசுவதை கொஞ்சம் கொஞ் சமாக நிறுத்திக் கொண்டுவிட்டது.

ஹசர் தினாருக்கு டெல்லி நகரமே ஒரு பிரம்மாண்டமான கழிப்பறையைப் போல அசூயை ஊட்டுவதாகயிருந்தது. அவன் தன் உடலில் இருந்த மென்மையைக் கொஞ்சம் கொஞ்சமாக அழிக்கத் துவங்கினான். பாறையைப் போல அவனது உடல் உரமேறத் துவங்கியது.

அரண்மனை எங்கும் அரவாணிகளை முக்கிய பதவியில் அமர்ந்த்தினான். அதிகாரம் அவனது விளையாட்டுப் பகடை போலானது. அதன் பிறகு அவன் சுல்தானிடம் தனக்கு ஒரு பெயரை சூட்டுமாறு யாசித்தான். நோயும் சாவின் மீதான பயமும் கொண்ட கில்ஜி அவனுக்கு ஒரு புதிய பெயரை வழங்கினார். மாலிக் கபூர் அதாவது எஜமானுக்கு அடிமை என்ற அந்தப் புதிய பெயர் அவனுக்கு முன்பு இல்லாத அதிகாரத்தை உருவாக்கியது.

அவன் ஓராயிரம் தடவை தன் பெயர் மாலிக் கபூர் என்று குருட்டுக் கிளியிடம் உளறிய போதும் அது அந்தப் பெயரைத் திரும்ப சொல்லவே யில்லை. அவன் ஒரேயொரு முறை அந்தக் கிளி பேசினால் கூட பரவாயில்லை என்று ஆத்திரப்பட்டு அதை வீசி எறிந்தான். அடிபட்டு விழுந்த அந்தக் கிளி கத்தவேயில்லை .

மாலிக் கபூர் குனிந்து அந்தக் கிளியை கையில் எடுத்துத் தடவிக் கொடுத்தபடியே உன்னைப் போலவே நானும் என் மனதைக் குருடாக்கிவிட்டேன். இனி பேசுவதற்கு எனக்கும் எதுவுமில்லை என்றபடியே தன் மாபெரும் குதிரைப்படையோடு டெல்லியைவிட்டுப் புறப்பட்டான். கண்ணில்படும் நகரங்களையும், தேசங்களையும் சூறையாடியபடியே அந்த அடிமையின் ரத்தம் முன்னேறிச் சென்று கொண்டிருந்தது.

மூர்க்கமும், ஆவேசமும் கொண்ட போர்வீரனாக உருமாறிய மாலிக் கபூர் பல்லாயிரம் பேர்களைக் கொன்று குவித்த போதும் அவனது மனது சாந்தியடையவில்லை . மாலிக் கபூர் என்ற பெயர் மக்களிடம் பயத்தை ஏற்படுத்துவதை அவன் ரசிக்கத் துவங்கினான். அந்தப் பெயர் தன்னோடு ஒட்டிக் கொண்டு விட்டது என்று சந்தோஷமடைந்தான்.

எண்ணற்ற வெற்றிகளுக்குப் பிறகு டெல்லி திரும்பிய மாலிக் கபூர் ஒரேயொரு இரவு கில்ஜியோடு சேர்ந்து உறங்க விரும்பினான். கில்ஜியின் உடலில் நோய் முற்றியிருந்தது. சாவின் ரேகைகள் அவர் உடலில் ஓடத் துவங்கியிருந்தன. அறையில் இப்போது சுகந்தமேயில்லை. மரணத்தின் வாசனை மட்டுமே கமழ்ந்து கொண்டிருந்தது.

அவனைத் தழுவுவதற்காக கைகளை அருகில் நீட்ட பயந்து நின்ற கில்ஜியின் உதடுகளை மாலிக் கபூர் தன் வலிமையான முரட்டு உதடுகளால் கவ்வி முத்தமிட்டான். அவன் கையிலிருந்த மதுக்கோப்பை கில்ஜியின் உதடுகளைத் தொட்டது. கில்ஜி அதை விலக்கினார். குழந்தைக்கு மருந்து ஊட்டுவதைப் போல கொஞ்சம் கொஞ்சமாக விஷத்தைப் புகட்டினான். சில நிமிஷங்களில் கில்ஜியின் உடல் தளர்ந்து சரிந்தது. இறந்து கிடந்த கில்ஜியின் உடலை அணைத்தபடியே ஒரு இரவு மிக நன்றாக உறங்கினான் மாலிக் கபூர்.

விடிந்து எழுந்த போது ஹசர் தினார்... ஹசர் தினார்... என்ற குரல் கேட்டது. அவன் திடுக்கிட்டு விழிக்க அவனது குருட்டுக் கிளி அந்தப் பெயரைத் திரும்பத் திரும்பக் கத்திக் கொண்டேயிருந்தது. ஆத்திரத்தில் அவன் தன் வாளால் கிளியின் தலையை இரண்டாகத் துண்டித்தான். அப்போதும் அந்தக் குரல் அரண்மனை சுவர்களுக்குள்ளாகவே சுற்றிக் கொண்டிருந்தது போலவே இருந்தது.

நீண்ட நாட்களுக்குப் பிறகு அப்பெயர் திரும்பவும் தன்னிடம் வந்து ஒட்டிக் கொண்டதைப் போல உணர்ந்த ஹசர் தினார் தன்னை மீறி வெடித்து அழுதான். அந்த கேவல் ஓசையைக் கேட்க அறையில் யாருமேயில்லை . ஹசர் தினார் என்ற அவனது பெயரை அறிந்த குருட்டுக் கிளியும் இறந்து போன பிறகு அப்பெயர் அவனை விட்டு நிரந்தரமாக விலகிப் போகத் துவங்கியது.

அதன் பிறகு அவன் தன் சாவின் கடைசி நிமிசம் வரை மாலிக் கபூராகவே வாழ்ந்து இறந்தான்.

க்யாமத் எனும் இறுதித் தீர்ப்பின் நாள்

தஞ்சை ப்ரகாஷ்

துரத்தி வந்தவர்களைத் திரும்பிப் பார்த்தான். ஓடி வந்தவர்கள் தலைதெறிக்க, துரத்தி வந்து கொண்டிருந்தார்கள். கால்களில் இறக்கை முளைத்திருந்தது. காற்று வெகு வேகமாக காதோரங்களில் கிழித்துக் கொண்டு பறந்தது. அடுத்து தெரிந்த துலுக்க தெருவுக்குள் மின்னல் வேகத்தில் திரும்பினான் ரெங்கராஜன். கதவுகள் படபடவென்று சாத்திக் கொண்டன. ஜன்னல்கள் படீர் படீர் என்று அறைந்து மூடிக்கொண்டன.

தெருவில் முனிசிபல் விளக்குகளைத் தவிர வேறு எந்த வெளிச்சமும் இல்லை . இரவு பதினோரு மணியும் இருக்கலாம். ஒரு மணியும் இருக்கலாம். நேரம் கடந்த நேரம். இருட்டு ரெங்கராஜனுடன் பேசியது. பின்னால் ஓடி வருபவர்களின் கைகளில் எல்லாம் பிச்சுவாக் கத்தி, கோடரி, வீச்சருவாள், கொன்னருவாள், உளி, மண்வெட்டி போன்ற பல ஆயுதங்கள். திரும்பிப் பார்க்காமலேயே அவன் கண்களுக்குப் புரிந்தது. அவன் கையில் ஆயுதம் ஏதுமில்லை .

இரண்டு புறமும் நீண்ட நீண்ட திண்ணைகள். சிங்கப்பூர் போய் வந்து கட்டிய கோட்டை கோட்டையான வீடுகள். ஒவ்வொரு வீட்டு வாசலிலும் பச்சை பச்சையாக ஜண்டா தொங்கியது. வீடுகளில் மனிதர்கள் ஆழ்ந்த உறக்கத்தில் கிடந்தனர். ரெங்கராஜனுக்கு எப்போதும் வசதி, வழக்கமாக அவன் தப்பிக்கிற இடம் துலுக்க தெரு முக்குதான்.

எல்லாம் ரெங்கராஜன் ஓடி ஆடிப் பழகின பழைய துலுக்க தைக்கால் மேடு. அங்கே பாய்ந்து கொண்டிருக்கிற ஜியேகேனால் வாய்க்கால் மடுவில் இறங்கி நீந்தியபோது தடதடவென்று இருபது முப்பது பேர் தண்ணீரில் அவனை ஆயுதங்களுடன் வளைத்துக் கொள்வது

மட்டிலும் புரிந்தது. இருட்டும் கூட ஒரு வெளிச்சமென்பது அவன் மட்டுமே அறிந்த ரகசியம்.

மண்ணுளிப்பாம்பு மாதிரி துடித்து மண்ணுக்குள் புகுந்துவிட்டால், அவனை யாரும் ஒன்றும் செய்ய முடியாது. சுற்றி வந்த ஆயுதங்கள் அவன் உடம்பைப் பதம் பார்க்க இருட்டில் நெருங்கி நெருங்கி வந்தபோது ரெங்கராஜன் தண்ணீருக்குள் படிப்படியாய் இருட்டுக்குள் ஆழ்ந்து போனது யாருக்கும் தெரியாமல் போயிற்று. வீச்சருவாள்கள் சுழன்றதும், 'தொபக்கடீர் தொபக்கடீர்' என்று 'திடீர் திடீர்' என்று தண்ணீரில் யார் யாரோ புரண்டதும், பிச்சுவாக்கள் கண்ட இடத்தில் சொருகியதுமாய் வாய்க்கால் தண்ணீரில் ஒரு த்வம்சமே' நடந்தது. ஆயுதங்கள் ரத்தம் கக்கின. ஆனால் ரெங்கராஜனைக் காணோம். அரைமணி நேரம் பிடித்து இழுத்த பறியலுக்கும், இழுபறிக்கும் பின்னர் எல்லோரும் பெரும் கூச்சலுடன் திரும்பவும் இருட்டில் நாலுபுறமும் 'பிடி பிடி' என்று கூச்சலிட்டுக் கொண்டே திமுதிமுவென்று ஓடி திசைக்கொருவராய் மறைந்தது மாயம் போல் இருந்தது ரெங்கராஜனுக்கு.

நீண்ட நேர அமைதிக்குப் பின்னால், மெல்லத் தலையை நீட்டி வெளியேறி எல்லோரும் ஓடி விட்டார்களா என்று அச்சத்தோடு எதிர்ப்புறமாய் பதுங்கிப் பதுங்கி தண்ணீர் சப்தமே எழும்பாமல் தண்ணீர் மேலேயே படிந்து எதிர்க்கரை ஏறி புதர் புதராய் பதுங்கி ஓடினான் ரெங்கராஜன். முதுகில் அருவாள் வெட்டு ரத்தம் கசிந்தது. இடுப்பில் துடைகளில், கால்களில் ஈட்டிக் குத்து, உதடு கிழிந்திருந்தது. எங்கும் எரிச்சல், எதிரில் தெரிந்த தெருவுக்குள் புகுந்து மீண்டும் ஓடினான்.

ரெங்கராஜன் பதட்டமே இல்லாமல் தெருவில் நடந்தான். பின்னால் துரத்திய கூட்டம் திரும்பி ஓடி வந்து கொண்டிருந்தது. ரத்தம் ஆறாக வடிந்து கொண்டிருந்தது. அவனால் நிற்க முடியவில்லை. ரத்த வாடைக்காக மோப்பம் பிடித்துக்கொண்டு எதிரே ஓடி வருபவர்களிடமிருந்து பக்கத்து திண்ணை ஒன்றில் காலை நீட்டி உட்கார்ந்திருந்த கிழவி ஹய்யாத் பீவி அவனையே உற்றுப் பார்த்தபோதும் கூட அஞ்சாமல் பக்கத்து மூத்திரச் சந்தில் பாய்ந்தான். மூத்திரச் சந்தில் சின்னஞ்சிறிய இடுக்கு ஒன்றின் வழியே அவன் அடுத்த தெருவுக்குப் பாய்ந்தான்.

திமுதிமுவென்று ஓடி வந்தவர்கள் கண்களில் கிழவி பட்டாளே தவிர ரெங்கராஜனைக் காணோம். வந்தவர்கள் ஏதும் பேசாமல் சந்துக்குள் திரும்பாமல் இயல்பாகவே எதிரே ஓடி மறைந்தார்கள். கிழவி ஹய்யாத் பீவி பொக்கை வாயைத் திறந்து இருட்டுக்குள் சிரித்தது சந்துக்குள் பாய்ந்து போன ரெங்கராஜனுக்குத் தெரியாவிட்டாலும் திண்ணை

ஓரமாக இருந்த ஜன்னல் ஓரமாக உள்ளே குப்புறப் படுத்திருந்த நூரிப் பெண்ணுக்கு தெரிந்தது. ஜன்னல் கதவை ஒருக்களித்து திறந்து ஜன்னல் வழியாகவே வளைந்த அந்த சிங்கப்பூர் பித்தளைக் கம்பி வளைவுகளின் வழியே உள்ளிருந்தபடியே மூத்திரச் சந்துக்குள் பார்க்க அவளால் முடிந்தது.

அந்த ஜன்னலிலிருந்து அடுத்த ஜன்னலுக்கு வீட்டுக்குள்ளேயே பாய்ந்து ஓசைப்படாமல் திறந்து எட்டிப் பார்த்து பதைத்தாள் நூரி. அப்புறம் அந்தக் கூடத்திலிருந்த 13 ஜன்னல்களை ஒவ்வொன்றாகத் திறந்து கொண்டே வந்து வீட்டுக்குள்ளேயே நடந்து கூடம், ஹஜான் உக்கிராணம், ஹாடிகானா பக்கம், தோட்டம் என்று நீண்டு போகும் அந்த தெருவின் பெரியதான அந்த வீடு ஒரு ஏக்கர் பரப்பில் அடுத்த தெருவை பின்புறமாகத் தாண்டி சுவர் நீண்டபோது அதே சுவரில் இருந்த பல ஜன்னல்களை நூரி பதுங்கிப் பதுங்கித் தாண்டி முன் கட்டுக்கு வந்ததும், அதிலிருந்த பதினெட்டாவது ஜன்னலை மெல்லத் திறந்ததும் அவளுக்கு வியர்வையில் பயமும், பயத்தில் திடுக்கமும், திடுக்கத்தில் ஆச்சரியமுமாய் பயம்! பயம்! பயம்! அவ்வளவுதான்.

பயம் மட்டும் அவளைத் தாக்க அசந்து போய் ஜன்னலுக்கு வெளியே என்ன நடக்கிறதோ? அதைக் காண கதவை ஒருக்களித்து ஆளுயர ஜன்னலில் அவள் நிற்பது தெரியாமல் ஜன்னலிலேயே ஒளிந்து கொண்டு, வெளியே பயங்கரக் கூச்சலுடன் பத்து, இருபத்தைந்து பேருக்கு மத்தியில் ரத்த விளாரான உடம்புடன் ஒரு நீண்ட சிமெண்டு தடி ஒன்றை வைத்துக் கொண்டு, ஆயுதங்களுடன் மோதிக் கொண்டிருந்த ரெங்கராஜனைப் பார்த்தபோது தன்னையறியாமலேயே ஜன்னல் கதவு மூடி அதன்மேலேயே சாய்ந்து கொண்டாள் நூரி. மறுபடியும் மறுபடியும் ஜன்னலைத் திறந்து கண்களை மட்டும் வெளியே நீட்டியபோது இப்போது காட்சி மாறியிருந்தது.

ரெங்கராஜன் ஆளுகளைப் பந்து பந்தா சுருட்டி அடிக்கிறதப் பார்த்தால் பயமாக இருந்தது. அது என்ன கையா? இரும்பா? கதவை மீண்டும் அழுத்தமாய்ப் பிடித்துக் கொண்டு நின்றாள் நூரி. இப்போது ரெங்கராஜனை நன்றாகப் பார்த்தாள். அப்பா! எல்லோருடைய குடல்களையும் மாலையாக கழுத்தில் மாட்டிக் கொண்டாற் போல யாரோ ஒரு ஜின் நிற்கிற மாதிரி இருந்தது. யார் இவன்? என்ன சண்டை ? என்ன ஜாதி? என்ன மதம்? என்ன இனம்? எதுவும் தெரியாது. இருட்டில் எத்தனை பேர் என்றும் புரியாது. இது அவள் பகலிலும் சகஜமாய்ப் பார்க்கிறதுதான். திடுதிடு என்று ஓடி வருவதும், ஒருத்தரை ஒருத்தர் வெட்டிக் கொல்றதும் இப்படி பர்தா முக்காட்டுக்குள்ளிருந்து அவள் பார்க்கிறதுதான்.

திடீரென்று ஓட்டமாய் ஓடி வந்து ஆட்கள் சுற்றிலும் மறித்துக் கொள்கிற ரெங்கராஜனை அவள் இப்படி கோரமாய்ப் பார்த்ததில்லை. அடிக்கிறதும், உதைக்கிறதும் அவள் பார்த்துதான் தெரிந்து கொண்டிருக்கிறாள். அவளுக்குப் பின்னால் யாரோ நானிமா கூப்பிடுகிற மாதிரி இருந்தது. வாப்பா பார்த்தால் கொன்னே போட்டு விடுவார். எல்லோரும் தூங்குகிறார்கள். அவளுக்குத் தூக்கமே இல்லெ . தூக்கம் வராமல் போய் 4, 5 வருசங்கள் ஆகிறது. அவளைப் போல திரண்ட பெண்கள் ரொம்ப கொஞ்சம். 'நிக்கா' வருது வருதுன்னாங்க. ஆனா கொமராவே வெச்சிருப்பாங்க. வாப்பாவுக்குப் போன மாசம் கூட ஒரு நிக்கா நடந்தது. இது எட்டாவது நிக்கா. சிவப்பா தமிழ் தெரியாத 18 வயது பெண்ணான பல்கீஸ் ஜன்னத் என்கிற அந்த அரபி பெண்ணை 'உம்மா ' என்று கூட அழைக்கச் சொல்லி பெரிய உம்மா, நடு உம்மா, எல்லாம் அவளைத் திட்டினார்கள். ஜன்னத்தைவிட 5 வயது மூத்தவள் இந்த நூரி என்று ஏன் யாருக்கும் ஞாபகம் இல்லை . ஜன்னத்துக்கும் ஒரு ஆதம் பெறந்துட்டான். நூரிக்கு அடி வயிறு நொந்தது.

கிழவி ஹய்யாத் எப்போதும் பொக்க வாயைத் திருப்பிக்கிட்டு சிரிக்கும். "ஓங்க வாப்பாக்கு இன்னும் நூத்தம்பது நிக்கா இருக்குடி பாக்கி. அப்பக்கூட நிக்கா ஒனக்கு இராது. ஊடு பூரா காசு பாசி புடிச்சி போயி கெடக்கு. செலவு பண்ணி கையிதான் பத்தலெ. ஓங்க வாப்பாவுக்கு குட்டி போடுறதுக்கே நேரம் பத்தலெ" என்ற ஹய்யாத் கிழவி உடனே பயந்து கொண்டே "நாஞ் சொன்னேன்னு சொல்லிடாதே. என்னைத் தூக்கி ரோட்ல எறிஞ்சிடுவான் ஓங்க வாப்பா. அப்றம் ஒரு போகிணி ப்ரூனிக் கஞ்சிக்கு கூட வழியில்லாம போய்டும்" என்ற பேச்சுகளெல்லாம் அவள் காதுகளில் எப்போதும் ஒலிக்க மீண்டும் ஜன்னல் கதவை ஒரு கையால் ஒருக்களித்து காரணமில்லாமலேயே திறந்து பார்த்தாள் நூரி.

தெருவில் இப்போதும் யாரையும் காணோம். எதிர்த் திண்ணையில் குப்புறக் கிடந்த ரெங்கராஜனின் உடம்பின் முதுகுப் பாகம் அவளைப் பயமுறுத்தியது. முதுகு ரெங்கராஜனுடையதுதான் என்று அவளுக்கு நன்றாகத் தெரிந்தது. மற்றவர்களை எல்லாம் காணோம். எல்லாரும் ஓடிக்கிட்டு இருந்தார்கள். மற்றவர்கள் எங்கே? யாரும் திரும்பி வர மாட்டார்களா? அந்த பெரிய கை கால்களை நீண்ட நீண்ட விரல்கள், வியர்த்துப் பளபளத்த அந்த முதுகு, பெரிய பாதங்கள், பருத்த துடைகள், தூண் போன்ற கால்கள், எல்லாமே அவளுக்குப் பல நாட்களாய் அடையாளம் தெரியும். பெயர்தான் தெரியாது.

அந்த ஜன்னல் கம்பிகள் அவள் மார்பைத் தாங்கி மகிழ்ந்தன. கம்பி இற்று விழுந்து விடுமோ ரெங்கராஜனுக்குத் தெரியாது. எல்லோரையும்

அடித்து துரத்தி விட்டுத்தான் அந்த தேகம் விழுந்தது என்றால், அவளும்தானே நம்ப மாட்டாள். ஆனால், போலீஸ் ஸ்டேஷன் ரெக்கார்டுகளில் அவன் திறமை ரெங்கராஜன் அடி, ரெங்கராஜன் பிடி, ரெங்கராஜன் இடி, என்று பல கேசுகளில் சரித்திரப் புகழ் பெற்றிருக்கிறது. அடிக்கிறதும், உதைக்கிறதும் அப்டி ஒரு தனீ மாதிரியாய் இருக்குமோ? போலீஸ் ஸ்டேஷன் எப்போதும் ரெங்கராஜனுக்குத் திறந்தே இருக்கும்!

நூரி கதறி அழுதாள். பயத்துல தெரு மொகனையில பத்து பன்னண்டு பேரு திமுதிமுன்னு அடிச்சுக்குவானுவ. குத்தியீட்டி, கம்பு, சுருளி, வீச்சருவாள், குந்தம், மடு, கட்டாரி எல்லாத்தையும் தூக்கிகிட்டு வந்து குத்திகிட்டு அந்த தெருவே திமிலோகப்படும். ஒத்தைக்கு ஒத்தையா நின்னு பாய்வான் ரெங்கராஜன்.

பத்து நிமிஷத்துல ஒவ்வொருத்தனையா கழட்டி கழட்டி தரையில் மோதி ஒருத்தன் ஒருத்தனா புடிச்சு காலுக்கு கீழ வச்சு முழங்காலாலெயெ அவன் பிடரி எலும்பை ஒடிக்கிறது ரெங்கராஜன் புடின்னு சொல்லிக்குவானுங்க. தூள் பறக்கும். பத்தே நிமிஷம் ரெங்கராஜன் வெளீல வந்துருவான். கூட்டம் சிதறி ஓடும். கழுத்தெலும்பு ஒடிஞ்சு ரத்த விளாரா நாலஞ்சு பேரு ரோட்ல மல்லாந்து கெடப்பானுவ.

அட இங்க நின்ன ஜனமெல்லாம் எங்கே போச்சு? திடீர்னு பூமிக்குள்ற போய்ட்டானுவளா? யாருக்கும் தெரியாது. ஒரு ஈ காக்கா அஞ்ச இருக்காது. போலீஸ் வரும்போது சாட்சிக்கு ஆள் கிடைக்காது. கேசுல புக் பண்றதுக்கு கூட அஞ்ச ஒருத்தன் சிக்க மாட்டான்.

ஜன்னல் வழியா ரெங்கராஜன் ஆளுங்களப் பந்தா சுருட்டி அடிக்கிறதப் பாத்துப் பாத்தே அவனோட பேச ஆரம்பிச்சா நூரி. நூரியைப் பார்த்ததும் அவன் பேசீடுறவன் ஒண்ணுமில்லெ. முஸ்லிம் பொண்ணுல்ல? பர்தா முக்காட்டுக்குள்ள இருக்குற அவளெ அவன் பார்க்க முடியுமா? முடியும்!

ஒதுங்கின சந்து ஜன்னல் கதவு வழியாகத்தான் எல்லாமே நடந்தது! அவ மட்டும் பாக்கலாமாக்கும்?! பர்தாவுக்குள்ளேயே அவளுக்கு உலகம்!! ஆனா சந்துக்குள்ளதான் அவள் உலகம்! ஜன்னல் வழியாக அவள் உலகத்தையே வாங்கிக் கொண்டு விட்டாள்.

தெரு வீதிச்சண்டை முழுசும் வீதியில் இருக்கும் கூட்டம். பார்த்துக்கிட்டே நிக்கும்போது ஜன்னல் விளிம்பில் ரெண்டு 'புறாக்குஞ்சு' உட்கார்ந்திருந்தது. பர்தாவுக்குள் சிங்கப்பூர் சில்க் முட்டாய்க் கலர் ஜரிகைப் பின்னல் ஜாக்கெட். ஜாக்கெட் முழுதும் பொட்டுப் பொட்டாக கண்ணாடி, குஜிலி பொட்டு ஒட்டி தைத்திருந்தது. அடங்காத சுருண்ட கருப்புக்கூந்தல் பட்டு ஜரிகை, லேஞ்சி வைத்து

பின்னின தலைமுடி, அடுக்கடுக்கா குண்டு மல்லிகைப் பந்து பந்தா ஓவியம் மாதிரி, கோடு கோடா வைரம் கழுத்தில்,

இத்தனை சின்ன ஜன்னல் பிளவுக்குள் இத்தனையும் காட்டுவாளா? பார்க்க முடியுமா?

ரெங்கராஜன் ஏதாவது ஒரு சந்து வழியா தப்பி ஓடிவிடுவான். ரெண்டு நாளா அப்புறம் போலீஸ்காரன்களோட நடமாட்டம்தான் இங்கே திமிலோகப்படும். விசாரணையெல்லாம் தெருவில் தடபுடல்படும். யாராவது ஒருத்தர் வீட்லருந்து மேசை, நாற்காலி, இன்னொருத்தர் வீட்லருந்து சாப்பாடு, இன்னொருத்தர் வீட்லருந்து பாய் தலவாணி, மற்றொருவர் வீட்டுத் திண்ணையில் படுக்கை. போலீஸ் ஸ்டேஷனே இஞ்ச வந்துட்டுது. நாலு நாளைக்கு ரெங்கராஜனை எங்கையுமே காண முடியாது. அந்தப் பக்கம் பாக்க முடியாது.

ஜன்னல் கம்பிகளுக்கு நூரியோட உடம்பு சூடு புரியும். கம்பிகளுக்கிடையில நூரியோட கன்னம் அழுந்தி செவப்பு செவப்பா அவள் ஆசை பலியாகும். கம்பி வழியா யாரும் பாக்காமெ ஒருக்களிச்ச கதவுக்கு அப்பால் நூரி கண்கலங்க பயத்தோட பாத்துக்கிட்டே இருப்பா. ஆனா அவளெ யாரும் பாக்கவே முடியாது!

“ரெங்கராஜன் ஒரு அடியாள்!”

“நூரி ஒரு முஸ்லீம் பெண்குட்டி!”

“அதனாலென்ன?”

ஜன்னல் ஓரம் உள்ள திண்ணையில் முன்புறமா பத்து பசங்க எப்போதும் உட்கார்ந்து அரட்டை அடிச்சிக்கிட்டு இருப்பானுவ. தெருப்பெரிய மனுஷங்க கண்டுக்க மாட்டானுங்க! எதுக்கு வம்பு? கையெ நீட்டுவான், மரியாதையோடு போயிடுறது நல்லது. யாருக்கும் தெரியாது.

தெருவுல உக்காந்து குத்தாபந்து விளையாட்டு வெளையாடிகிட்டு இருப்பானுவ. எவனாவது பெரிய மனுஷங்க வூட்ல கடையில இருந்து கூப்பிட்டு கோடன்லயிருந்து கூப்ட்டு ஆள் வரும். நூரிக்கி எல்லாரையும் தெரியும். பர்தா போட்ருந்தா என்ன? எல்லா விஷயமும் அதுக்குள்ள அடக்கம். வாழ்க்கையை மூட எவனால முடியும்? மூடுறதே கூட தெறக்கத்தானே? பெரிய பெரிய கண்கள் நூரிக்கு! ஏகப்பட்ட சுர்மா எழுதி மைலாஞ்சி பூசி அரபி ஓடம்பெத் தமிழ் ஓடம்பா மாத்தி எழுதி சித்திரமா வளத்திருக்கா உம்மா மைமுனா பீவி. மைமுனா பீவிய வாப்பா அரபி மண்ல நிக்கா பண்ணிகிட்டு வியாபாரத்தெ லாபமா முடிச்சுகிட்டு இந்தியா வந்து பத்து பசங்களப் பெத்து

அப்புறமா கடைக்குட்டியா நூரியெப் பெத்தெடுத்துப் போட்டப்போ தஞ்சாவூரே மூக்குல வெரல போட்டுது.

மைமுனா பீவிக்கே அறுவது வயசுக்கு மேலேன்னா வாப்பாக்கு என்ன வயசு?! நெய்யப்பம், கலகலா முட்டை ஹல்வா, திக்டின்னு நெய்யும் இனிப்புமா சாப்புட்டு வளந்தவ நூரிப் பொண்ணு! நூரி படிக்கல எழுதல்லெ, ஆனா ரெங்கராஜனை நெனைச்சாலே வெரல் எழுதும். தன் உடம்புல தானே வரைஞ்சு தள்ளும். தன் உடம்பெத் தானே தடவி விட்டுக்கணும்ன்னு அவளுக்கே தோணும். நூரி மேல யார் கண்ணுதான் விழாது. துள்ளிக் குதிச்சு சலங்கை எட்டு வீட்டுக்குக் கேக்கும். அப்பப்ப சந்து மொகனைக்கு ஓட்டம். சந்து மொகனை கடைல ஒரு மிட்டாய்! ரெண்டு கறிவேப்பிலை! ஆர்க்கு குழம்புக்கு வேணுமா? பின் கதவு வழியா ஒரு ஓட்டம்! ஒரே ஒரு முட்டை வாங்கிட்டு ஓட்டமாய் ஓடி வந்து தானே தீ எரிச்சு முட்டை தைலம் எடுக்குறது. ஒரு ஓட்டம்! மொகனை கடைல கலர் நூல் வாங்க. ஓடனே எதிர் வீட்டுத் திண்ணைக்கி ஒரு பாச்சல். எதுர் ஊட்டுப் பாட்டிக்கு சாலா முட்டைத் தைலம் தேச்சு உருட்டிவிட்றது! ஹய்யாத் கிழவிக்கு நூறு வயசு. நூரிக்கு உசிர் அவ! ஹய்யாத் கெழவிக்கு ஒண்ணும் நூறு வயசு இல்லெம்பாங்க தெருல!

நிஜமா நூறு தாண்டினவ! (நாநிம்மா) திண்ணையிலேயே அது கெடக்கும். தெருவுல திரியும் எல்லாருக்கும் சொந்தம். நூரி இந்தப் பாம்பாட்டித் தெருக்கு முத்தலிப்போட வந்ததும் முஸ்லிம் தெரு மறந்தாலும் நாநிம்மாவை மறக்க முடியாது. முஸ்லிம் தெருலயிருந்து நூரியெ இழுத்துகிட்டு வந்து நாஜ்மாவோட குடிசையில ஒளிச்சு வெச்சு நிக்கா பண்ணி, அஞ்சியே மறைச்சு வெச்சப்போ கூட ஹய்யாத் பாட்டியெ மட்டும்தான் இன்னமும் இப்பமும் மறக்க முடியல்லெ .

பேரீச்சம் பழம் மாதிரி உடம்பு பூராவும் சுருக்கம். பல்லில்லாத பொக்கை வாயில் எப்போதும் எச்சில் வடியும். நெத்தியில ஆயிரம் கோடு. குறுக்கு சரியாவே நூறு ரேகை. எப்போதும் நாநிம்மாவுடன்தான் நூரி இருப்பா! “திங்கு திங்குன்னு கொமருப் பொண்ணுங்க ஓடப்படாதுடீ நூரி!”

“அப்டியே ஓட வேண்டி ஆயிப்போவுண்டீ பொண்ணே! இஞ்ச வா!” நூரி வந்து ஹையாத் கெழவி பக்கமா ஒக்காருவா. ஹையாத் நூரியோட தலை முடியை அவுத்து சாட்டை அடிக்கிற மாதிரி அடிச்சு கோதி உதறிப் பின்னிவிடும். கிழவிக்கு இப்பவும் தலைமுடின்னா ரொம்ப உசிர்! நூரிக்கு ஆச்சர்யமா இருக்கும். நூத்துக் கெழவிக்கு கூந்தல் இல்லேன்னு யார் அழுதாங்க! ஹையாத் கெழவிக்கு ஆரும் இல்லெ. வீட்டுத் திண்ணையில் இருந்துகிட்டே கார்வார்! எல்லாருக்கும்

ஹையாத்கெழவி வேணும். ஹையாத்துக்குத் தெரியாம அஞ்ச ஒண்ணும் நடக்காது.

"ஏண்டீ நூரி! காபிர் பசங்களோட ஒனக்கென்னடி பேச்சு? நாயெ!"

“ஆரு சொன்னாங்க நாநிம்மா! அவரு ஒண்ணும் காஃபிர் இல்லெ !"

“நாநின்னு என்னெக் கூப்புடாதேடீ... ஒப்பனுக்குத் தெரிஞ்சா... அல்லாஹு"

“என்ன சொல்றே நாநிம்மா?"

“அந்தப் பய ரெங்கராஜூகிட்ட சந்துக்குள்ள நின்னு ஒனக்கென்னடீ பேச்சு?" நூறு வயசு கிழவிக்குப் பார்வையெப் பாரேன்! எப்டித் தெரிஞ்சிது? நிஜம்தான்.

“அவருதான வந்து பேசுறாரு நாம் பேசல்லெ !"

"தெருவே இருண்டு கெடக்கு அவங்கிட்ட பேசிட்டு நிக்கிறயே. கைமு பொண்ணாடீ நீ? வெக்கங்கெட்டவளே! மைமுனா உசிரோட இருந்தா இப்டி உடுவாளா?" கிழவிக்குக் கண்களில் உதடுகளில் நடுக்கம். உடம்பில் ஒன்றுமில்லை . பேரீச்சம் பழக் குலைகள் நடுங்கின. ஹையாத் பீவிக்கு (நாநிம்மா) இரண்டு நிக்கா ஆகித் தலாக்கும் ஆகிவிட்டிருந்ததாம். தெருவுல சொல்லுவாங்க. நாநிம்மா மேல நூரிக்கு எப்பமும் இப்பமும் உசிர்தான். அன்பா அது? அது அவர்களுக்கு இன்னது என்று தெரியாது. உம்மா போனதிலிருந்து நாநிம்மாதான் மீதி.

பள்ளிவாசல் வழியே நாநிம்மாவின் மய்யித்து கபர்ஸ்தானுக்குப் போனபோது நூரி அந்தத் தெருவுலயே இல்லெ. முத்தலிப்போட ஓடிப் போயட்டவளாகிப் போனா. நாஜ்மாதான் வந்து சொன்னா உன்னோட நாநிம்மா கஃபருக்குப் போயாச்சுன்னு.

"அல்லா!"

ரங்கராஜனுக்குப் பயமாயிருந்தது நூரி கதறியது. அவளுக்கிருந்த ஒரே 'அத்து' நாநிம்மா. இனிமே நாநியெப் பாக்க முடியுமா?

சாய்ந்த நிழலில் இருட்டில் யாருக்கும் தெரியாமல் நூரியைத் தொட்டபோது முஸ்லிம் இளைஞர் பலருக்கும் வீரம் வந்தது. ரெங்கராஜன் பத்து வயதில் தெருவில் இறங்கியவன் என்று சொல்வார்கள். தெருப் பயலாகத்தான் அவன் பிறந்ததே. அவன் ஜாதி இன்னது என்று சொல்லித் தந்ததே அவன் அம்மா அல்ல. ஏன்? அவளுக்கே அது தெரியாது. பழக்காரியாக அவள் திரிந்தாள். பழம் விற்றாள். கனியாக நாளாகவில்லை. பழுத்தபோது உதிர்ந்தாள். யாரு இட்ட விதை? தெரியாது! அவளுக்கே தெரியாமல் உதித்தான்.

உதிரத்துள் வளர்ந்தான். அழுதான். சிரித்தான். குழந்தைப் பேறு இரண்டு.

கவர்ன்மெண்ட்டு ஆஸ்பத்திரியில் ரத்தம் சுனையாய்ப் பீச்சியடிக்க அதிலேயே நனைந்து குளிர்ந்து போனாள் ஒரு குழந்தையுடன். மீதி ரெங்கராஜன். ரெங்கராஜனைக் கையேந்தி வாங்கிக் கொண்டது நர்ஸ் ராஜம். ரெங்கராஜன் என பெயரும் அவள் வைத்ததுதான். படிக்க வைத்தாள். படித்தான். பள்ளிக்கூடத்திலேயே காங்க் லீடர் என்று பட்டம்!

அடி உதைகளில் குட்டு உடைக்கிற மோதல்களில் அபார ப்ரீதி! ராஜம் கல்யாணமில்லாதவள்! பிள்ளையில்லாதவள். (பதினாறு வயதுக்கு முன் கல்யாணம் செய்து பதினேழாவது வயதில் தாலியறுத்து மூலையில் முடங்கிய ப்ராம்மணப் பெண்) படிக்கக் கிளம்பி பிழைப்புக்காக நர்ஸாகி காலம் கடந்து முதிர்ந்து தடித்துக் கொழுத்து வாழ்க்கை வசதிகளை அனுபவித்து தனியே ஒதுங்கிப் பின் ஒரு மகன் இருந்தால் தேவலை என்று தோன்றியபோது ரெங்கராஜனை ரத்தத்திலிருந்து கழுவி எடுத்துக் கொண்டாள். அம்மா என்று சொல்லிக் கொடுத்தாள். அவன் சொல்ல மறுத்தான். வற்புறுத்தினாள். “அம்மா! அம்மா! அம்மா சொல்லு! அம்மான்னு அழையடா கண்ணு! அம்மம்ம்மா! அம்மம்ம்மா!” சொல்லிச் சொல்லி வாய் வலிச்சதுதான் மிச்சம்.

ரெங்கராஜன் அம்மாவை அம்மா என்று மட்டுமல்ல வேறு எந்த முறையிலும் அழைக்கவேயில்லை. “அம்மா எங்கேடா?" என்று கேட்டால் “அது ஆஸ்பத்திரிக்குப் போயிருக்கு" என்பான். நாலு வயசுப் பிள்ளையாய் இருக்கும் போதே ராஜத்தை ஆஸ்பத்திரிக்குக் கூட்டிப்போக ஜட்கா வண்டி வந்து காத்திருக்கும். ரெங்கராஜனை வியப்புடன் பார்ப்பார்கள் சுற்றிலும் நிற்பவர்கள்! “அம்மா கூப்டுறாங்க வாடா!" என்று யாராவது இழுத்துக் கொண்டு வரும்போது இவனை ஏன் வளர்க்கிறோம்? என்று புரியாது திகைப்பது ராஜத்தின் சாவுப் படுக்கையிலும் கூட நேர்ந்தது.

கல்லூரியிலும் மேல் படிப்பிலும் கூட ரெங்கராஜன் அடியாள்களுடன் ரௌடிகளுடனும்தான் புரண்டு திரிந்தவனாகத்தான் எப்போதும் ராஜத்துக்கு தெரியும். இன்னும் பெரிய ஆச்சர்யம். அவனே அதை அவளிடம் சொன்னது.

நூரி கேட்பாள் “மாமு! எல்லாத்துக்கும் ஒத்துக்கிட்டு என்னெக் கட்டிக்கிட்டீங்களே! தெருச் சண்டையெ மட்டும் உடாமெ என்னெக் கொல நடுங்க உடுறீங்களே! எத்தினி படிச்சிரிக்கறீங்க? ஒரு நல்ல வேலைக்கிப் போயி நல்லா அழகா இரிங்களேன். ஒழுங்காப் பொளைக்ககூடாதா?”

“எனக்கு அதெல்லாம் புடிக்கல்லெடீ குட்டீ!”

“குட்டிங்காதிங் மாமு! பொறுக்கித்தனமா இருக்கு!”

“எனக்கு அதாம் புடிக்கிது!"

ரெங்கராஜனை அப்பப் பாத்தா வினோதமாயிருக்கும். என்ன மனுஷன் என்றும் இவனும் மனுஷனா என்றும் தோன்றும். நிதமும் ராத்திரியெப் பகலாக்கிகிட்டுத் திரியிற பொழைப்பு. நூரிக்கு ஓங்கிரிச்சு வரும். ரத்தக் கறையோட அவன் கழட்டிப் போடுற சட்டை வேட்டியெல்லாம் துவைச்சு அலசும்போது கண்ணுல தண்ணி முட்டிக்கிட்டு வடியும். நூரி ரெங்கராஜன் கல்யாணம் நிக்காவா ஆனதே கூட ரெங்கராஜனால இல்லெ.

ரெங்கராஜன் முத்தலீப் ஆனதும் நூரி இஷ்டம்தான்! ரெங்கராஜன் முஸ்லிமா ஆனதும் அவளோட இருக்குறதும் எல்லாம் நூரியோட கட்டாயம். நூரியோட ஆசை நூரியோட தீர்மானம். நூரி கட்டிவிட்ட வேஷம். நிஜம்! பசி! அவளோட வாழ்வு! ராத்திரி வரும் போதுதான் ரெங்கராஜனா முத்தலிப்பான்னு தெரியும்! எப்டி இந்த மாதிரி இருக்க முடியும்ன்னு அடிக்கடி தோணும். ரெங்கராஜனுக்கு எந்த கெட்ட வழக்கமும் கெடையாது. எல்லா கெட்ட சகவாசமும் உண்டு. இருந்தாலும் எல்லாரும் ஒரே மாதிரி “முத்தலிப்பா? அவனா? மொரடன்! திமிறு புடிச்சவன். ஊமை. ஆளெ அடிச்சி கீழ உழ வைக்க முடியாது. நல்லவனாச்சே!" எல்லா மொதலாளிங்களுக்கும் அடியாளுன்னா ஓடனே யாவகம் வர்றது முத்தலிப்புதான்! எல்லா மொதலாளிகளுக்கும் ரெங்கராஜன் வாண்டாம் அடியாளு முத்தலிப்பு வேணும்! ஆளுலயும் ஆளு எல்லா மொதலாளிகளுக்கும் தீத்துக் கட்ற வேலைக்கெல்லாம் சுமக்க ஆளுவாண்டாமா?

“முத்தலிப்பு!”

ஜன்னல் ஓரமா அழைப்பு கேட்டுது.

திரும்பி நூரியெப் பாத்தான் ரெங்கராஜன். அப்பப்பா! சின்ன இடைவெளி அதுல முழுசா நூரி. தலைக்குள்ள சந்தேகம் இருக்குன்னு குத்துது. பெரிய எடத்துப் பொண்ணு இவ! போட்டா மார்க் பீடி செய்துள்ளா மொதலாளி ஊட்டுப் பொண்ணு எதுக்குக் கூப்புட்றா? வெஷம் இருக்கு. கண்ணுல தெரியிதே! அடேயப்பா கண்ணு காது, மூக்கு எல்லாம் நகை வைரம் பளபளன்னு கய்யிலே கூட அடுக்கடுக்கா செம்மஞ்சளா அரபித் தங்கம். மூக்குல வைரம்! முஸ்லிம் பொண்ணு. பாக்கப்படாது மூடிக்குவாங்க! இவ ஏன் இப்டிப் பாக்கணும்? இப்ப மூடல்லெ! மூடமாட்டா! இவளெ மூட முடியுமா எவனாலியாவுது? மூட முடிஞ்சதெத்தான் மூடலாம்?!

அவ தெருவுல ஓடித் துள்ளி வரும்போதெல்லாம் ரெங்கராஜன் பார்த்திருக்கிறானே!

இது வேற! 'வேற பார்வெ' வேறு பொண்ணு இப்ப! அவளோட பாயப் போற மான்! பளிச்சின்னு புரிஞ்சிது! அவளுக்கு இவன் வேணும்! நம்ப முடியல்லெ! பொண்ணாச்சே! ஜன்னல் ஓரமா நின்னான் ரெங்கராஜன். ஜன்னல் உள்ற இருந்து இனிமையா "அய்யங்கடையில நகைக்கடை சந்துல செதம்பரஞ் செட்டியார் கடையில நகை செய்யக் குடுத்திருக்கு... ஆளு இல்ல வூட்ல வாங்கியாற வாங்கியாந்து தருவீங்களா?"

மெல்லிசான குரல் மூக்கு நுனி வியர்த்து கன்னம் சிவந்து அட! குனிஞ்சு அவ மூச்சு அவன் மேல வீச அவள் தொட்டு ஜன்னல் பிளவு வழியாக என்னன்னமோ கொடுத்தாள் எதை எதை எல்லாமோ... ரசீது ஒண்ணும் முக்கியமில்லெ ஏன் நகையேகூட அவசியமில்லே அவன் வேணும்... தினமும்... ஏதாவது கொடுத்து ஏதாவது வாங்கி அவனை கெவுரு பண்ணி "அல்லா!" அவள் மூச்சின் ஏக்கம் புரிந்தது அவனுக்கும்.

அப்புறமா தனிய்யா கண்ணீரோட ஒக்காந்திருக்க நூரியெ நாஜ்மாதான் வெரட்ட ஆரம்பிச்சா. நாஜ்மா ஊட்டுக்குப் போயி குடிசைக்குள்ள கொல்லைப் பக்கமா வர்ற ரெங்கராஜனுக்காக காத்திருப்பா நூரி. ரெங்கராஜனோட பேச முடியாது பேசுற ஆள் அவனில்லெ. பேசத் தவிப்பா நூரி. நூரியெப்பாத்ததும் பாஞ்சு வருவான் ரெங்கராஜன். சீறுவா நூரி! ஏனோ ஒரு பயம்! ஒரு எரிச்சல் இன்னதுன்னு புரியாமெ தூர விலகி... பாஞ்சு பிடிச்சும். ஹூம் முடியாது! நூரி மின்னல்! கையால் புடிக்க முடியுமா? ஆனா ரெங்கராஜன் மேகமாச்சே! வசப்பட மாட்டானே அப்புறம்?

நூரி இருட்டுல அவன் கையில வழுவுண்டு தப்பிச்சா அவன் எரிச்சலோட போய்விடுவான். ஒரு வாரம் பதினஞ்சு நாள் நூரி காத்துக் கிடந்தே அழணும். நாஜ்மா எச்சரிக்கை பண்ணிக்கிட்டேயிருப்பா:

"டீ நூரி! மச்சான் ஒரு மாதிரி ஆளுடீ? துனியால வேற பொண்ணுங்க நெறைய்ய இருக்கு! ஆமா! சீக்கிரமா வளைச்சுப் போட்டுடு! இல்ல எவளாவது காஃபிர் ரெங்கராஜ் மச்சானெ தட்டிக்கிட்டு போய்டுவா!" நாஜ்மா விடாமல் தனியே ரெங்கராஜனிடமும் இதையே வேற மாதிரி உரு ஏத்தினாள்.

"மச்சான்! நூரிக்குட்டி முஸல்மானிப் பொண்ணு! என்னெ மாறின்னு நெனைச்சுப்புடாதீங்க. இழுத்தா இழுத்தபடி வர்றதுக்கு! புடிச்சு கசக்கீறலாம்ன்னு நெனைக்காதீங்க! பெரிய பணக்காரி வேற. ஆசெ

வச்சிட்டீங்க! அவளெ இப்ப நீங்க உட்டுட்டீங்கன்னா அப்டியே கொடி வேற செடியிலெ படர்ந்து பூத்துடும்! அப்றமா அல்லான்னாலும் ஆவாது அவ தத்கீர் அப்டி! பாத்துப் போங்க தெருக்காடு சுத்தி மல்லடிக்கிறதெ உட்டுட்டு ஆவுற காரியம் பாருங்க மச்சான்! உட்றாதீங்க!" நூரிக்கு லத்தீஃப் மொறை மாப்பிள்ளை.

அவனும் தெருவுலதான் திரிஞ்சுசிட்டிருந்தான். முஸ்லிம் வேற இந்து வேறன்னு இல்லாமெ நெருக்கமா குடிகுடியா குடிக்குள்ள குடியா இருக்கிற இடம் பாம்பாட்டித் தெரு! கீழ வாசல்! அங்க இருந்து ஆட்டு மந்தைத் தெருவுல தொடங்கி பத்து தெரு ஆடக்காரத் தெரு கடைசி வரைக்கும் பெரிய பெரிய முஸல்மான் குடிங்கதான் பெரிசு பெரிசா ஊடுகட்டி அடச்ச எடம். தனியா தெரியும். ஏராளமான சந்து. ராத்திரி சந்துக்குள்ள பூந்தாச்சின்னா கண்டு பிடிக்கிறது ரொம்ப கஷ்டம். பசங்க வெரட்டிகிட்டு வருவானுவ திமுதிமுன்னு! ரெங்கராஜனுக்கு எல்லா எடமும் தெரியும். எல்லா வியாபாரி மொதலாளி இண்டு இடுக்கும் புரியும்.

"ரவ்பூப் மொதலாளி கூப்பிட்டது!"

“வாப்பா ரெங்கராஜூ"

“அரிசிக்காரத் தெரு காந்திப் பய ரொம்ப அல்ட்டிக்கிட்டுத் திரியிறான். ஒரு புடி புடிச்சு உட்டீன்னா போதும் திமுறுனான்னா கோழியடிச்சிடு! குபாராப் போய்டாம வெளிய உடாம அளுத்தீடு!"

“ராவு காலக்காளி கோயிலு வழியாத்தான் வருவான் போட்டுத் தள்ளீட்றேம் மொலாளி!" “புடி இதெ!" அடுக்காய் நோட்டுக்கள் கைமாறும். நூறு இருநூறு ஆயிரம் ரெண்டாயிரம்... ஒரு டம்ளர் பால் உள்ளேயிருந்து வரும்! 'மொதலாளி' முன்னால ரெங்கராஜன் அதெக்குடிக்கணும். பால் குடிச்சாப் பாதகம் நெனைக்க மாட்டாங்களாமே! பால் குடுத்தே... பல குடியெ அழிச்சவனாச்சே ரவ்வூப் மொதலாளி!

நடு ராத்திரி ஜன்னல் தெறக்கும் எதுர் திண்ணையில யாரும் இருக்க மாட்டாங்க. நாநி கூட எங்கியாவுது போய்ருக்கும். கீழவாசல் ப்ராந்தியமே மங்கிப் போயிருக்கும். இருட்டு மங்கல் வெளிச்சம். குத்பு சந்துல நெழல் கட்டுது. எதிர நாநிம்மா நடந்து வரும்போது இருட்ல நிக்கிற ரெங்கராஜனெ அது அடையாளங்கண்டு கிட்டதும்... ஆ! எதுரெ! பின் கதவு வழியே திறந்து நிக்கிற நூரி! இருட்ல வட பால்ல குளிச்சு வர்ற மாதிரி நூரி அழகு! தூரத்திலிருந்து நடந்து வந்து கொண்டிருக்கிற ஆடு காந்தி! அதே இருட்டு இருட்டு பாய்ந்து ஓடிய நூரியின் அணைப்பில் ரெங்கராஜன் மயிரிழையில்!

இருட்டுக் கொட்டிலில் நூரி விழுந்தாள். ரெங்கராஜனோடுதான்.

ரெங்கராஜன் அவளுடன் முழுகினான். காந்தி? தப்பினான். அதுவும் மயிரிழை? ரெங்கராஜனிடம் காந்தி தப்பிய அன்றே நூரி ரெங்கராஜனுக்கு கொடுத்து வைத்தாள். நாநிம்மா மூச்சு வாங்கப் படி ஏறித் திண்ணையில் ஆயாசத்தோட விழுந்ததும் அன்னைக்கித்தான்! விடிஞ்சதும் "நூரி ஓடிப் பொய்ட்டா " என்றார்கள் தெருப்பெண்டுகள்.

"காஃபிர் பயலோடல்ல ஓடியிருக்கா!" என்று இளைஞர்கள் துடித்தார்கள். விடிந்தபோதே!....

ஹையாத் பிவி என்ற நாநிக் கிழவி திண்ணையிலிருந்து வாயிலோடு நீராட 'மௌத்' ஆகிக் கிடந்தாள். வாயில் எறும்புக் கூட்டம்! கண்ணில் ஈ சுழன்று அமர்ந்தது.

நூரி வீட்டில் ஒரு சத்தமில்லை. மொதலாளி சத்தமில்லாமல் முட்டை சேமியா சாப்பிட்டுக் கொண்டிருந்தார். பலர் நம்பவேயில்லை. நூரி சந்தனமாச்சே சேறுல விழுந்தாச்சே! என்றார்கள். நாலாபுறமும் ஆட்கள் தேடிப் பறந்தார்கள்.

பாகு ஊற்றி நிறம் மணக்கச் செய்த திக்டி பாகு முட்டைச் சேமியாவைப் பீங்கான் குழிக் கரண்டியில் பாலை ஊற்றிச் சாப்பிட்டுக் கொண்டிருந்த செய்துள்ளா மொதலாளி ஒண்ணும் அலட்டிக்கல்லெ. பெரிய்ய உருவம். கண் சிவந்திருந்தது. மூசுமூசு என்று மூச்சு விட்டபோது சாப்பிட்டது கூடத் தாங்காமல் வேர்த்து ஊறிக் கிடந்த அவரது தொந்தி மேலேறி தட்டி கீழிறங்கிக் குழிவிட்டது.

"தேத்தண்ணி கொண்டாடீ!" கத்தினார்.

வெள்ளைப் பீங்கான் கிண்ணம் அதில் கொழுப்பு மிதக்கும் டீ! அழுதழுது சிவந்த கண்ணோட மொதலாளியோட நாலாவது பொண்டாட்டி மெகர் கையிலேந்தி வந்தபோதும் மொலாளி அசையவேயில்லெ. மெகர் போதும் இப்போதைக்கு. பகலும் போதும். சிவப்பான தேத்தண்ணி ரோசாக்கலராகி பாலோடு குழம்பி மெகர் மாதிரியிருந்தது. ச்சீ!

"ஓடுகாலி நாயி ஓடிப்புட்டா ஏம்ளா அழுவுறீங்க? அல்லாவுக்குத் தெரியாது! ஓடீட்டாளாம்! இதுவ அழுகுது! சை! கையில ஆம்பட்டும்! ஷைத்தான்!" பொருமினார். நூரி அகப்படவேயில்லை .

லத்தீப் அலைந்து திரிந்தபோது ஒருநாள் பகலில் மணிக்கூண்டுப் பக்கம் ரெங்கராஜனைப் பார்த்ததும் பாய்ந்தான். பக்கத்தில் மௌல்வி சாஹிப்! "ஏய் நிறுத்துங்கய்யா! அவரு முஸல்மானாய்ட்டாரு. இனிமே அதெல்லாம் வாண்டாம். அல்லாஹூத் ஆலா கருணைனால அவரு நம்படவங்க ஆயிப்புட்டாரு! நம்பள்ள அவரும் ஒரு விசுவாசி! லத்தீப்பு!

அவரும் நம்ம ஆளு! நாமதான் பாதுகாப்பு! நம்ப கொமரு! நம்ப சகோதரி!"

சொல்லிக் கொண்டேயிருக்கும் போதே லத்தீஃபு முஷ்டியை மடக்கி ரெங்கராஜனை முகத்தில் ஒரு குத்து! "ஹும்மக்" என்று கத்தியபடியே எட்டி ரெங்கராஜன் வயிற்றில் சுழட்டி ஒரு மிதி! "ஹா" என்று ஒரு அலறல்! வரும் என்று எதிர்பாராத மௌல்விக்கு ஆச்சரியம்.

திடீரென்று மரம் மாதிரிச் சாய்ந்து உருண்டான் லத்தீப்பு. இல்லை ! தூக்கியடித்தது ரெங்கராஜன்! தூக்கி எறிந்ததை யாரும் பார்க்க முடியாது. "பளிச்" அவ்வளவுதான். நாலு பேர் தடுத்து நிறுத்து முன் லத்தீப்பு வாய் கிழிந்து ரத்தம் ஒழுகியது.

ரெங்கராஜனைப் பத்துப் பேர் தள்ளிப் பிரிக்க முயன்று கொண்டிருந்தார்கள். லத்தீப்பு எகிறிக் குதித்துக் கொண்டிருந்தான். உதடுலேந்து ரத்தம் புளிவாய் வாயுள்ளும் வெளியுமாய் வழிந்தது ரெங்கராஜனுக்கு. கூட்டம் கூடியும் முக்கலும் முனகலும் கூட்டம் ஞாயம் பேசியது. எல்லோரும் பிரித்துவிட்ட பின்னும் பிசுபிசுத்தது ஆத்திர வேகம்.

நூரி வரவேயில்லை. அன்னைக்கு போனவள் போனவள்தான்.

முத்தலிப்பாக ஆக்கினாள் ரெங்கராஜனை. பள்ளிவாசலுக்குப் போகச் சொன்னாள். துணி துவைத்துப் போட்டாள். கொஞ்சமாய்க் கறி வாங்கி வந்து மணக்கச் சமைத்து ரெங்கராஜனை உட்கார்த்தி பரிமாறி ஊட்டிக் காட்டினாள். பிர்னிக் கஞ்சி அவனுக்கு ரொம்ப இஷ்டம்.

ரெங்கராஜனை எல்லாரிடமும் முத்தலிப்பாகச் சொன்னாள். நகைகளை விற்று அவனுக்கு டெட்ராக்ஸ் ஸ்லாக் வேட்டி எல்லாம் சிங்கப்பூர் சாமானாக வாங்கிப் போட்டு விட்டாள். வீடு சமைந்தாள். பசியாறிப் பசியாற்றி மலர்ந்தாள். முதலில் எதிர்த்த முஸ்லிம்கள் வீடு வீடாகப் போட்டி போட்டு நூரியையும் முத்தலிபையும் அழைத்து விருந்து ஊட்டினார்கள். அல்லாஹூத் ஆலாவின் கருணை!

ரெங்கராஜனை மடியில் போட்டுக் கொண்டு அவன் முஸ்லிமாக ஆக வேண்டிய அவசியத்தைச் சொன்னாள். நபிகள் குரைஷிக் கூட்டத்திடம் பட்ட அவதிகளைக் கதைகதையாகச் சொன்னாள். ரொம்ப நேரம் அவனிடம் பேசிக் கொண்டிருக்க முடியாது. கல்லில் செதுக்கிய அவன் மார்பு, கெட்ட பழக்கங்கள் ஏதுமில்லாத அவன் ரத்தத்தின் அனல் அவளைச் சும்மா விடாது. நாஜ்மாவின் குடிசையில் ஒளிந்து கிடந்தபோது காடு புகுந்த மதங்கொண்ட யானையால் கடலைக் கலக்கிய ரெங்கராஜனை அவள் தடுத்ததில்லை! மூன்று மாதம் பகலிரவு தெரியாது. சூடு குளிர் புரியாது. வலி தெரியாது.

வேறெதுவும் கண்ணில் படாது! லட்டு மிட்டாய்தான் அவன்!

பகல் முழுவதும் பேயாய் அலைவான். இரவு மிருகம் போல் வந்து விழுவான். நூரியும் அவன் போக்கிற்கு ஏதும் மறுத்ததேயில்லை . காரணம் அவன் என்பதே அதுதான். திடீரென்று வெளியேயிருந்து ஒரு விஸில் சத்தம் “உய்.......ய்ய்...ய்” நூரியையே புரட்டித் தள்ளி உருவி எழுந்து மந்திரம் பாய்ந்தது போல் நிற்பான் முத்தலிப்பு, உடம்பு முழுவதும் பொட்டுப் பொட்டான வியர்வை பொடிய முன்னிரவில் அவன் மனத்துள் சூழ்ந்து போயிருந்த நூரி துடித்துப் போய் கிடப்பாள். அலட்சியமாய் கைலியை மடித்துக் கட்டியபடி அவளைத் திரும்பிப் பாராமல் மெல்லக் கதவைத் திறந்து கொண்டு போவான் முத்தலிப்பு.

முத்தலிப் என்கிற ரெங்கராஜன் அப்போது அதே நாலு மணி இருட்டில்... ஆடக்காரத் தெரு முனையில் நாகுச் செட்டியாருக்காக மோட்டார் ஸ்ப்ரே பெயிண்ட் கம்பெனி ஒன்றின் மெக்கானிக் சுந்தரம் என்கிற நாயுடு பையன் ஒருவனை செமத்தியாக விட்டு வாங்கிக் கொண்டிருந்தான்... முன்பே செய்த ஏற்பாடு! சுந்தரத்தின் பொண்டாட்டி ஒரு பிராம்மணப் பெண். குய்யோ முறையோ என்று கூச்சலிட்டு ஆட்களைக் கூப்பிட்டுக் கொண்டிருந்தாள். யாரும் வரவில்லை . வீடுகள் கதவுகளையும் ஜன்னல்களையும் திறந்து கொண்டு பார்த்தன.

உள்ளேயும் இருட்டு. பின்பு உடனே தானே அவைகள் சத்தப் படாமல் பூட்டிக் கொண்டன. சுந்தரம் ரத்தம் கக்க ஆரம்பித்தபோது அவனோடு ஓடி வந்துவிட்ட அந்த பிராம்மணப் பெண்ணை நாகு மொதலாளியுடைய ஆட்கள் தூக்கிக் கொண்டு போனபோதும் யாரும் வரவேயில்லை. நாகு மொதலாளியுடைய ஷெட்டுக்குப் போனபோது விடிந்தது...

முச்சந்தியில் பிராம்மணப் பெண்!

"என்ன முத்தலிப்பு?! கொடுத்ததை வாங்கிக்கிறே? புது மாப்ளெ இல்லியா நீயி?"

"புது மாப்ளைன்னா என்ன?"

"அடப் போப்பா அந்தக் குட்டியை ஷெட்டுக்குக் கொண்ணாந்தாச்சா"

“உங்க ஆளுங்க கொண்டாந்தாங்களே!'

“சரி இந்தா இன்னும் ஆயிரத்து நூறு!” விடிந்தே போய்விட்டது... ரத்தத்தில் நனைந்த சட்டையை அலசிப் பிழிந்து கொண்டிருந்த முத்தலிப்பை பார்த்தபோது நூரி வயிறு எரிந்தது. ஆத்திரம் வேறு.

என்ன மனுஷன் இவன்? ச்சே! நிக்கா செய்து கொண்டபோது இவனை மனுஷனாக்கி விடவேணும் என்ற துடிப்பும் தைரியமும் இருந்தது.

ராத்திரியில் பல நாட்கள் எங்கே போவான் என்று கண்டுபிடிக்க முடியாது. எப்போதும் அவனைத் தேடி பணக்காரர்களின் ஆட்கள், பெரிய முஸ்லிம் வியாபாரிகள். அரபி ஷேக்குகள் கூட எப்போதும் பைய்ல வதியழியும் பணக்கற்றைகள், வெளிநாட்டுச் சாமான்கள். அவனோ ரெங்கராஜனாகவேயிருந்தான். முத்தலிப்பு என்று யாரும் கூப்பிட யோசிக்கிறார்கள்.

பகல் நேரம் முழுவதும் ஒளிந்து ஒளிந்து வருவதைப் பார்த்தாலே நூரிக்கு அடி வயிற்றைக் கலக்கும். கண்ணாடிப் ப்ளேட்டில் ஆவி பறக்கச் சோறிட்டு மீன் குழம்பை ஊற்றியிருந்தாள். நல்ல விறால் மீன் துண்டங்கள் லேசில் சாகாத மீன். முத்தலிப்புக்கு ரொம்ப பிடிக்கும். எதிரே உட்கார்ந்திருப்பான். திரும்பக் கிடக்கும் சட்டை வழியே மார்பைப் பார்ப்பாள் நூரி. மார்பில் நீல நிறமாக ரத்தம் கன்றியிருக்கும். அடியா?

“என்ன மாமு இது?”

“ஒண்ணுமில்லெ!”

“என்ன ஒண்ணுமில்லெங்கிறீங்களாம்? கண்ணிக் கெடக்கு அப்படியே...” மூடி சட்டையை இழுத்து விட்டு பட்டன் போடுவான். மறைப்பான். நூரி கண்கலங்கி சிலை மாதிரி நிற்பாள். சொட்டு சொட்டாக ரத்தம். கால்களில் அவன் பெருவிரல் நசுங்கி ரத்தம் கட்டியிருக்கும். ஒன்றும் பேச முடியாது. ரத்தம் அவனுக்குத் தண்ணீர் மாதிரி ருசிக்கும் ரத்தம்.

“பாப்பூ! உம்மா!” கதறி அழுவாள் நூரி.

கொஞ்சமும் அசர மாட்டான் முத்தலீப்பு. அமைதியாய், பரபரப்பில்லாமல் பார்த்துக் கொண்டே நிற்பான். மெதுவாகக் கதவு திறக்கும் சத்தங் கேட்டு அழுதபடி தலை நிமிர்த்திப் பார்ப்பாள் நூரி.

"இப்டிக்கூட ஒரு ஆம்பளை உண்டா?" என்பாள் நாஜ்மா. நாஜ் மாவெ நாலாவதாட்டியா கட்டிக்கிட்டான் ஒரு டீக்கடைக்காரன். நிக்காவுக்கு நூரியும் போய் விருந்து சாப்பிட்டு விட்டு வந்தா. நாஜ்மா மீன் கடையில் பொறுக்கித் திரிந்ததெல்லாம் தெரியும். அத்தனை கஷ்டம். இப்போ அவள் போடுற ஆட்டத்துக்கு அவ வூட்டு ஆம்பளை கூடவே திரியிறான். சினிமாவுக்கு நாஜ்மாவோட போறது திருவிழா மாதிரிதான். மூணே மாசம்! கர்ப்பம் ஒண்ணு கலஞ்சு போயும்கூட 'குழிப்பிள்ளை மடியிலே'ன்னு ஒண்ணு ஒன்பது மாசத்துலியே பெத்தெடுத்துட்டா... நூரியும் குட்டி மாதிரி நாஜ்மாவும் குளுகுளுன்னு

கறுப்பானாலும் மூடிகிட்டேதிரியிற சொகுசுப் பொண்ணு இல்லெ. மீன் மார்க்கட்டுல மீன் விக்கிறவ. ஆனா எப்டிப் பொளைக்கிறா?! புருஷனோட ஒண்ணா?

நூரி ஓடியாந்து அல்லா! இதுக்குத்தானா அல்லாஹூ ரப்பே ராத்திரி மட்டும் ஒதுங்காது! தினம் மூணு வேளை! அதுவும் மூணு வேளை! பின்னேர ராத்திரிக்காக அவன் உடம்பின் தேன் மணந்து சொட்டும் வேளைகளுக்காக... நூரிக்கு அவன் முரட்டுப்பிடிகள் சாதாரணம். அவன் பலம் அவளுக்கு அத்துபடி! பெரிய வஸ்தாத் உஸ்தாத்களை எல்லாம் தூக்கிப் போடும் அவன் உடம்பின் திமிர் அவளுடையது! நூரி படிக்காத பெண்! ஆனால் தினமும் ரெண்டு வேளை குரான் ஓதுகிற பெண், மதரஸா பள்ளிக்கூடம் போய்ப் படித்தவளில்லை. வீட்டிலேயே அரபியும் உருதும் படித்தாள்.

தினமும் இருட்டில் சந்து முனையில் யாருக்கும் தெரியாமல் அவளைக் கண்டுபிடித்து அமுக்கிக் கொண்டது ரெங்கராஜனுக்கு மட்டும்தான் புரியும். இப்போது ராத்திரி அகால வேளையில் அக்பர் லாலா சந்து கல்லுக் கம்பத்தின் அருகில் இருட்டுக்குள் எப்போது வருவான் என்று காத்துக் காத்து பல வேளைகள் விடிந்தும் அவள் நிற்பதை தெருப் பெண்கள் கலக்கத்தோடு பார்ப்பார்கள்.

எல்லாருமே பர்தா போட்டுக் கொண்ட பெண்கள் அல்ல. பாதி பேருக்கு பர்தா போட்டுக் கொள்ளும் தக்தீர் கிடையாது. விதியும் பணமும் வாழ்வும் மோதும் சூது. ஏழ்மை முக்காடு என்று யாராவது ஆம்பளை அந்தப் பக்கம் வந்தால் சேலையைச் சுழற்றிப் போடுவார்கள், அது பாவனை மட்டும்தான். பாம்பாட்டித் தெருவுக்கு வந்ததும், குடிசைக்கு வந்து விழுந்தும், பர்தா போடுகிறவளாகவே இருப்பவள் அங்கே நூரி மட்டும்தான்.

முத்தலீப்பு நிறையத்தான் சம்பாதித்தான். திடீரென்று பதினைந்து நாள் காணாமலேயே போய்விடுவான். அப்போதெல்லாம் நூரி ஒற்றை விளக்கேற்றி குர்ஆன் ஓதிக் கொண்டேயிருப்பாள். நூரிக்கு கனவுகள் ஏதும் கிடையாது ரெங்கராஜன்தான் கனவு!

யாரையாவது... யாருக்காவது... வெட்டித் தள்ளிவிட்டு வந்திருப்பான். முத்தலிபின் உலகம் அவளுக்கு நன்றாகவே தெரியும். அங்கே எந்த தர்மத்துக்கும் ஒரே பதில். அடிக்கு அடி, கண்ணுக்குக் கண்; பல்லுக்குப் பல்; உயிருக்கு உயிர்; குலை நடுக்கமும்... பயமும்... இல்லாத நாளும் கிடையாது. ஆனால் முத்தலிப் இரவுகளில் அரசன். ராணியிடம் வந்து சேர்ந்துவிட்டால்... அவன் பூந்தி நெய் லட்டுதான்! அத்தனை இனிப்பு! மயக்கம்! புதையல். அவன் போய் நூரி தனியே நிற்கும்போது வீடே வெறிச்சிட்டுக் கிடக்கும். பகல்கள் அகண்டு போகும். வராத நாட்கள்

பெருகும்போது வீடு முழுசும் அப்படியே போட்டு வந்திருப்பாள் நூரி.

பெட்டியில் ஏராளமாய் பணம் கிடக்கும்! எடுக்க மாட்டாள்! ஏன்? தெரியாது. அவன் வந்ததும் கத்தை கத்தையாக பெட்டியில் போட்டுவிட்டு அவளிடம் சொல்வான். "முவ்வாயிரத்தி எளனூறு போட்டேன்" அவள் திரும்பிப் பார்க்க மாட்டாள்! மடியில் கண்ணைப் பறிக்கும் வெளிநாட்டு ஜார்ஜெட் சேலை வந்து விழும். உடுத்த மாட்டாள்! அவன் கேட்க மாட்டான்.

"ஏண்டி கட்டிகிட்டா என்ன?" என்றாள் நாஜ்மா. அப்டியே தூக்கி அவகிட்ட குடுத்து அனுப்பீடுவா. நாஜ்மா அந்தச் சீலையெக் கட்டிகிட்டு வாரதையும் போறதையும் முத்தலிபு பார்ப்பான். ஒண்ணுஞ் சொல்ல மாட்டான். நூரிக்கு முத்தலிப் போதும். ரெங்கராஜனும் வேணும்!

அவன் அந்தி சந்தியில் பள்ளிவாசல் போறது ஒண்ணுந் தப்பாது. தொழுகெ முடிச்சு வர்றதைப் பாக்க எப்பவாவுது காத்து நிப்பா நூரி! ரொம்ப சந்தோஷமா சிரிச்சுக்குவாங்க. ரெண்டு பேரும் பெரிய பெரிய வெள்ளைக் கிண்ணங்களில் கோழிக்கறி பொரிச்சுச் சமோசா வெச்சு ஏந்தலான பூப்போட்ட பீங்கான் தட்டு மலேயா கிண்ணத்துல வெள்ளை வெளேர்ன்னு சாதம் படைச்சு முத்தலிபெ பசியாற அழைக்கிற நூரி 'ஆச்சரியம் தர்ர பொண்ணுதான்'.

முத்தலிப் ராஜம்மாவெ நெனைச்சுக்குவான். அவளும் ஊட்டி ஊட்டி வளத்தவதானே! சாப்பிட்டுகிட்டு இருக்கும்போதே எடுத்து எடுத்து ஊட்டுற வேலை நூரியால மட்டுந்தான் முடியும். கோழிக்கறியெ அதக்கி எலும்பெக் கழட்டி சிவப்புச் சாந்தோட பொறிச்ச கறிப் பத்தையெ நெய்யோட ஒழுக அவன் வாயிலெ எடுத்து வச்சா வாய் தொறக்காதா என்ன? நெய் சாதம் வியர்வையெக் கௌப்பும். முத்து முத்தா வியர்வை சொட்டச் சொட்ட காரமாய் நாக்குத் தட்டி அவன் சாப்பிடுகிறதைப் பார்த்தே பசியாறீடுவா நூரி! அப்றமா அவளால அப்டியொண்ணும் ருசிச்சுச் சாப்ட்டுட முடியாது. அவனோடையே எழுந்திரிச்சி படுக்கை போட்டுடுவா. வெறும் பெண்ணா இருந்தா நூரி என்னைக்கோ வாப்பா ஊட்டெத் தேடீட்டுப் போயிருப்பா திரும்பியும்! அவ இப்போது முத்தலிபுவின் மனைவியாச்சே. அவளை அவன் உயிராக மதிக்கையில் எப்படிப் போவது?

ஆனால் கல்யாணம் நிக்கா எல்லாம் இவனை ஒண்ணும் பண்ணலை. கட்டுப்பட்டு வாழுற ஆளுமில்ல முத்தலிபு. எவனுக்கும் பயப்படற ஆள் இல்லெ. மாசம் மூணு தடவெ போலீஸ் ஸ்டேஷன்லெ கையெழுத்துப் போட்டுக் காட்டி 'இங்கதான் ஒழுங்கா இருக்கேன்'னு டம்மியடிச்சுக் காட்ட வேண்டிய புள்ளி. அவன்னா ... எவதான் வந்து இவனோட வாழ வருவாளுவ!?

நூரி மாதிரி எவளாவது இருக்கிறதானா அதுக்கு இதெல்லாம் காரணமில்லே. நூரி முத்தலிப்பெ தேடிகிட்டும் எஞ்சியும் போக மாட்டா. அது வேற! மொதலாளி ஊட்டுப் பொண்ணாச்சே அது வேற! ராத்திரீல மட்டும் தெருச்சந்து மொகனையில வந்து நிக்கிறாளே நூரி? அது மட்டும்? அது வேற!

அன்னைக்கும் ராத்திரி மூணு மணி தெருச் சந்து கல்லுகிட்ட நிக்கிறா நூரி! பத்து நாளா முத்தலிப்பு இல்லெ. வீடு பூரா தூசி படிஞ்சி கெடக்கு. நூரி கூட்டல்லெ. கழுவல. சமைக்கல்லெ. வாசல தெளிக்கல்லெ. தெருவு பெருக்கல்லெ. அவனெ நெனைச்சாப் போதும் மனசு பெருசாகிப் போகுதே ஏன்? செத்துப் போன நாநிம்மா சொல்லுமே ரெங்கராஜூ உடாதடீ குட்டி. அவன் பாக்கத்தான் பூனெ!

உன்கிட்ட பாலு குடிச்சாப் புலியாய்டுவான்னு எத்தனை மாசமா... அவன் இப்டியே... பொறுக்கித் திரிஞ்சு... இதுலியே அழுந்திப் போய்... நாஜ்மா மீன் மார்கட்ல எப்டிப் பொறுக்கீட்டு ஏந்தப் பொளைச்சி அலைஞ்சவ! எவன் அவள கட்றேன்னான்? ஒரே புடியா இருந்து, எதுக்கும் வளைஞ்சு குடுத்துடாமெ, எல்லாரும் என்ன சொல்றாங்கன்னு கவலைப்படாமெ, நாலாவதாப் போறமே ஒரு கொமருன்னு யோசிக்காமெ... தீர்மானம் பண்ணி டீக்கடை. சாச்சாவெக் கெட்டி புள்ளையும் கெழங்கு மாதிரி பெத்தெடுத்துட்டாளே குட்டீ! "நூரீ! அவளெப் பாத்து ஏங்குற கதையாச்சேடீ பொண்ணே! நாநிம்மா!"

எவ எவ தாலியறுத்து... எவ எவ பொழப்புல மண்ணள்ளிப் போட்டு... அல்லாஹூ முத்தலிப்பு இப்டி ராத்தங்காமெ அலஞ்சு... என்னா பொறவியிது? என்னா ஆம்பளை இவன்? இஸ்லாம்ன்னா சமாதானம்! இவனெக் கட்டிக்கணும்ங்கிறதுக்காக இவனெ இஸ்லாத்துல சேத்து முஸ்லிமாக்கி...

இந்தப் பத்து நாளா ஒரு வேளைதான் சாப்பாடு நூரிக்கு. வாசலுக்கும் கொல்லைக்குமா அலைஞ்சு கால் கடுத்துப் போகும். ராத்திரீல தூக்கம் அண்டாது. லேசா பலாமரத்து எல உதுந்தாக்கூட 'பொட்டுன்னு சத்தம் எழுப்பி விட்டுடும். விடியும் போது தெருல போற நெல்லு வண்டி 'கட்டக் டட்டக்' சக்கரம் குடுக்குற சத்தம் முழிக்க வெச்சுடும். முழிக்கணுமா? அவ தூங்குனாத்தானே?!

“என்னப் படச்ச அல்லாவே...!"

எழுந்து உட்கார்ந்து கொள்வாள் நூரி, “பாப்பூ! உம்மா! நானு தனிய்யா இருக்கேன். ஆரும் இல்லெ. அல்லா இருக்கான். தோ குரான் இருக்கு. புழுதிபடிஞ்ச ஊடு இருக்கு. திசையெல்லாம் பரவுது சூர்ய வெளிச்சம் என்று சொல்லிக் கொண்டு இருக்கும்போதே பதைத்து நின்றாள் நூரி.

தெருமுனையில் நீண்ட நெடிய நிழல்! நிழலுக்குத்தான் எத்தனை சக்தி! பாய்ந்து ஓடினாள் நூரி. தெருவில் யாருமில்லை. இருட்டு அமிர்தமாய் சந்துக்குள் பாய்ந்திருந்தது. வலிமை வாய்ந்த அவன் கரங்களில் சிறையாகிப் புதைந்து நெஞ்சுக்காட்டுக்குள் எங்கோ அழுந்திப் போனாள் நூரி! முத்தலிப் வாரி அள்ளி அவளை எடுத்துக் கொண்டு வீடு வரை நடந்தான். எப்படி இவனால் இப்படி இனிக்க முடியும்? எப்படி இவன் வரிந்து சுற்றி உள்ளிழுத்துக் கொள்ள முடிகிறது? அவனைக் காணோமே!"

வீட்டுக்குள் நுழைந்ததும் அந்த வீடு முழுவதும் செயலிழந்தது. சோலை நின்று விரிந்து அருவி ஒன்று பாறையைப் பிளந்து கொண்டு பாய்ந்தது. நிலவு ஒன்று உருகி சூரியன் ஒன்று பாளம் பாளமாய்ப் பொடிந்து பூ ஒன்றில் மகரந்தமாய் நுணுங்கிப் போனது நூரிக்கு மட்டும் உணர முடியும். முத்தலிப்பு நூரியைத் தலைகீழாய்ப் புரட்டிப் போட்டான். அப்போதுதான் நூரி கண் விழித்துப் பார்த்தாள் உலகத்துள்ளே! ரெண்டு பேரும் ஒருவரை ஒருவர் பார்த்தே மௌனமாகிக் கிடந்தார்கள். இரவு இன்னும் அவர்களை உறக்கி விடக் காத்திருந்தது.

நூரியின் கண்கள் உஷ்ணத்தால் கதகதத்துக் கரித்தது. பேச்சில்லை . இவன் இப்படித்தான் இதில்தான் நாசமே! வந்ததும் வீழ்த்திவிடும் வசம். இன்னும் அவளை ஆழத்தில் புதைக்கும் சதி! இவனை மீற இவள் இவளையே மீறியாக வேண்டும். பசிக்க பரிதவிக்க அடித்து சாகவிருக்கும் கணத்திலே அமிர்தவர்ஷத்தால் மூழ்கடித்து மூச்சுவிடக்கூட நேரம் தராத இவன்! இவனை அழித்தாலன்றித் தப்பவே முடியாது... நூரியின் மூச்சு முட்டியது. அத்தனை இன்பம். உதடுகள் புதைத்து உதடுகளில் நைந்தன.

அவன் எழுந்து நின்றான்! பேசவில்லை . பேசுகிற ஜாதியில்லெ . மிருகம்! ஆ! அவளை அள்ளி எடுத்து அப்படியே உரத்து...

இப்போது லட்டு மிட்டாய் நெய் வாசமில்லை. ஆசையில்லை. ருசியில்லை . இவன் அவனி'ல்லை! இருட்டில் நின்ற நூரிக்குப் பயம் செத்தது. இனி அவளுக்குப் பயம் இல்லை . திமிறி உதறினாள். முத்தலிப்பை கரணை கரணையாய் அவன் பாறையான மார்பில் அழுந்தினாள். மறுபடி திமிறி உதைத்தாள். கைகளால் போராடினாள். அவன் வலிமை ஆச்சர்யமானது. பத்து பேரை ஓரடியில் வீழ்த்தும் ரத்தத் திமிர் அவனது! அடியற்ற ஆழத்தில் அவனைப் புதைத்து மீண்டும் கவிந்து அவள் மேல் பரப்பி கால்களாலும் அவளைக் கவ்வி உறிஞ்சினான் முத்தலிப்.

அவன் முடிச்சில் நூரி சிக்கிச் சுருண்டாள். மேலழுந்தி உள் வாங்கிய அவன் வளைத்து அவளைச்சுற்றி இறுக்கினான். பாய்ந்த அமுதத்தில்

நீந்தினாள். இருட்டு! கண் விழித்துப் பார்த்தபோதும் இருட்டு! அமுதப் பரப்பில் நீந்தி வருகுது ஒரு குழந்தை ! நரம்புகள் பால் சொரியத் தயாராகிக் குழல்கள் பாலால் நிரம்பின. இருட்டு! விழித்துப் பார்த்ததும் அழுந்தியது இருட்டு! இரண்டு வினாடிகளில் அமுதத்தில் பாய்ந்து அவள் வயிற்றில் பாய்ந்து வந்த குழந்தை! ஆ! ரெங்கராஜனா இதுவும்!

சின்ன முத்தலிபா? ..... யா அல்லா !....

இப்போது பாய்ந்து நெக்கி அவள் உதடுகளைக் கவ்வியிழுத்து முத்திக் கொண்டிருப்பது யார்? இருட்டு! அவன்தான் பாவி! அவனேதான். முத்தலிப்புதான்! மறுபடி எப்படி இழந்தாள்? மூன்றாம் முறையாக உயிரைப் பிடித்துக் கொண்டு உயிர் நிலையில் மிதித்தாள். இப்போது அவன் விட்டான். பிடி நழுவி அவள் வாரிச் சுருட்டிக் கொண்டு எழுந்தாள். எத்தனை நாள் இப்படி இந்த நாசம்! என்ன தத்கீர் இது? வினையா? அவனைப் போல ஒரு குழந்தை! தாயைத் தனிக் குழியில் புதைக்க வரும் குழந்தையா? அப்பனைப் போல் தெருவில் அலையும் அடியாளாக அதுவும் இன்னொரு தாயைக் காலடியில் மிதிக்குமா? அதற்கும் திமிறும் ஆண்மையும் அழுத்தும் பாரமும் இனிக்கும் உடம்பும் இருக்குமா? அதுவும் எவளையாவது இழுத்துக் கொண்டு போய்த்தள்ளி உடம்பால் உடம்பை அடித்துத் தள்ளி, உடம்பால் உயிரைக் காவு கேட்குமா? அதுவும் குழந்தை முத்தலிபா...

இருட்டு மழை மேகம் நெருக்கி கயிறு போல் சுருட்டிக் கொண்ட முறுக்கிய இரவு!

முத்தலிப் அப்போதும் அயர்ந்து அவள் மேல் கிடந்தான். மீண்டும் நூரிக்கு உணர்வு திரும்பியபோது அவள் மேல் கவிந்து கிடக்கும் அவன் கரங்களில் மீண்டும் மீண்டும்.... வியர்வையில் பளபளத்த அவள் உடலின் இனிப்பு இப்போதும் தகித்தது. அவன் விட மாட்டான். கட்டிலில் கட்டியடித்த மிருகமாய் இனியும்.... இனியும்... இன்று அவள் வயிற்றில் புகுந்த அவன் குழந்தை! அவளுக்கு நன்றாகத் தெரிந்தது. அது அவதான...! அவள் தப்பவே முடியாது என்ற குபீர்ப் புரட்டல் அடி வயிற்றிலிருந்து எவ்வி உச்சந்தலையில் மோதியது.

அவன் அவளை இப்போது முத்தமிட்டுக் கொண்டிருக்கிறான். அடுத்த புயல், தலைக்கு மேல் சுழன்றது. விடிந்து நாலு மணியிருக்குமா? குடிசையின் கூரைகளில் கோடை வானத்தின் அவசர வட்டங்கள் சுழல்வது புரிந்தது. விடிய விடிய அவன் விரல்களில் பிதுங்கிய அவளது நெஞ்சு கழண்டது போல் வலித்தன. அமுக்கி ஒரு பிடிபிடித்து கவ்வினான். ஹும்மா!... இப்போது அவன் இனிப்பதெங்கே? வியர்வை மட்டுமீறி வடிந்து இடம் தராமல் பிடிவிடாமல் சொடுக்கிச் சுருண்டு அவனிடம் யாசித்தாள் நூரி...! "வாண்டாம் மாமூ! நெருப்பாய்

எரியிது! போதும்!"

"ஏன்ட்டீ போதும்! சைத்தான் வா!" என்று முழங்கினான்.

அவன் எதிர்பாராமல் அறையின் ஒரு பக்கமாய் போய் விழுந்தான். தூக்கி எறியப்பட்டதும் வலியுடன் உயிர்நிலையில் அவள் மிதித்த மிதியும் சொடுக்கி வலித்தது... நூரிக்கு ரகஸ்யம் அவனோடு புரிந்தது. சண்டையில் அவன் பலம் புரியும் முன் எதிரியின் பலம் பார்த்தாக வேண்டும்? அவளால் இனி மிருகம் போல் மிருகத்தோடு பலப்பரிட்சை செய்ய முடியாது. விழுந்த வேகத்தோடு அவன் இப்போது வரப்போகிறான்... பாய்ந்து கசக்கி மீண்டும் குழியில் தள்ளி மீண்டும் அவளை உறிஞ்சி இல்லாமல் செய்ய இதோ... இருட்டுக்குள் அவளை அடைத்து... எங்கோ போய்விடப் போகிற முத்தலிப்பு இதோ... வரப் போகிறான்.

நினைக்கு முன் கருமலையொன்று அவள் மேல் இடி போல் சரிந்தது. இருட்டு! முத்தலிப்புக்கு மட்டுமா சொந்தம்? வயிற்றுக்குள்ளிருந்து குழந்தை கூப்பிட்டது! "என்னம்மா! உம்மா! எழுந்திரி!" கருமலை சரியுமுன் எழுந்து மின்னல் போல் இருட்டில் பாய்ந்த அவள் நூரியா? அவள் நூரியா? அல்ல! விலங்கில் பூட்டப்பட்ட அடியுண்ட மிருகம்! எட்டிப் பார்த்து, மிதித்தது நூரிதான்.

கீழே விழுந்த மிருகத்தின் கழுத்தில் ஏறித் திருகி விழுந்ததும் நூரிதான். இருட்டுக்குள் மிருகங்கள் இப்போது முட்டி மோதின. இனி அவளுக்கு இருந்த ஒரே புகல் அதுதான். நீண்டு கேட்ட அலறல் பக்கத்துக் குடிசைகளிலிருந்து ஜனம் பெண்டுகள் பிள்ளைகள் கூடி ஒப்பாரியாகி நீண்டு ஒலித்தபோது. ஆட்கள் பறந்தனர். முதலாளிமார்கள் வீடுகளுக்கும் பள்ளிவாசலுக்கும் செய்திகள் பறந்தன. முதலாளிகளுக்கும் சந்தோஷம்தான். "தொலைஞ்சானா?"

விடிந்து ஒளி நீண்டு எட்டிப் பார்த்தபோதோ...

வீட்டுக்குள் நூரி வெளுத்துப் போன முகத்துடன் உட்கார்ந்திருந்தாள். நாஜ்மா "என்னட்டீ நடந்தது?" என்று முட்டி மோதியும் பயனில்லை. "அடியாள் முத்தலிபெ யாரோ அவன் வூட்டு வாசல்லியே அடிச்சுக் கொண்ணு போட்டுருக்காங்க" என்ற பேச்சு எங்கும்! முழங்கால்களைக் கட்டிக் கொண்டு உள்ளே உக்காந்திருந்த நூரியெ போலீஸ்காரங்ககூட ஒண்ணும் கேக்கவேயில்லை.

"யாராயிருக்கும் கொண்ணது?" "காஃபிர் பயலெ செஞ்சுகிட்டாளே நிக்கா? வேணும் நல்லா!" "கொண்ணது ரவ்வூப் மொதலாளிதான்! தெரியும்?" "ல்லெடா! செய்துல்லாதான் செஞ்சிருப்பான். அவம் மவதானேடா நூரி!"

கண்ணீர் மல்க நூரியே கட்டிக் கொண்டு பெருமூச்சுவிட்ட நாஜ்மா சொல்லுவா "ரெங்கராஜூ மச்சாம் மாதிரி ஆம்பெளெ யாரு இருக்கா துனியாவுல? பத்து ஆளெ உட்டு அடிச்சாக்கூட கீழ உழாது. ஒரு கைக்கி பத்து ஆளெத் தூக்கியடிக்குமே நூரி! அல்லாஹு படச்சவனே! ஆரு கொண்ணாங்களோ! நீதான் கேக்கணும். அடுத்த பொறெ ளெம்புறதுக்குள்ள மச்சானெக் கொண்ணவங்களே நீயே கேளு!"

தலைதூக்கிப் பார்த்தாள் நூரி. அழக்கூடாது. அழ முடியாது. அழ வேண்டாம்.

போஸ்ட்மார்ட்டம் முடிந்து வைக்கோல் திணித்த முத்தலிப்பை கொண்டு வந்து உள்ளே போட்டிருந்தார்கள். திரை போட்டு மூடி யிருந்தது.

தாவுத் நடந்து கொண்டிருந்தது. நெய்ச்சோறு குர்மா, முத்தலிப்பு என்கிற ரெங்கராஜன் இப்போது யார்?

தெரு முழுசும் வந்து சாப்பிட்டுக் கொண்டிருந்தார்கள். தெரு முனையில் அடிதடி! கூச்சல் யார் யாரோ... புழுதி கிளம்புகிறது. யார் யாரோ தெருவில் போய் நிற்கிறார்கள்.

அங்கே முத்தலிப் இல்லை.

திரைக்கப்பால் ரெங்கராஜன் வெள்ளைப் பாதங்கள் தெரிந்தபோது யாருக்கும் தெரியாமல் மௌனமாய்க் கதறி வாய் பொத்திக் கண்மூடி அழுதாள் நூரி. வயிற்றுக்குள்ளே குழந்தை உதைத்தபோது அழுகை நின்றது நூரிக்கு.

திகில் மீண்டும் இருட்டு சூழன்றது.

நூரியின் தலைக்கு மேல் மேகம் மூண்டு 'இடி'த்தது.

வயிற்றுக்குள் குழந்தையா? நிஜம்தானா.

நிஜம்தான்!

தடம்

வேலராமமூர்த்தி

மழை பெய்த மறுநாள், குப்பை கூடப் பூத்துச் சிரிக்கிறது.

மகளை நிச்சயம் பண்ண வரும் மாப்பிள்ளையைக் கண்டது போல், மழையைக் கண்டதும் சம்சாரிகளுக்குச் சந்தோசம்.

குருவி குடிக்கக்கூட, வெட்டுக் கிடங்குகளில் ஒரு சொட்டு தண்ணீர் இல்லாமல் கிடந்த கண்மாய், ஒரே நாள் மழையில் கர்ப்பம் தரித்துக் கொண்டது.

இன்னும் 'புனு, புனு' என்று தூறல் விட்டபாடில்லை.

நேற்று மேற்கே இடியும் மின்னலும் இருந்த கூறைப் பார்த்ததுமே, தோளில் கிடந்த துண்டை உதறி தலைப்பாகை கட்ட ஆரம்பித்து விட்டார்கள். வழக்கத்துக்கு மாறாக ஒரு 'டீ' அதிகம் குடித்துவிட்டுத் தெம்போடு கடன் சொன்னார்கள். கடன்காரர்களை வழியில் பார்த்ததும் அஞ்சி ஒளியாமல் சமமாகச் சிரித்துக் கடந்து போனார்கள். வீட்டுப் பெண்களைப் பிரியத்தோடு பெயர் சொல்லி அழைத்தார்கள். சத்தம் போட்டு வேலை ஏவினார்கள்.

'பூமி கொடுக்கணும்... இல்லே ... பூதம் கொடுக்கணும்' என்று வானம் பார்த்தே முழி பெருத்துப் போனவர்கள். இனி ஆறு மாதம் கால் ஓய்ந்து 'உஸ்... அப்பாடா...' என உட்கார நேரம் கிடைக்காது. நாற்றுப்பாவ, நீர்விட, தொழிய வெட்ட, பரம்பு தடவ, நட, விதைக்க...

எப்பவும் இல்லாமல் இந்த வருசம், புரட்டாசி மாதமே கண்மாய் பெருகி, மறுகால் ஓடுவதைப் பார்த்து சந்தோஷம் தாங்க முடியவில்லை .

“இந்த வருசம் வெள்ளாமை உறுதி. கடன் அடஞ்சிறும்"

உழவு மாடுகளைத் தட்டிக் கொடுத்தார்கள். திங்க கூளம் போட்டு

ஊரல் காட்டினார்கள். கட்டுத்தரை ஈரத்தில் படுக்க முடியாத ஆடுகள், வீட்டுத் தாழ்வாரத்தில் ஒன்றி, குறுகி நின்றன. ஈயத்தட்டை மண் தரையில் போட்டுக் குழந்தை இழுப்பது போல் ஆட்டுக் குட்டிகளின் சத்தம்.

வடக்கே, கண்மாய்க்குள், கடைக்கொம்பு மூலையில் கருவேல மர உச்சியில் அமர்ந்துகொண்டு, அன்றில் பறவைகள் கத்தின.

'அன்டுலு கத்தக் கத்த,
அடமழ பேயப் பேய,
இடையன் குன்னக் குன்ன,
எனக்கொரு தொத்த ஆடு'

என்று ஆட்டுக் கிடைக்கு வந்த நரி கேட்குமளவுக்கு மழை.

கோடையில் 'ஏழ உழவு' போட்டாலும், காலத்திலே 'எடுப்பு உழவு' ஒன்று போட்டு விதைப்பது போல் இருக்காது. இந்தச் சேறுசகதியிலே ஏர் இறங்காது. ஒரு நாள் வெயில் 'சுள்ளு'ன்னு அடிக்கவேண்டும். அதற்குள் விதை, வித்து சேகரிக்க வேண்டும்.

"அடியே... மீனா..."

"என்ன...?"

"இங்க வாடீ..."

"ச்சே... ஆம்பளை இந்தக் கத்தா கத்துறது? மழையைக் கண்டதும் பசி தாங்கலே போலிருக்கு."

"வெதை நெல்லு எம்புட்டு இருக்கு?"

"வீடான வீட்டுல வெதை நெல்லு ஏது? உங்க தங்கச்சி மகளுக்கு விருந்து வச்சது எந்த நெல்லு அரிசியிலே? வெதை நெல்லை அவிச்சு, அரைச்சுதான் விருந்தாக்கிப் போட்டேன்."

"என் தங்கச்சி மக விருந்துக்கு வந்ததைச் சொல்லிக்காட்டுறயாக்கும்? இப்போ வெதைக்க நெல்லு...?"

"முகம்மது ராவுத்தர் பொண்டாட்டி கிட்டே கேட்டுருக்கேன்."

"படி நெல்லு எம்புட்டு?"

"காசு இல்லே... ஓசிதான். நல்ல மனுசி"

தூறல் வலுத்தது.

டீக்கடையில் அடைந்து கிடந்தவர்கள் மழையை வேடிக்கை பார்த்துக் கொண்டிருந்தார்கள். எல்லோர் மனதிலும் கொந்தளிப்பு. மழையைக்

கண்டதும் வயிற்றுப் பாட்டுக்கு நம்பிக்கை பிறக்க, மனம் இளகிப் போனார்கள்.

இப்போது தான் சந்திப்பவர்களைப் போல், ஒருவருக்கொருவர் குசலம் விசாரித்துக் கொண்டார்கள்.

'மேல் காட்டுல உளுந்து போடு. கீழ்காட்டுலே பருத்தி போடு' ஒருவருக்கு ஒருவர் யோசனை சொல்லிக் கொண்டார்கள்.

வானம் இடி இடிக்கவும், மின்னல் வெட்டவும் கிளம்பி விட்டது. 'சொலு, சொலு' என மழை ஊற்றியது. டீக்கடைத் தென்னந்தட்டியை அறுவிக் கொண்டு தெருத் தண்ணீர் ஓடியது.

“ஓடையிலே மே மிச்சமா தண்ணி வருமே?"

“வரட்டும்... வரட்டும்"

கடை ஒழுகியது. ஒருவருக்கு ஒருவர் இடித்துக் கொண்டு உட்கார்ந்து இருந்தனர்.

“இந்த வருசம் எருதுகட்டு வச்சிற வேண்டியது தான்"

“மொதல்ல வெள்ளாமை வெளஞ்சு வீட்டுக்கு வரட்டுமப்பா...”

"அதெல்லாம் நிறைகுளத்தா கண் தெறந்துடுவாள்”

நிறைகுள வள்ளி அம்மன் கோவில் கண்மாய்க்குள் இருக்கிறது. அடர்ந்த ஆலமரம், உயர்ந்த அரச மரம், ஒரு புளி, கோவில் சுற்றுச் சுவருக்குள் ஒரு வேம்பு. வருசா வருசம் நிறைகுளத்தாளுக்கு முளைக் கொட்டுத் திருவிழா நடக்கும். ஆவணி மாதம் அய்யனாருக்கு குதிரை எடுத்து ஆத்தாளுக்கு முளைப்பாரி தூக்கி, ஊர் சுற்றி வந்து, பொங்கல் வைப்பார்கள். நாடகம், கச்சேரி, மாட்டு ஆட்டம், கரகாட்டம் எல்லாம் நடக்கும். நல்லபடியாக காடுகரை விளைந்தால் எருது கட்டும் உண்டு.

"காடு வெளஞ்சா நாடு செழிக்கும். எல்லாச் சனமும் நல்லா இருக்கனும்"

“மழை ஊத்துறதப் பார்த்தா... கண்மாய் தாங்குமா?"

“இதென்ன கண்மாயா? ஒரு வருசமாவது வெட்டுப் போட்டு ஆழப்பத்துனா... வர்ற தண்ணி நிக்கும். மேடு மேவிக் கிடந்து... மேல் மிச்சமாத் தண்ணி வந்தா எப்படித் தாங்கும்?”

“யாரு வெட்டுறது?”

“சர்க்கார் தான் வெட்டணும்?"

“சர்க்காருக்கு இதுதானா வேலை? ஊர் கூடித்தான் வெட்டணும்,"

"ஊரு தான் ஒம்பது கூறா பிரிஞ்சு கேடக்கே! ஒன்னு கூடுற ஊரா இது?"

தலையில் போட்டிருக்கும் கொங்காணிச் சாருக்கு தொப்பு, தொப்பு என நனைந்து கனக்க, மேற்கே இருந்து தலையாரி வந்து கொண்டிருந்தார்.

“தலையாரி எங்கிட்டு கெடந்து வருது?"

வந்து கடைக்கு முன் நின்றார்.

"ஏய்... ஓடையிலே எக்குத் தப்பா தண்ணி வருது! கண்மாய் தாங்காது?"

போர்த்தி இருந்த துண்டுக்குள் குறுக்கு வசமாய் கைகளைக் கட்டிக் கொண்டு குத்துக் காலிட்டு உட்கார்ந்து இருந்தவர்கள் நிமிர்ந்தார்கள்.

“இப்ப என்ன செய்யலாம்?"

“ஊரைக் காப்பாத்தணும்..."

“மேற்கே, நல்ல தண்ணிக் கிணத்துக்கு நேரா கண்மாய் உடைஞ்சா... நம்ம சனம் சாகும்"

“அப்படி இல்லேன்னா... கிழக்கே மடைக்குழிக்கு நேரா உடைப்பெடுக்கும்"

"கிழக்கே உடைஞ்சா?"

“கிழக்கே உடைஞ்சா... ராவுத்தமாரும் பகடைகளும் தான் சிக்குவான்ங்க?"

“சாகட்டும்"

“முளைப்பாரி ஊரு சுத்தி வர்ற போது, வருசா வருசம் பள்ளிவாசலுக்கு முன்னாடி கொட்டு அடிக்கக் கூடாதுன்னு தகராறு பண்றாங்களே... என்ன கொழுப்பு!"

“அழிட்டும்..."

“நம்ம தெருவைக் காப்பாத்துவோம்... வாங்கப்பா."

மேற்கே, நல்ல தண்ணீர் கிணற்றுக்கு நேராக கரையை உயர்த்தினார்கள்.

வானம் கொட்டியது.

பள்ளிவாசல் ‘நகரா’ ஒலித்தது.

முஸ்லிம் வீட்டு ஆண்கள், பெண்கள், குழந்தைகள் எல்லாம் திரண்டனர். கைகளில் மண்வெட்டி, கூடை. அருந்ததியர் வீட்டு ஆண்களும் பெண்களும் சேர்ந்து கொண்டார்கள்.

மழையில் நனைந்து கொண்டே மடைக்குழிக்கு ஓடினார்கள். ஆண்களும்

குழந்தைகளும் ஓடி ஓடிச் சுமந்தார்கள்.

கரை உயர்ந்தது.

பொழுது இருட்டியது.

சனம் உறங்கிக் கொண்டிருந்தது.

ஓடையில் நீர் வரத்துக் குறையவில்லை.

தூறிக் கொண்டிருந்த மழை வலுத்தது.

பள்ளிவாசல் 'நகரா' ஒலித்தது.

"ஏய்... ஓடியாங்க... ஓடியாங்க... கம்மா உடைச்சுருச்சு..."

தலையாரி, தெருத் தெருவாய் கத்திக் கொண்டே இருட்டுக்குள் ஓடினார்.

"எந்தப் பக்கம்?"

"கடக்கொம்பு மூலையில் எடைச்சு... காட்டு வாக்கிலே வெள்ளம் போகுது... இந்த வருசமும் பஞ்சம்தான்..."

"நெறகுளத்தா... சோதிச்சுட்டியே... தாயீ...!"

"ஏய்... பொம்பள... பிள்ளை எல்லாம் கௌம்பு... ஓடு... ஓடு..."

"டேய்... கரையை உடைச்சு ஓடுறது கம்மாத் தண்ணி இல்லே... நம்ம கஞ்சித் தண்ணி! எல்லோரும் கௌம்புங்கடா..."

பள்ளிவாசல் 'நகரா' ஒலித்துக்கொண்டே இருந்தது.

ஊர்ச்சனமெல்லாம் திரண்டு, கண்மாய் கரை வழியே ஓடினார்கள். எல்லோர் கையிலும் மண்வெட்டி, கூடை.

இருட்டுக்குள்ளும் பாதை தெரிந்தது.

பேராசிரியர் தக்கியின் ஆடு

விட்டல்ராவ்

அப்போதும் அந்த வீடு முற்றிலுமாக மீட்கப்படவில்லை. கீழே இரண்டு பகுதிகளாக குடிக்கூலிக்கு விடப்பட்டிருந்ததில் ஒரு பகுதியிலிருந்தவர்கள் இன்னும் மூன்று மாத காலம் அவகாசம் கேட்டிருந்தார்கள். அந்த நிலையில், பேராசிரியர் அப்துல் தக்கி தன் அண்ணனுக்குச் சொந்தமான அவ்வீட்டில் குடியேறினார். மாடியில் அவர் இருந்து கொண்டார். மாடியில் இரண்டு அறைகளும் குளியலுக்கும் கக்கூசுக்குமாய் ஓர் அறையும் இருந்தன. மாடிக்குப் போகும் படிக்கட்டுகள் மிகவும் குறுகலானவை. ஒரு சமயத்தில் ஓராள் மட்டுமே போக முடியும். ஐந்து படிகள் ஆனதும் ஒரு விட்டம் தலையை இடிக்கும் உயரத்தில், குறுக்கிடும், வாசற்கதவைத் திறந்தால், அங்கிருந்தே தொடங்கும் படிக்கட்டுகள் நின்று மூச்சு வாங்க அவகாசம் தராதபடிக்கு ஒரே செங்குத்தாய் ஏறும் வகையிலானவை. கீழ்ப்பகுதிகள் இரண்டும் இதையொட்டி, ஆனால் குறுக்குச் சுவர் ஒன்றால் தடுக்கப்பட்டு தனித் தனியாக அமைந்தவை. அவற்றில் ஒன்றில்தான் பேராசிரியர் தக்கி வீட்டுப் பெண்களும் பையன்களுமிருக்க வேண்டியிருந்தது. அவர் மாலை நேரத்தில் ஐந்து மாணவர்களுக்குக் கணிதம் ட்யூஷன் எடுப்பார்.

பேராசிரியர் அப்துல் தக்கி கும்பகோணம் மேலக்காவேரியைச் சேர்ந்தவர். தாய்மொழி தமிழ். தமிழ்நாட்டு விவசாயியின் சகல பண்பாட்டு அடையாளங்களும் மாறாமல் கொண்டுள்ள மனிதர்.

அவருடைய அண்ணன் நாகப்பட்டினத்தில் பெரிய வியாபாரி. அவர் சமீபத்தில் வாங்கிப் போட்டிருக்கும் இந்தப் பெரிய வீடு மீர்சாகிப் பேட்டைப் பகுதியில், சற்று அலைந்து திரிந்தே கண்டுபிடிக்கக்கூடிய தெருவொன்றில் அமைந்திருந்தது. மயிலை போன்ற பகுதியினர் நடந்து போகவே கொஞ்சம் தயங்க வேண்டியிருக்கும்படியான தெரு. குப்பைத்

தொட்டிகள் போதாது. எந்த மூலையிலிருந்தாவது இறால் செதில் நாற்றம் திடீரென வந்து மூக்கைத் தாக்கும். தெருவின் ஓரமாக நடக்க முடியாது. வறுமைக் கோட்டிலிருக்கும் இந்தியனைக் குழந்தைப் பருவத்திலிருந்தே குறைந்தபட்ச சுகாதாரத்துக்கு அருகதையற்றவனாக உருவாக்கும் கட்டம் தெருவோரங்களில்தான் தொடங்குகிறது என்பது போல்...

தெருவில் அங்கொன்றும் இங்கொன்றுமாய் இரண்டு திருமணக் கூடங்களிருந்தன. அதற்காகக் கட்டப்பட்டவையல்ல. இரண்டு மூன்று கட்டு வீடாக இருந்தவற்றைக் கல்யாணக் காரியங்களுக்கு உபயோகப்படுத்தத் தொடங்கி இப்போது முழுவதும் கல்யாணம் மற்றும் சுன்னத் விசேஷங்கள் மட்டுமே இடம் பெற வாடகைக்கு விடப்படும் கட்டிடங்கள். முஸ்லிம் சமூகத்தினரின் திருமணங்கள் மட்டும் இடம் பெறுபவை. திருமண காலங்களில் தெருவில் அடிக்கடி குப்பையாகக் கோழியிறகுகள் குவிக்கப்பட்டிருக்கும். தெருவோரத்தில் பெரிய கரிய பிரியாணி தேக்சாக்களில் பிரியாணி வைத்துப் பாத்திரத்துக்கடியில் தீக்கங்குகளால் 'தம்' போட்டிருப்பார்கள்.

பேராசிரியர் அப்துல் தக்கியிடம் கணிதம் கற்க வரும் மாணவர்கள் அந்தப் பகுதியைச் சேர்ந்தவர்களே அல்ல. கொஞ்ச நாள் போனதும் மாணவர்களில் ஒரு மாணவனிடம் தக்கி கேட்டார்:

“இந்தத் தெருவில் தமிழ் பேசறவங்களே கிடையாதா?"

ஒரு சிறு தயக்கமான புன்சிரிப்பு முன்வர மாணவன் சொன்னான்.

"தெருமுனையில் ரொட்டிக்கடை நாயர் இருக்காரு. பக்கத்தில் ஒரு ஜோசியர் வீடு..."

“ஜோசியரு பாவம் இங்கே ஏன் இருக்காரு?” என்றார் தக்கி.

“மற்றபடி எல்லாரும் நம்பளவங்கதான்."

“நம்பளவங்க சரிப்பா, அதில் தமிழ் பேசறவங்க யாராச்சும் உண்டுமா?"

“இல்லை சார்... எல்லாமே உருதுதான்."

பேராசிரியர் முகத்தில் சலனமற்று யோசனையொன்று தேங்கி நின்றது.

நாகை, குடந்தையென்று ஊரிலிருந்து வந்தால்தான் பெண் விருந்தாளிகள் அவருக்கு. பெரும்பாலும் வெளிக் கதவுகள் சாத்தியேயிருக்கும். முதன் முதலாக வெளியூர் நண்பர் ஒருவர் சென்னைக்கு வருகையில் தக்கி பாயின் முகவரியை மட்டும் கொண்டு வீட்டைத் தேடியிருக்கிறார் பாருங்கள்: காய்ந்து விட்டார் மனிதர்.

“அதென்ன, இந்தத் தெருவில் யாரைக் கேட்டாலும் ஒங்களைத்

தெரியவில்லை ..." என்றார் சங்கடத்தோடு நண்பர்.

"என்னானு கேட்டிங்க?"

"இந்த மாதிரினு. புரொபஸர்னு சொன்னேன். அந்த மாதிரி யாரும் இருக்கிற மாதிரி தெரியில்லேனு பதில் சொல்லிட்டாங்க."

பேராசிரியர் தக்கி என்று ஒருவர் அந்தத் தெருக் கோடியிலிருப்பதாய் தெருவில் யாருக்குமே தெரிந்திருக்கவில்லை.

இந்தச் சமயம்தான் வடிவேலுவின் உறவு தக்கி பாய்க்குக் கிடைத்தது. தக்கியின் கடைசிப் பெண்ணுக்குத் தினம் இரவில் ஆட்டுப்பால் கொடுக்க வேண்டும் என்று நண்பர் ஒருவர் யோசனை கூறிவிட்டுப் போயிருந்தார். வடிவேலு கொஞ்ச நாளாய் போராசிரியருக்குப் பசும்பால் ஊற்றிக் கொண்டிருந்தான். அவனிடம் கொஞ்சம் வெள்ளாடுகளுமுண்டு. ஆட்டுப்பால் தர முடியுமென்றான். ஊற்றவும் ஆரம்பித்தான்.

ஒருநாள் வடிவேலு அவரிடம் தாழ்மையுடன் ஒரு விண்ணப்பம் செய்தான்.

"புதுசா மாடு ஒண்ணு புடிக்கணும் பாய், பணம் கொஞ்சம் குறையுது. ஒரு ஆயிரம் ரூபா குடுத்தீங்கன்னா உதவியாயிருக்கும்."

தக்கி யோசித்தார்.

"பாலிலே கழிச்சிக்குங்க சார். பொங்கல் கழிஞ்சி ஐநூறு ரூபா குடுத்திடறேன்" என்று அவருடைய யோசனைக்கான பதிலாகச் சொன்னான்.

மேற்கொண்டு யோசிக்காது சரியென்று சொல்லிவிட்டார். ஆனால் இரண்டொரு மாதங்களிலேயே வடிவேலு தான் சொன்னபடி கடனை அடைக்க முடியாமல் திணறத் தொடங்கி விட்டான்.

தக்கி அவனை ஏறிட்டுப் பார்த்தார்.

'கறவை நின்னிடுச்சு. புதுமாடு ஒதைக்குது" என்றான் வடிவேலு.

என்னமோ இவனுடைய சொல்லில் அவ்வளவாக சத்தியமில்லை என்று புரிந்து கொண்டவராய் சற்று கறார் கண்டிப்போடு பேசினார் பேராசிரியர் தக்கி.

அன்று மாலை வடிவேலு ஒரு யோசனை கூறினான்.

"யங்கிட்டயிருக்கிற வெள்ளாடு ஒண்ணைத் தர்ரேன், வச்சிக்கிறீங்களா?" என்று கேட்டான்.

தக்கிக்கு உடனே சிரிப்பு வந்தாலும், பிறகு அதில் ஒரு பிடிப்பும்

ஏற்பட்டது. இருந்தாலும் தன் சந்தேகங்களை அவன் முன் வைத்தார்.

“வச்சிக்கிட்டு நான் என்னய்யா செய்யறது? யார் மேய்க்கிறது? இந்தத் தெருவிலே அதை எங்கே வெக்கிறது சொல்லு?"

வடிவேலு வெகு எளிதாகக் கூறிவிட்டான்.

“ஒண்ணும் பிரச்சினையில்லீங்கய்யா. ஒங்க கூடவே வச்சிக்கலாம். நாய் மாதிரி இருந்துக்கும்."

“கூடன்னா , இந்த மாடியிலேயே?"

“வச்சிக்கலாமே”

“என்னய்யா, இந்த இக்கட்டிலயா?"

“இருக்கும் சார், இருந்துக்கும்..."

“சரி மேய்ச்சலுக்கு?”

“ஏங்கிட்டியே வுட்டிருங்க. நம்ப ஆடுங்களோட சேர்ந்து மேயட்டும்...'

"எங்கே மேய்ச்சல் நிலமிருக்கு? எங்கே அனுப்புவே?"

“ஓங்களுக்கென்னா சார் அதைப்பற்றி? இந்த ஏரியாவிலேயே அதுங்க மேயும். காலத்துக்கு ஏத்த மாதிரி அதுங்களும் மேஞ்சிக்கும்..."

ஒரு சின்ன டார்வின் தத்தவ உதாரணமாய் வடிவேலு பேசியதை எடுத்துக் கொண்டார் பேராசிரியர் தக்கி. எதற்கும் வீட்டுப் பெண்களையும் கலந்தாலோசித்துச் சொல்லுவதாய் கூறினார். அவருக்கு வெகு காலமாகவே ஆடு, கோழி, புறா, முயல் வளர்ப்பில் அலாதி பிரியமுண்டு. ஆலந்தூர் லப்பைத் தெருவில் கொஞ்ச காலம் வாடகைக்கு குடியிருந்த சமயம் கோழி, புறா, முயல் மூன்றையும் வளர்த்துப் பார்த்திருக்கிறார். அந்த வரிசையில் ஆடு வளர்ப்பு ஒரு குறையாக இருந்து வந்தது இப்போது பூர்த்தியடையும் சந்தர்ப்பம் வாய்த்தமை குறித்து குதூகலமடைந்திருந்தார். யதார்த்தமாய் எடுத்துச் சொன்னபோது அவரது மனைவி வலுப்பெற்ற எதிர்ப்பு ஒன்றைக்கிளப்பினாள்.

“நம்பூரு மாதிரியில்லே இது. இந்தத் தெரு ஆளுங்களப் பார்த்தாலே பயம்மாயிருக்கு” என்றாள்.

தக்கி யதார்த்தத்தை விட்டு விட்டு கொஞ்சம் தத்துவார்த்தமாகப் பேசி வழிக்குக் கொண்டு வர நினைத்தார்.

“வெள்ளாடு புனிதமானது...” என்றார்.

“இங்கே எடமேயில்லியே” என்றாள் மனைவி.

“மாடியிலே என் ரூமுக்கு முன்னாலே வச்சிக்கலாம். ஏசுவைப் படத்திலே பார்த்தியா, ஆட்டுக் குட்டியை வச்சிட்டிருப்பாரு. ஆடு, தியாகத்தின் சின்னமாக்கும். சக மனுஷனோட பாவத்தைச் சுமந்து தியாகம் பண்ணியிருக்கிற எல்லாப் புனிதர்களும் பிரியமாய்க் கையிலே வச்சிருக்கிற பிராணி...” என்றார் தக்கி.

பேராசிரியர் ஆடு வளர்க்க முடிவு செய்தார்.

வடிவேலு இரண்டு மூன்று தடவை அந்த வெள்ளாட்டை பின்னாலிருந்து பிடித்துத் தள்ளித் தள்ளி மாடிக்கு அனுப்பின பின் அதுவாகவே சாயங்காலமானதும் படிக்கட்டுகளில் தாவித் தாவி ஏறி வந்துவிடும். அதை அவர் கட்டிப் போடவில்லை . அதன் கண்களைப் பார்க்க, சட்டென்று கவிஞர் ஒருவரின் கண்கள் நினைவுக்கு வந்து விடும். அன்னாரின் கவிதைகளைக் கவிதைகளாக ஏற்க முடியவில்லையென்றாலும் அவரது கண்களைத் தக்கியால் ரசிக்க முடிந்ததற்கான ஒரு காரணம் அவர் தன் ஆட்டை மிகவும் நேசித்தது என்பதுதான். குளியலறைக்கும் தக்கியின் அறைக்கும் இடையிலான மூலையில் அது நின்றிருக்கும். பிறகு படுத்துவிடும். தக்கிபாய் அதற்கு கல்யாண முருங்கையிலைக்கு ஏற்பாடு செய்திருந்தார். தான் வேலை பார்க்கும் கல்லூரியில் அம் மரங்கள் நிறைய இருந்தன. தன் கணித இலாகாவிலுள்ள ப்யூன் அதைக் கொண்டு வந்து ஆட்டுக்குப் போடுமாறு அவர் ஏற்பாடு செய்திருந்தார்.

தெரு முழுக்க உருதுவைத் தாய் மொழியாகக் கொண்ட முஸ்லிம்கள் மத்தியில் ஒரேயொரு தமிழ் முஸ்லிமாக பேராசிரியர் தக்கி நின்று போனார். அவர்கள் வெளியில் தமிழ் பேசினாலும், வீட்டில் பேசும் மொழியே, வெளியிலுள்ள மற்றவர்களுடனான சௌஜன்ய உறவைத் தீர்மானிக்க வல்லதாயிருந்தது. எனவே, எதிர் வீட்டிலும் பக்கவாட்டிலுள்ள வீடுகளிலுமிருப்பவர்கள் பேராசிரியர் தக்கியின் வீட்டோடு எவ்வித உறவும் வைத்துக் கொள்ளவில்லை. தக்கியின் வீட்டுப் பெண்கள் தெருவிலுள்ள மற்ற பெண்களைப் போல கறுப்புப் பர்தா அணியாது வெள்ளைப் பர்தா அணிவார்கள். சில சமயம் புடவை இழுத்து வெறும் முக்காடாக மட்டுமே போட்டுக் கொண்டும் கடை கண்ணிக்குப் போய் வருவார்கள்.

ஒரு நல்ல மழையின்போது தக்கியின் ஆடு வீடு ஒன்றின் கதவையொட்டி உராய்ந்து நின்றபடி மழைக்கு ஒதுங்கியிருந்தது. வீட்டுக்குத் திரும்பிக் கொண்டிருந்தபோது மழை பிடித்துக் கொள்ளவே ஒரு வீட்டில் ஒதுங்கியிருந்தது. சாத்தப்பட்ட கதவு இலேசாகத் தட்டப்பட்டாற்போல இருக்கவே உள்ளேயிருந்த கோஷா பெண்கள் இலேசாகக் கதவைத் திறந்து பார்த்தார்கள். செழிப்பாக நிற்கும் வெள்ளாடு சட்டென்று கவர்ந்து விட்டது.

"இது யார் வீட்டு ஆடு? இதுவரை இந்த ஆடு இந்தப் பக்கம் வந்ததில்லையே..." என்று அவர்கள் பேசிக் கொண்டபோது, அந்த வீட்டிலுள்ள சின்னப் பையன் புதிரை அவிழ்த்தான்.

"இது அந்த கடேசி வீட்டுக்காரங்களது"

"நம்பளவங்களா?"

"ஆமா... அவரு காலேஜிலே புரொபஸர்."

"பொம்பளைங்க..."

"நிறைய இருக்காங்க. ஆனா அவங்க தமிழ் பேசறவங்க..."

மழை விடவும் ஆடு அகன்றது.

இன்னொரு நாள் இன்னொரு வீட்டின் முன், பீடி இலைகள் காயப் போட்டிருந்தன.

"ச்சூ, சூச்சூ... டேய் தவுலத். அந்த ஆட்டை ஓட்டு..."

"அது பீடியிலையைத் தின்னாதும்மா, சும்மா மோந்து பாக்குது."

"புதுசாயிருக்கு ஆடு?"

"அந்தக் கடேசி வூட்டுக்கு தமிழ்க்காரங்க வந்திருக்காங்கம்மா. அவங்களோடது. மாடியில வச்சிருக்காங்க..."

"தமிழ்க்காரங்களா?"

"ஆனா, நம்பளவங்கதான்..."

"கடைவச்சிக்கிற பாயா?"

"காலேஜ் புரொபஸரு."

இப்போது கொஞ்சம் கொஞ்சமாகப் பேராசிரியர் தக்கியின் விலாசம் தெருவாசிகளிடையே வெளிச்சம் பெறலாயிற்று.

தக்கியின் ஆடு அந்தச் சுவரொட்டியை ஆசையோடு, விடாப்பிடியாகக் கடித்து இழுத்தது. சுவரொட்டியின் அந்தப் பகுதி வடமேற்கு மூலையிலிருந்து தென்கிழக்கு மூலைவரை குறுக்காக கடித்துக் கிழித்தெடுக்கப்பட்டு ஆட்டின் வாயில் அரைபட்டுக் கொண்டிருந்தது.

"போச்சி, தலைவர் போஸ்டரைக் கிழிச்சுத் தின்னுடுச்சி..."

"அடிச்சிவெறட்டு, அடிச்சிவெறட்டு."

"ச்சூ, அடிக்காதே, புரொபஸரோடது."

"யாரு?"

“காலேஜ் புரொபஸர் தக்கி பாய்.”

“எந்த வீடு?”

“தோ அந்தக் கடைசி வீடு"

தெருவுக்கு புதியதாக தக்கியின் வீட்டைத் தேடிக்கொண்டு வருபவர்களுக்கு இப்போதெல்லாம் சிரமமே இருக்கவில்லை. தக்கியின் வீட்டைத் தெரியாதவர்கள் ஒன்றிரண்டு இருக்கக்கூடும். அவ்வளவுதான்.

ஆனால், ஒரு நாள். வெளியில் போன ஆடு வீடு திரும்பவேயில்லை. தக்கி வெகு நேரம் மாடிக் கதவைத் திறந்து வைத்திருந்தார். அன்று முழுக்கவே அது திரும்ப காணோம்.

காலையில் வடிவேலு வந்து சொன்னான்.

“ராயப்பேட்டா கடிகார டவர்கிட்ட லாரியிலே மாட்டிக்கிடிச்சி பாய்..."

தக்கி மௌனமாகப் பார்த்தார்.

“ரொம்பவே அடிபட்டிருச்சி, கொஞ்சம் கறிதான் மிஞ்சிச்சி. கொண்டு வரலாம்னு பாத்தேன். பாய் வாங்கிப்பாரோ மாட்டோரோனு நினைச்சேன். லாரியிலே அடிபட்ட கறியாச்சே... அதான் கொண்டு வர்லே..."

கையை அசைத்து மௌனமாகவே அவனைப் போகச் சொல்லிவிட்டு அப்போதுதான் மாடியேறி வந்த தன் மாணவனிடம் கண்கள் மின்னக் கூறினார்.

"ஆடு மனிதனுக்காக பேருண்மையின் அன்பளிப்பாகவும் தியாகச் சின்னமாயும் படைக்கப்பட்டதாகும். தெருவுக்கு என்னைக் காட்டிவிட்டுத்தான் மறைந்து போனது...”

பயம்

ரமேஷ்-பிரேம்

எனது சக எழுத்தாள நண்பரின் நீண்ட நாள் ஆசை நிறைவேறும் கட்டத்தை எட்டியிருந்தது. அவர் சிறுபத்திரிகை ஒன்றை ஆரம்பித்துவிட்டார். முதல் இதழுக்கான விளம்பரம்; ஒரு பிரபலப் பத்திரிகையில் வெளிவந்திருந்தது. இதழின் பெயர் 'மூலம்' மாத இதழான அதன் தனி இதழ் ஒன்றின் விலை, ஆண்டுச் சந்தா, ஆயுள் சந்தா, வெளிநாட்டுச் சந்தா விபரங்கள் என அச்சாகி, பெரும் திட்டத்தோடு விளம்பரம் செய்திருந்தார். முதலிதழின் பங்களிப்பாளர்களின் பட்டியலும் இடம்பெற்றிருந்தது. அதில் என் பெயரும் இருக்கவே அவரைத் தொலைபேசியில் தொடர்பு கொண்டேன்.

“ஆமாம், நீங்கள் எப்படியும் ஏதாவது முதலிதழுக்குத் தரவேண்டும். நானே தொடர்பு கொள்ளவிருந்தேன். நீரே முந்திக் கொண்டீர். கதை, நினைவுக் குறிப்பு, பத்தி என எதையாவது அனுப்பிவையுங்கள். இன்றிலிருந்து பத்து நாட்களுக்குள் கிடைக்க வேண்டும்” என வளவளவென வளர்த்தினார்.

இப்படி ஒருவர் இன்னொருவர் மீது அதிகபட்சமாக உரிமை எடுத்துக் கொள்வது தமிழிலக்கியத்தில் புதிய செய்தியல்ல. நான் தடுத்துப் பேசினால் என்னை தமிழ்த் துரோகி எனச் சொல்லிவிடுவார். நான் பிறப்பால் தமிழனல்லாத வேற்று மொழிக்காரன் என்பதை நாசூக்காகத் தெரிவிப்பார். இதற்கு முதல் இதழின் தலையங்கத்தைக் கூட அவர் பயன்படுத்திக் கொள்வார். 'சரி அனுப்பி வைக்கிறேன்' என்றேன். 'ஒவ்வொரு இதழுக்கும் ஏதாவது' என்று இழுத்தார். நானும் ‘சரி... சரி' என்றபடி பேச்சைத் துண்டித்தேன்.

சமீபத்தில் மறைந்த முதுபெரும் எழுத்தாளரைப் பற்றி ஒரு அஞ்சலிக் கட்டுரை எழுதலாமா என யோசித்தேன். இப்போது பரபரப்பாக அவரைப்பற்றிதான் எல்லோரும் எழுதிக்கொண்டிருக்கிறார்கள்.

எனக்கு அவரிடம் அதிகம் பழக்கமில்லை. இரண்டு மூன்று முறை வெவ்வேறு ஊர்களில் அவருடன் உரையாடியிருக்கிறேன். மொத்தமாக பன்னிரெண்டு நிமிடங்களை மட்டுமே என் வாழ்நாளிலிருந்து அவருக்காக நான் செலவிட்டிருக்கிறேன். இந்த பன்னிரெண்டு நிமிடங்களிலிருந்து அவரைப்பற்றி எப்படி எழுதுவது என யோசித்தேன். நான் பிறப்பதற்கு முன்பே அவருடைய முதல் நூல் வெளிவந்திருக்கிறது. இவ்வளவு பெரிய மனிதரைப் பற்றி எழுத மனசு கூசியது. வெட்கமாகவும் இருந்தது. அவருடைய இறுதி அடக்கத்திற்குச் சென்றிருந்தேன். பெருங்கூட்டம். எல்லோரும் எழுத்தாளர்கள். ஒரு முஸ்லிம் பெரியவர் என்னை நெருங்கி 'நீங்கள் கோயம்புத்தூரா?' எனக் கேட்டார். நான் 'பாண்டிச்சேரி' என பதிலளித்தேன். ஏதோ என்னிடம் பேச வந்தவர், ஒரு விலகலை உணர்ந்து வேறு இடம் சென்றுவிட்டார். பக்கத்தில் நின்றிருந்த என் நண்பர் அவர் உங்களை முஸ்லிம் என நினைத்துக்கொண்டார். அதனால்தான் கோயம்புத்தூரா எனக்கேட்டார்' என்றார்.

'கோயம்புத்தூருக்கும் முஸ்லிமுக்கும் என்ன சம்பந்தம்?'

'அது அப்படித்தான், உங்க முகச்சாடையும் முஸ்லிம்போல இருக்குது பாய்' எனக் கிண்டலடித்தார்.

என்னை பல சந்தர்ப்பங்களில் பலபேர் 'பாய்' என்று அழைத்திருக்கிறார்கள். சாலைகளில் தென்படும் முஸ்லிம் இளைஞர்கள் எனக்கு 'சலாம் அலைக்கும்' சொல்லியிருக்கிறார்கள். 'பாய்' என்ற ஓசைக்கு ஆங்கிலத்தில் 'பையன்' என்ற பொருள் மட்டுமே தெரிந்திருந்த எனக்கு அது 'சகோதரன்' என்ற புதிய பொருளை உணர்த்தியது. சகோதரன் என்று என்னை என் மதத்தவர் இதுவரை அழைத்ததில்லை. எனவே என்னை யார் எனத் தெரியாமலேயே பாய் என அழைக்கும் பண்பு பிடித்திருந்தது. என்னை பாய் என்று முஸ்லிம்களைவிட இந்துக்களே பல முறை அழைத்திருக்கிறார்கள். அழைத்துக் கொண்டுமிருக்கிறார்கள். ஒரு இந்துவாக என் முகம் அடையாளப்படுத்தப் பட்டிருக்குமென்றால் எந்தவொரு இந்துவும் பாய் என என்னை அழைத்திருப்பார்களா என்பது சந்தேகமே. இஸ்லாமியர்களை பாய் என அழைக்கும் இந்துப் பண்பும் நெகிழ்ச்சியூட்டுவது. இந்தியச் சமூகத்தில் சகோதரத்துவம் என்பது அலாதியானது மற்றும் மதம் தாண்டியது என்பதை உணர்ந்து களித்திருக்கிறேன்.

பேருந்து, ரயில், கடற்கரை, திரையரங்குகள் என எல்லாப் பொதுவிடங்களிலும் நான் பிறரால் ஒரு முஸ்லிமாக சுட்டப்பட்ட அனுபவம் உண்டு. இது ஒரு சமயம் எனக்கு நெருக்கடியைத் தந்தது. ஒரு இந்து, முஸ்லிமின் சாயலில் இருப்பதைத் தவிர்க்க விரும்பி

என் தாடியையும் மீசையையும் மழித்துக்கொண்டேன். பள்ளிவிட்டு வந்த மகன் 'அசல் குரங்கு போல இருக்கு அப்பா' என்றான். ஒரு மாதம் முழுக்க தாடி மீசையில்லாமல் அலைந்தேன். அப்படியும் ஒரு முஸ்லிமுக்கான எனது முகச்சாடையில் மாற்றமில்லை. காய்கறி வாங்க கடைத்தெரு சென்றபோது ஒரு கடைக்காரர் 'வாங்க பாய்' என அழைத்தார். ஆக, தாடியை நீக்கினால் முகச்சாயல் மாறிவிடும் என்ற எண்ணம் நிறைவேறவில்லை. ஆகவே எனது குரங்கு முகத்தை மாற்றியமைக்க மீண்டும் தாடி, மீசை வளர்த்தேன்.

பாய் என அழைத்தபோது பத்தாண்டுகளுக்கு முன் எனக்குக் கிடைத்த மனநெகிழ்வு நாளடைவில் இல்லாமல் ஆகிப்போனது. நான் என்னை ஒரு முஸ்லிமாக அடையாளப்படுத்திக்கொள்ள விரும்பவில்லை. இன்று நான் ஒரு முஸ்லிமுக்கு 'அலைக்கும் சலாம்' எனச் சொன்னால் என் முதுகுக்குப் பின்வரும் உளவு பார்ப்பவர்கள் என்னையும் ஒரு முஸ்லிமென அரசு காவல் இயந்திரங்களுக்கு அடையாளப்படுத்துவார்கள். ஏன் அபத்த வம்பு என நான் என்னை வாஞ்சையோடு 'பாய்' என்றழைப்பவர்களை வெறுப்போடு தவிர்த்து நடக்கிறேன்.

எனது முஸ்லிம் தோற்றத்தை மாற்ற நெற்றியில் திருநீரோ குங்குமமோ சூடிக்கொண்டால் பிரச்சனை ஒழியும் என சிலர் சொன்னார்கள். தமிழின் தீவிர சிந்தனையாளனும் படைப்பாளனுமான நான் நெற்றியில் மத அடையாளத்தைச் சூடினால், என் எதிரிகளுக்கு என் ஒட்டுமொத்த எழுத்தையும் நிராகரிக்க பெரிய ஓட்டையை அது ஏற்படுத்தித் தந்துவிடும். மிகச் சுலபமாக என் காலைத் தட்டிவிட்டு கீழே சாய்த்துவிடுவார்கள்.

என் தந்தை அடிக்கடி சொல்வார்; “இந்தியத் துணைக் கண்டத்தில் இந்து முஸ்லிம் பிரச்சனை ஒரு வாக்கியப் பிழையினால் தொடர்ந்து திட்டமிட்டே ஆட்சியாளர்களால் வளர்த்தெடுக்கப் படுகிறது. பாகிஸ்தான், இந்தியா என்ற இரண்டு தேசங்களின் உதயம் என்று குறிப்பிடாமல் தேசப்பிரிவினை என்ற தவறான சொற்சேர்க்கையால், இந்தியாவிலிருந்து பிரிந்து சென்றதாக பாகிஸ்தானை நம்முடன் பாகப்பிரிவினை செய்ததுபோல் பார்க்கிறோம். ஆங்கிலேயர்கள் தமது நிர்வாக வசதிக்காக இந்தியத் துணைக் கண்டத்தில் மேற்கொண்ட தொகுப்பாட்சி முறையானது எல்லா தேசிய இனங்களையும் ஒரு குடையின் கீழ் கொணர்ந்தது. பாகிஸ்தானும், இந்தியாவும் தனித்தனி நாடுகளாக விடுதலையடைந்தன. திராவிட நாடு என்று தென்னிந்திய நிலப்பரப்பு தனி நாடாக மலர்ந்திருக்க வேண்டும். நமது தலைவர்களின் சுய லாபங்களுக்காக இந்தியப் பெருந்தேசிய அமைப்பிற்குள் நாம் அடக்கப்பட்டோம். இந்துமதம் என்ற பெரும் கட்டமைப்பிற்குள்

நம்மை நாம் அடையாளப்படுத்திக்கொள்ள விரும்பினோம். திராவிடர்களுக்கென்று தனித்த ஒரு மத அமைப்பு இருந்திருந்தால் ஒருவேளை மத ரீதியிலான ஒரு நாடு உருவாகி இருந்திருக்கும். நாம் மொழியாலும் பிரிந்தவர்கள். நான்கு பெரும் மொழிகளான திராவிட மொழிகளுக்கு ஒரு பொது லிபி உருவாக்கப்பட்டிருந்தால் நாம் ஒரு மொழி தேசியமாக உருத்திரண்டிருந்திருக்கலாம். ஐரோப்பிய மொழிகளுக்கான பொது லிபி போல திராவிட மொழிகளுக்கும் உருவாக்கப்பட்டால், எதிர்காலத்தில் திராவிட மொழிக் குடும்பத்திற்குள் ஒரு அனுசரனையான போக்கும் சமூக நல்லிணக்கமும் உருவாக வாய்ப்புள்ளது. இந்து, முஸ்லிம் என்று திட்டமிட்ட பிரிவு இந்திய ஆட்சியாளர்களால் உருவாக்கப்பட்டது போல; திராவிடர் இந்தோ ஆரியர் என்ற பிரிவு உருவாக்கப்பட்டு வளர்த்தெடுக்கப்படவில்லை. திராவிடர்களை இந்து மதம் தனக்குள் உள்வாங்கிக் கொண்டதால் இந்து தேசியக் கட்டமைப்புக்குள் அவர்கள் அழகாகவும் ஆழமாகவும் பொருந்தி விட்டனர். இந்திய தேசிய இனங்களின் ஒன்று திரண்ட கட்டமைப்பிற்கு இந்துமதம் என்ற பேரமைப்பே பிணைப்புச் சங்கிலியாக உள்ளது. இந்த இந்துக் கட்டமைப்பைத் தொடர்ந்து காப்பதன் மூலமே இந்தியப் பெருந்தேசியக் கட்டமைப்பைத் தொடர்ந்து செயலுறுத்த முடியும். அதற்கு இந்திய நிலத்திற்கு வெளியிலும் உள்ளும் உள்ள இஸ்லாமியர்களை ஒரு எதிர் சக்தியாக, பகை முரணாகத் தொடர்ந்து காட்டிவரவேண்டும். இந்தியா, பாகிஸ்தான் என்ற இரு தேசங்களின் உதயத்திற்குப் பிறகு, பிளவுபடாத இந்தியாவை கட்டிக்காக்க, மையப்படுத்தப்பட்ட அதிகாரத்திற்கு மையப்படுத்தப்பட்ட இந்துமதம் இயக்குவிசையாக செயல்படவேண்டும். விடுதலையடைந்த உடனே இந்தியா மேற்கொண்ட யுத்தம் பாகிஸ்தானோடு தான். பாகிஸ்தான் இந்தியா இடையிலேயான யுத்த முரண்கள் அனைத்துமே மதம் சார் சகிப்பின்மையால் நேர்ந்துவருகிறதே தவிர அரசியல் பொருளாதார பிராந்திய மேலாதிக்கப் போக்கினால் அல்ல. மெல்ல மெல்ல இந்தியா ஒரு ஜனநாயகச் சர்வாதிகாரமாக பரிணமிக்கும். அதன் சர்வாதிகாரக் கோர முகம் முழுமையாக வெளிப்படும் போது நான் உயிரோடு இருக்கமாட்டேன். என் காலம் முடிந்துவிடும். ஆனால், நீ உன் வாழ்நாளிலேயே அக்கோர முகத்தை தரிசிப்பாய் மகனே” என்பார்.

இந்தியாவை விட்டு என்னை நான் நாடு கடத்திக் கொள்ள வேண்டும் என்ற இறுதி முயற்சியும் சமீபத்தில் தடைபட்டது. ஏதேனும் ஒரு மேற்கு நாட்டில் குடியேறிவிடலாம் என்ற எனது கனவிலும் மண் விழுந்தது. மேற்கு நாடுகளின் கோரப் பற்கள் இஸ்லாமிய நாடுகளைக் குதறத் துவங்கியபோது; அமெரிக்க உலக வர்த்தக மையக் கட்டடங்களை இரண்டு விமானங்கள் மோதித் தகர்த்தன. உலகத்திலேயே இரட்டை ஆண்குறிகள் வாய்க்கப்பெற்ற வித்தியாசமான மனித இனம் அமெரிக்கக் கண்டத்தில் உண்டு என நான் குறும்பாக எண்ணியதுண்டு. அவ்வாறே,

விடைத்து நின்ற இரட்டை ஆண்குறிகளும் செப்டம்பர் 11, 2001 அன்று கொழுந்துவிட்டு எரிந்தன. உலகின் எல்லா கண்டங்களிலிருந்தும் மக்களால், எரியும் உயர்ந்த ஆண்குறிகளைப் பார்க்க முடிந்தது. வான மண்டலம் முழுக்க கரும்புகை. அமெரிக்கா தனது வரலாற்றில் முதல்முறையாக பகலிலேயே இருண்டது.

இனி எனக்குத் தாய்நாடே போதும் என என் மனம் தணிவு கொண்டது. ஆட்சியாளர்களின், மத அடிப்படைவாதிகளின் எல்லாவித கயமைத்தனங்களையும் மீறி ஏதோ ஒரு சக்தி என் தாய்நாட்டைக் காக்கும் என்ற நம்பிக்கை பிறந்தது. அச்சக்தி என்னையும் காக்கும் என்ற என் எண்ணத்தில் பிப்ரவரி 27, 2002 அன்று இடி விழுந்தது.

கோத்ரா ரயில் எரிந்த சம்பவத்தின்போதும் அதை ஒட்டிய தொடர் கலவரத்தின்போதும் நான் வெளியில் செல்லாமல் பல நாட்கள் வீட்டிற்குள்ளாகவே அடைந்து கிடந்தேன். ஊர் சுற்றியான நான் இப்படி அடைந்து கிடப்பது என் மனைவிக்கு ஆச்சர்யத்தைத் தந்தது. குஜராத் கலவரம் ஓயும்வரை, நான் எழுதிக் கொண்டிருப்பதாகச் சொல்லிவிட்டு எனது அறைக்குள்ளாகவே அடைந்து கிடந்தேன்.

குஜராத் கலவரத்திற்கு ஒரு ஆண்டுக்கு முன்பாகத்தான் அங்கு பெரும் பூகம்பம் நிகழ்ந்தது. என் கால்களுக்குக் கீழே பூமிக்குள் பாம்பு நெளிந்து செல்வதைப் போல உணர்ந்தேன். பாண்டிச்சேரியில் அந்த மண் நெளிவை நான் உணர்ந்த கணம் குஜராத்தில் பூமிக்குள் மனிதர்கள், கால்நடைகள், கட்டடங்கள் புதைந்து கொண்டிருந்தன. அரசு ஐம்பதா யிரம் பேர் பலி என்றது. பாண்டிச்சேரி குஜராத்தி அமைப்பினர் நான்கு லட்சம்பேர் என்றனர். மாபெரும் இயற்கைப் பேரழிவு. இயற்கையின் முன் மனிதர் ஏதுமற்றவராக நிறுத்தப்பட்ட நிகழ்வு அது. வாழ்க்கை எந்தவித அர்த்தமற்று சூன்யமான கணம் அது. மனிதர் பொருளற்றுப் போயினர். சின்னச்சின்ன கொலைகள், தற்கொலைகள், போர்கள் என்பவை அர்த்தமற்றுப் போயின. இந்தியாவை ஒரு பெருஞ்சூன்யம் சூழ்ந்தது. ஆனால் அதே குஜராத்தில் அடுத்த ஆண்டே பெருங் கலவரம். முஸ்லிம்கள் உயிரோடு கொளுத்தப்பட்டார்கள். குழந்தைகள் வெட்டி எறியப்பட்டார்கள். பெண்கள் வன்புணர்ச்சிக்கு ஆளாகிக் கொல்லப்பட்டனர். ஆயிரக்கணக்கானோர் அகதிகளானார்கள். மாபெரும் மனிதப் பேரழிவு, இந்துக்களின் முன் முஸ்லிம்கள் ஏதுமற்றவர்களாக நிறுத்தப்பட்ட நிகழ்வு அது. இந்தியாவை ஒரு பெருஞ் சூன்யம் சூழ்ந்தது. இயற்கை ஏற்படுத்தும் பேரழிவின் முன் ஏதுமற்றவராகத் தன்னை உணரும் மனிதர்; அதே பேரழிவைத் தமக்குள் நிகழ்த்திப் பார்க்கும்போது தாம் மகா சக்தி படைத்த பேராளுமையாகத் தம்மை உணர்கிறார். இயற்கையின் ஒடுக்குமுறைக்கு எதிரான தாழ்வு மனப்பான்மையிலிருந்து வெளியேறும் உத்திதானோ தமக்குள் மூண்ட

இக்கலவரம் என்ற கேள்வியை; குஜராத் பூகம்பமும் அதைத் தொடர்ந்த மத மோதலும் எனக்குள் எழுப்பியது. என் கனவில் மூண்ட அன்றைய பெருந்தீ இன்றுவரை அணையவில்லை. அப்பெருந்தீயில் மனிதர்கள் தொடர்ந்து எரிந்து கொண்டே இருக்கிறார்கள்.

சென்ற உலகக் கோப்பை கிரிக்கெட்டில் இந்தியாவும் பாகிஸ்தானும் மோதின. சொற்ப அதிர்ஷ்டத்தில் இந்தியா வென்றது. இரவு பத்துமணி இருக்கும். தேசியக்கொடியை ஏந்திக்கொண்டு இளைஞர்கள் சாலைகளில் திரிந்தனர். மதுக்கடைகளில் மகிழ்ச்சி கரைபுரண்டோடியது. நான் ஒரு பாருக்குச் சென்றேன். குடித்துக் கொண்டிருந்தவர்கள் உக்ரமாக என்னை வெறித்தனர் நான் ஒரு இடந்தேடி அமர்ந்தேன். அடுத்த மேசையைச் சுற்றியிருந்த இளைஞர்கள் என்னை ஒரு முஸ்லிம் என நினைத்து பாகிஸ்தான் கிரிக்கெட் அணியையும் அந்நாட்டையும் திட்டிக் கொண்டிருந்தார்கள். அவர்களுடைய எண்ணம் என்னைக் கோபப்படுத்துவது. ஆரம்பத்தில் நான் அதைக் கண்டு கொள்ளவில்லை. கொஞ்சம் கொஞ்சமாகத்தான் விபரீதம் என்னைச் சுட்டது. ஆபாசமான வார்த்தைகளைச் சொல்லி முஸ்லிம்களை இந்தியாவைவிட்டு விரட்டவேண்டும் என ஒரு முரட்டு இளைஞன் என்னை வெறித்தபடி சொன்னான். அன்றைய போட்டியில் பாகிஸ்தான் வெற்றி பெற்றிருந்தால், அனேகமாக அந்த பாரில் நான் அந்த இளைஞர்களிடம் உதைபட்டிருப்பேன். பாண்டிச்சேரிக்கும் குஜராத்துக்கும் தூரம் அதிகமில்லை என்பதை நிலநடுக்கத்தின்போது காலுக்கடியில் பாம்பு நெளிந்து ஊர்ந்ததை உணர்ந்ததைப் போல அன்றும் உணர்ந்தேன்.

முஸ்லிம் தீவிரவாதிகளால் நடத்தப்படும் ஒவ்வொரு தாக்குதலும் என் மனதை அதிரவைத்தது. உள்ளுக்குள் என்னை நடுங்கவைத்தது. ரயில் பயணங்களைத் தவிர்த்தேன். என்னை எல்லாரும் மனித வெடிகுண்டாகப் பார்க்கிறார்களோ என்று தோன்றும். திடீரென்று என்னை சந்தேகப்பட்டு யாரேனும் தாக்கலாம் என நினைப்பேன். ரயிலில் பிற முஸ்லிம் குடும்பங்கள் என் கண்ணில் பட்டால் ஆசுவாசம் கொள்வேன். ரயில் பயணங்கள் இம்சை நிறைந்ததாக மாறவே, பேருந்தைத் தேர்ந்தெடுத்தேன். இடையிடையே நான் ஒரு முஸ்லிம் இல்லை என்ற எண்ணம் என்னை நிம்மதிப் பெருமூச்சைவிட வைக்கும்.

நான் நிஜத்தில் ஒரு முஸ்லிமாக இருந்திருந்தால் என்ற நினைப்பே என் வயிற்றுக்குள் புளியைக் கரைத்தது. நான் அடிக்கடி யோசிப்பது போல அமெரிக்காவில் ஒரு வெள்ளையனாக நான் பிறந்திருந்தால், உலகின் மிகப் பெரிய குற்றவாளியாக என்னை உணர்ந்திருப்பேன். அந்த குற்றவுணர்வு என்னை கொஞ்சம் கொஞ்சமாகக் கொன்றிருக்கும். இந்தியாவில் ஒரு தலித்தாகப் பிறந்திருந்தால் என் மீது செலுத்தப்படும்

அவமானத்தையும் ஒடுக்குமுறையையும் தாங்க முடியாமல் மனம்வெந்து தற்கொலை செய்து கொண்டிருப்பேன். இப்போது இப்படி யோசிக்கிறேன். நல்லவேளை நான் ஒரு முஸ்லிமாகப் பிறக்கவில்லை. பிறந்திருந்தால் பயந்து பயந்தே செத்திருப்பேன். என் நிழலே என்னைத் துரத்த ஒரு எலியைப்போல வளைக்குள் அடைந்திருப்பேன். இருந்தாலும் என் முகத்தோற்றம் என்னை மருட்டுகிறது. சில இரவுகள் தூக்கமற்ற மனவலியில் மனப்பிறழ்வின் விளிம்பைத் தொட்டு மீள்கிறேன்.

ஆசாரமான இந்துக் குடும்பத்தில் பிறந்தவன் நான். மாமிசம் தவிர்த்த உணவுப் பழக்கம் கொண்டவன். முழுநேர எழுத்தை என் வாழ்க்கையாகக் கொண்டதால் வேலை வெட்டிக்குச் செல்லாதவன். குடும்பச் சொத்து எனக்கும் என் மகனுக்கும் போதுமானது. இந்தியாவிலுள்ள எல்லா கோவில்களுக்கும் செல்ல வேண்டும் என்பது எனது நீண்டகாலத் திட்டம். இந்தியா, நேபாளம், இலங்கை என நூற்றியெட்டு சிவத்தலங்களையும் நான் தரிசிக்க வேண்டும். இதற்கும் நான் பேசும் நவீனத்துவத்திற்கும் மதசார்பற்ற ஜனநாயகத்திற்கும் யாதொரு தொடர்பும் இல்லை. அடிப்படையில் நான் ஒரு நாத்திகன். ஆனால் லிங்க வழிபாடும் சிவம் என்ற உருவகமும் எனக்குப் பிடித்தமானவை. எனது எழுத்து இந்துத்துவாவிற்கு எதிரானது. அதேபோல் தலிபானுக்கும் இஸ்லாமிய அடிப்படைவாதிகளுக்கும் எதிரானவன் நான். அதே சமயத்தில் காஷ்மீரத்தில் நிகழ்த்தப்படும் இன அழிப்புப் படுகொலைகளையும் கண்டித்து வருகிறேன். ஜார்ஜ் புஷ்ஷையும் சதாம் உசேனையும் ஒருசேர எதிர்ப்பவன் நான். உலகின் எல்லாவித பாசிச ஒடுக்குமுறை வடிவங்களுக்கும் எதிரானவன் நான். மதத்திற்குள்ளிருந்து என்னை வெளியேற்றிக்கொள்ள அம்பேத்கரையும் பௌத்தத்தையும் தொடர்ந்து பயின்று வருபவன். மகாத்மா காந்தியை இந்தியாவுக்கும் பாகிஸ்தானுக்குமான இரு தேசங்களின் பிதாவாக பொதுமைப்படுத்த வேண்டும். காந்தியென்ற அகிம்சையின் மாபெரும் குறியீடு ஒரு பொது அறத்தையும் அரசியல் நாகரிகத்தையும் நமக்கிடையே உருவாக்கும். மத மோதல்களும் ராணுவ மோதல்களும் நம் மக்களுக்கு ஒரு மேலான வாழ்க்கையை அமைத்துத் தர உதவாது.

என் எழுத்துக்களில் வெளிப்படும் தெளிவும் மனவுரமும் வீரமும் என் மனச் செயல்பாடுகளில் இல்லை . நான் உள்ளுக்குள் ஒடுங்கி யிருக்கிறேன். பயப்படுகிறேன். உலகின் அரசு பயங்கரவாதத்தையும் அரசு எதிர்ப்பு பயங்கரவாதத்தையும் ஒருசேர கண்டிக்கும் நான் ஏதாவதொரு பயங்கரவாதத்திற்கு பலியாகி விடுவேனோ என பயப்படுகிறேன். எனக்குத் தெரியாமலேயே என் உடம்பில் வெடிகுண்டுகள் கட்டப்பட்டு நான் ஒரு நடமாடும் மனித வெடிகுண்டாக ஆக்கப்பட்டுவிடுவேனோ என்றும் அஞ்சுகிறேன். நாட்டில் எந்த மூலையில் பயங்கரவாதத்

தாக்குதல் நிகழ்தாலும் நான் பயந்து சாகிறேன். தேவையற்ற பயம் என்று அறிவு சொல்கிறது. கொஞ்சநேரம் சமாதானமடைகிறேன். மீண்டும் தேவையற்ற அச்சம் மனதில் சுரந்து தேங்கிவிடுகிறது. அதில் நான் மூழ்கித் திணறுகிறேன். எந்த நேரமும் என் வீட்டு வாசல் கதவு தட்டப்படலாம் என பதற்றத்தோடு அடைந்து கிடக்கிறேன். இதை வெளியில் சொல்ல வெட்கமாக இருக்கிறது. என்னை இரண்டொருவர் அல்லது என்னை அறியாதவர்கள் என்னை ஒரு முஸ்லிமாகப் பார்ப்பதால் நான் ஏன் என்னை ஒரு குற்றவாளியாகக் கருதி பயங்கொள்ள வேண்டும்? நிஜ முஸ்லிம்கள் எந்தவித நெருக்கடியுமில்லாமல் என்னைக் கடந்து போகிறார்கள். இந்துவான நான் ஏன் ஒரு கலவரப் பகுதியின் முஸ்லிமைப்போல பயப்பட வேண்டும்.

என் பயத்திலிருந்து மீள, அடிக்கடி நான் கற்பனை செய்து கொள்ளும் சம்பவம் ஒன்றுண்டு. அது டிசம்பர் 6. இந்தியாவில் ரயில் நிலையம், பேருந்து நிலையம், விமான நிலையம், கோவில் என எல்லா இடங்களிலும் பலத்த பாதுகாப்பு. தீவிர சோதனை. குழந்தைகள், முதியவர்கள், பெண்கள், ஆண்கள், வளர்ப்புப் பிராணிகள் என பாரதக் கண்டத்தின் எல்லா உயிர்களையும் பயங்கரவாதிகளாக போலீசும் ராணுவமும் மாற்றிக் கொண்டிருக்கின்றன. ஒவ்வொரு மனிதரும் அருகில் நிற்கும் சக மனிதரை சந்தேகக் கண்கொண்டு பார்க்கிறார்கள். எந்த கணமும் குண்டு வெடிக்கலாம் மனித உடம்புகள் மாமிசக் குவியலாகலாம் என்ற எதிர்பார்ப்பு எல்லாரிடமும் இருக்கிறது. அந்த எதிர்பார்ப்பு இல்லாதவர் சொரணை அற்றவராகக் கருதப்படுகிறார், எங்கேனும் குண்டு வெடிக்க வேண்டும் என்ற ஆவல் ஒவ்வொருவருக்குள்ளும் ரகசியமாக வளர்கிறது. வன்முறை நிகழ்வின் மீதான அச்சம் படிப்படியாக மறைந்து வன்முறை நிகழ்வின் மீதான விழைவு படிப்படியாக வளர்கிறது.

ஒரு பெரிய கோவிலுக்குள் நுழைகிறேன். அங்கு நான் சோதனை யிடப்படுகிறேன். ‘பாய் நீங்க ஏன் கோயிலுக்குள்ள வந்தீங்க’ என ஒரு காவலர் மரியாதையோடு கேட்கிறார். வெள்ளை வேட்டி சட்டையில் காவிநிறத் துண்டை தோள்களில் அணிந்த ஒரு முரட்டுத் தனமான தோற்றங்கொண்ட நபர் ‘டேய் நாயே வெளியேப் போடா’ என என்னை நோக்கி வருகிறார். நான் அவரை அடிக்க கையை ஓங்குகிறேன். அதற்குள் சரமாரியாக எனக்கு அடி விழுகிறது. மயங்கி, பிறகு தெளியும் போது, போலிஸ் லாக்கப்பில் ரத்தக் காயங்களோடு கிடக்கிறேன்.

பெரிய போலீஸ் அதிகாரி வருகிறார். நான் வெளியே நெட்டித் தள்ளிக்கொண்டு வரப்படுகிறேன்.

“எந்த ஊருயா.”

“பாண்டிச்சேரி.”

“பேரு என்னய்யா.”

“ராமசாமி.”

“என்னய்யா பாயி, ராமசாமின்னு சொல்லுற.”

“என் பேரு அதாங்க.”

“என்ன வேல செய்யிற.”

“எழுத்தாளர்.”

“அப்படின்னா”

“தமிழ்ல மிக முக்கியமான எழுத்தாளன் நான். பாரதி, பாரதிதாசனைப் போல பெரிய கவிஞன்.”

“உன்னை ஒரு முஸ்லிமுன்னும், கோயில்ல கலாட்டாப் பண்ணதாவும் சொல்லறாங்களேய்யா பாரதி.”

“இல்லைங்க. நான் ஒரு இந்து.”

“நீ துலுக்கனா இல்ல இந்துவான்னு எப்படி நம்பறது? ஏதாவது அத்தாட்சி இருக்கா?”

“இருக்கு. ஹோட்டல்ல ரூம் போட்டிருக்கேன். ரூம்ல இருக்கு.”

“இப்ப என்னய்யா இருக்கு?”

“இருக்கு. என் ஜட்டிக்குள்ள.”

“என்னடா சொன்ன நாயே...”

“நிதானமா இருங்க. இதப்பாருங்க. முன்தோலு மூடி இருக்கு. நான் இந்து. இது போதாதா அத்தாட்சி.”

“ஏன்யா சாமானக் காட்றீயே வெட்கமா இல்ல?”

“இல்ல. நான் ஒரு எழுத்தாளன் என்பது உங்களுக்கு எப்படி சாதாரணமான அந்நியமான விஷயமோ அதுமாதிரி என் உறுப்பைக் காட்டி நிரூபிக்கிறது, என்னை பாதிக்காத இயல்பான விஷயம்."

“நீ எழுதுன புத்தகம் ஏதாவது வச்சிருக்கியா?”

“தமிழ்நாடு அரசு விருது பெற்ற என்னோட நாவல் இருக்கு. ரூம்ல வந்தா தருவேன்."

கற்பனை அறுபடும். இதுபோல ஏடாகூடமாக நான் ஒரு முஸ்லிமென சந்தேகத்தின் பேரில் கைது செய்யப்பட்டால், என்னை இக்கட்டிலிருந்து காப்பாற்ற என் பாலுறுப்பு துணையுண்டு. நான் லிங்கத்தை வழிபடுபவன். இனி என் முகலாய முகத்தைப் பற்றி எனக்குக் கவலை யில்லை. சிவலிங்கம் துணையுண்டு.

முகம் என்று தலைப்பிட்டு மேற்கூறியதை எழுதி 'மூலம்' இதழுக்கு அனுப்பினேன். 'பத்தி' என்றுதான் அனுப்பினேன். என் எழுத்தாள நண்பர் அதை சிறுகதை என்ற பிரிவின் கீழ் பிரசுரித்திருந்தார். அது சிறுகதையாக ஆகும் எனத் தெரிந்திருந்தால் ‘லிங்கம்’ என தலைப்பிட்டிருந்திருப்பேன்.

பயமாக இருக்கிறது. பயம், பைத்தியம் பிடிப்பதற்கான ஆரம்ப அறிகுறி என்று அப்பா சொல்வார். எனது பயம் எனது மரணத்தைப் பற்றியதல்ல; எனது தேசத்தின் மரணத்தைப் பற்றியது. வலி; எனது வலியைப் பற்றிய வலி அல்ல; எனது தேசத்தின் வலியை உணரும் வலி அது. ததாகதனே எங்களைக் காப்பாற்று.

எட்டாவது நாள்

ஆ. மாதவன்

“டேய் பட்டாணீ...”

“டேய் சாளப் பட்டாணி”

“போங்கடா, உங்கெ அம்மைக்கு பயக்களை...”

“ஹோய்... ஹோய்...” பயல்கள் எல்லாம் பட்டாணியின் முன் நின்று கூச்சல் போடுகிறார்கள். செய்துப் பட்டாணி, யானைக் கால் வியாதியுள்ளவன் துதிக்கை போன்ற தன் வலது கையை ஓங்கி விசிறுகிறான். பயல்கள், காக்கைக் கூட்டத்தில் கல் விழுந்தது போலச் சிதறி ஓடுகிறார்கள்.

“பிடிச்சால், ஒரு பிடிக்குக் காணாத பயல்கள்!" என்று பட்டாணி கையால் ஓங்கி அடிக்கிறான். ஓலைச் சுவரில் கை பொத்தென்று விழுகிறது. அய்யோ, வலி பிராணன் போகிறது.

சடக்கென்று விழித்துக் கொள்கிறான், பட்டாணி.

சே, தூங்கிவிட்டேன். சொப்பனத்திலேயுமா இந்தப் பயக்க தொந்தரவு?

வெளியே வெயில் தீயாக எரிகிறது. பட்டாணிக்குக் கண்ணை திறக்க முடியவில்லை . 'கூனிலே குரு' வந்தது மாதிரி கண் நோய் என்ற கண்ணுத் தீனம் வேறு. வெளியே வெளியைப் பார்க்க முடியவில்லை . இமை ஓரத்தில், பிலா பிசின் மாதிரி சீழ் கட்டியிருந்தது. பட்டாணிக்கு இந்த கண் நோய் ஒன்றும் பெரிதாகப் படவில்லை. சாலையில், கோட்டக்கல் ஆஸ்பத்திரியில் டாக்டர் சொன்னதுதான் அவன் மனத்தை வாளால் அறுத்தது.

“வச்சுகிட்டிருக்காதேயும். கேஸ் ரொம்ப முற்றிப் போச்சு. இவ்வளவு நாளும் என்ன செய்தேரு...? பழுப்பு கையிலேயிருந்து தலைக்கேறிச்சிதோ

தொலைஞ்சது. இவ்வளவு நாள் கழிஞ்சாவது இங்கே வரத் தோணிச்சதே. இன்னையோட எட்டு நாள் டயம் தாரேன். ஒவ்வொரு நாளும் வந்து இஞ்செக்ஷன் போட்டுக்கிடணும். எட்டு நாள் பாத்துகிட்டு, சீட்டு தருவேன். மெடிக்கல் காலேஜ் ஆஸ்பத்திரிக்குப் போகணும். கையை எடுக்கணுமா வேண்டாமாங்கிறது அங்கே சொல்லுவா. எனக்கு நம்பிக்கையில்லே. கையை முட்டுக்கு கீழே எடுத்திரத்தான் வேணும்... ஒழுங்கா நடந்திருந்தா இப்படி வந்திருக்காது. எதுக்கும் காலம் நேரம் உண்டில்லையா? எதுக்கும் எட்டு நாளும் தினம் இங்கே வந்து இஞ்செக்ஷன் போட்டுக்கிடும். பார்ப்போம்..."

'டாக்டர்மாருக்கு எல்லாம் நிசாரம். கையை முறிக்கிறது, காலெ முறிக்கிறது, எல்லாம் அவங்களுக்குப் புல்லு போல... சமயத்திலே தலையைக்கூட கிள்ளியெடுத்திட்டு முண்டமாக நடந்து போவச் சொல்லுவா... என்னன்னு கேட்டா, மருந்து இஞ்செக்ஷன், ஆபரேஷன், என்னு சொல்லுவா... இந்தக் கையி இது 'மந்து நீரு' பிடிச்ச கையா யிருந்தா என்ன...? இந்தக் கைகூட இல்லாட்டா, இந்த வயசு காலத்திலெ சாலைக் கடையிலே பயல்கள் முன்னாலே போகவே முடியாது. 'சாளப் பட்டாணி மந்து கையாலே ஒரு போடு போட்டா அவ்வளவுதான்' என்ற பயம் போயிரும். பொறவு நாய்கூட சீண்டாது... இப்போ கொஞ்ச நாளாத்தானே பயக்க எளக்காரம் கண்டுக்கிட்டு 'முக்குக்க முக்கு நின்னு எரட்டை பேரைச் சொல்லிக் கூப்பிடுதான். ஏதோ ஒரு பட்டாணி சாளை மீனை இஷ்டப்பட்டு வாங்கித் தின்னான்; என்னுள்ள பேரை வச்சிட்டு, பட்டாணி மாரெல்லாம் சாளைப் பட்டாணியாம்... சரியான நியாயம். வாயிலெ வந்ததெ கூப்பிடணும். தெண்டிப்பயக்க. இந்த வாற்று சரக்கெ விழுங்கறது கொறைக்கணும்னாலும் முடியல்லே. வயசு ஆயிட்டதினாலே, ஆறு அவுன்ஸ் உள்ளே போனதும் காலு கொழையுது. நாக்கும் சும்மா கெடக்காது. அது, இந்தத் தொட்டி பயக்களுக்கு தொக்கு. விரட்டிற பயக்களெ ஓடிப் புடிக்க முடியுதா? முடிய மாட்டேன்குது. அவனுக சொல்லுதுக்கு மறுபடி ரெண்டு பொரிச்சல் கொடுக்கும்பொ, பாத்துக்கிட்டிருக்கிற ஆளுகளுக்கு தமாஸும் பயக்களுக்கு கொண்டாட்டமும். ரெண்டு சுண்டைக்கா சொல்லும்போது, நாலு பாவைக்கா திருப்பிச் சொல்லாட்டா மனசு ஆற மாட்டேன்குது. என்ன வந்தாலும் கையை முறிக்கக் கூடாது. வேணுமானா எட்டு நாளும் மரியாதைக்குப் போய் மருந்து குத்தி வைச்சிட்டு வரணும். தண்ணியடியும் மரச்சீனிக் கிழங்கு தின்னுவதையும் கொறைச்சா கொஞ்சம்கூட எதம் கிடைக்கும்...

இந்த குடிலுக்குள்ளேயே அடஞ்சு கெடக்க வேவலாதியா இருக்கு. வெயிலு வெக்கையும், தீட்டம் நாற்றமும் மூக்கைத் தொலைக்குது. நாலைஞ்சு வருசத்துக்கு முந்தி இருந்ததெ விட இந்தக் கருமடம் சேரி (இப்போ–காலனி) இப்போ எவ்வளவோ பேதமுண்டு. ஓடைத்தண்ணி

போகப் பெரிய கொழல் போட்டிருக்கு. சதுப்பு நெலத்திலே கடப்புறம் வெள்ளை மணல் விரிச்சாச்சு. நெறைய தென்னந் தோப்பு கொழல் பக்கம் எல்லாரும் போய் வெளிக்கிருக்காலெ கக்கூசும் கூட கெட்டியாச்சான்னா கொஞ்சங் கூட காலனி விருத்தியாகும். கார்ப்பரேஷன்காரனும், கவுன்சிலரும் அதே கவனிக்கனும். அஞ் சாறு வருசமா இந்தக் குடிசையும் கருமடம் காலனி ஆட்களும் தான், சுற்றுபாடு. என்ன செய்ய, கை ஓஞ்சு போச்சு. என்னைக்கும் ஒரு மாதிரியாவா இருக்கும். வயசானா எல்லாம் அப்படித்தான். ஒரு பதினாலு பதினைஞ்சு வயசு இருக்கும்போ சாலைக் கடைக்கு வந்தது. இப்போ அம்பது கழிஞ்சாச்சு. கையை அனக்க முடியல்லே. ஒரே கெடையிலே கெடந்தாலும் முடியல்லே. அனக்கி திரும்பிப் படுக்கவும் முடியல்லே. கண்ணு நோவு. கண்ணெல்லாம் ஊசி வச்சு குத்தினது போல நோவுது.

"பட்டாணீ... பட்டாணீ, அகத்தெயா இரிக்கேரு? ஒறக்கமா? கண்ணுத் தீனம் எப்படி இரிக்கி? அப்படி ஒரே கெடையா படுத்துக் கெடக்காதேயும். எந்திரிச்சு பச்சைத் தண்ணீலெ கூடக்கூட மொகம் கழுவணும். அந்த செவலை மருந்தெ கண்ணிலெ எழுதணும். காலத்தெ மருந்து குத்தி வச்சதுக்குப் பொறவு கைக்கு எப்படி இரிக்கி? அனக்க முடியுதா...?"

ஓடை வேலையாள், கட்டைக் கோவிந்தன்.

"என்ன உறச்ச தேகம். சுறுசுறுவென்று குண்டலம் புழு போல இருக்கான். செவந்த கண்ணும், உருண்டை முகமும், புஷ்டிச்ச தேகமும் கைகளும் நெஞ்சும், அவன் காக்கி நிக்கரும் உடுப்பும் கோவிந்தன் கல்லுளி மங்கன். ஆனாலும் நல்ல மனச்சொள்ளவன். நன்னி உள்ளவன். அவன் வேலையெல்லாம் தீந்து வந்திருந்தான். அவன் பாடு ராஜ காரியம். காலையிலெ, தூம்பாயும் தூக்கீட்டு ஒரு ஏழு மணியோட போனா எலவாணியத் தெருவிலிருந்து சன்னதி முக்கு வரைக்கும் ரெண்டு சைடு ஓடை. அப்புறம் சன்னதி முக்கிலிருந்து சபாபதி கோயில் வாணியங்குளம் முக்கு வரைக்கும் ஓடையை இழுத்துக் கோரி வைக்க வேண்டியது. பத்து மணிக்கெல்லாம் ஆபீஸிலே தூம்பாவைக் கொண்டு போய், 'ஓவர்சர்' கிட்டே ஒப்படைச்சிட்டு வரணும். இதுக்கெடையிலே கடை வாசலிலே ஓடைச் சகதியெ, இழுத்து வைக்காமெ இருக்க, கடைக்காரங்க பத்துப் பைசா பதினஞ்சு பைசா படி கொடுப்பாங்க. சம்பளம் வேறெ; ராஜ காரியம் தான்..."

"... கோவிந்தனா?... டாக்டருட்டேயிருந்து வந்தம் பொறவே மன சொகமில்லே. ஜீவிச்சிருந்து என்ன பிரயோஜனம்னு தோணுது. இனி எட்டு நாளும் போனா, கையெ வேறே முறிச்சுக் களைஞ்சா...?

கோவிந்தன், ஆலோசிச்சு பாரு! எப்படி இருந்தவன் நான், கையும் கூட இல்லாட்டா... இப்பமே சாலைக் கடையிலே தொட்டி பயக்க காணிக்கக் கூடிய கூத்து கோவிந்தனும் காணுவதுண்டே. இனி கை மொண்டியும் ஆயிட்டா?..."

பட்டாணி அழுவது போலிருந்தது, கோவிந்தனுக்கு.

"நீரும் அந்தத் தெம்மாடிகளுக்கு ஒற்றைக்கு ஒற்றை சொல்லுதினாலேதான் அவனுகளும் கூத்து காண உம்மெப் போட்டு கொமைக்கான். அவனுக ஒண்ணெச் சொன்னா செவி கேக்கலேன்னு போயிர வேண்டியதுதானே?"

"இத்தரையும் நானு அப்படி பளகலியே கோவிந்தா. எப்படிப்பட்டவன் நான் எப்படி இருந்தவன் நான். சாலைக் கடையிலெ என்னைக் காட்டியும் வலிய ஊச்சாளி ஆரு இருந்தா? எனக்கு ஆன காலத்திலெ இந்த மாதிரி ஒரு சுண்டைக்காய் மோன் நேரிலெ வந்து நிப்பானா... இப்போ வாய் அறைக்காமெ சாளப் பட்டாணின்னு, நடு ரோட்டிலே நின்னு கூப்பிடுதான். பொறுக்கல்லே எனக்கு."

“நீரு கெடந்து வெப்ராளப் படாம கெடையும். எட்டு நாளத்தெ பாடும் போவட்டும். ஒரு பச்சே இந்த எட்டு நாளத்தெ மருந்து குத்தி வைப்பினாலே, கை நீரும், வலியும், பழுப்பும் கொறையும். கொஞ்சம் சமாதானமாட்டு இரியும்..."

“டாக்டரு அப்படி சொல்லலியே கோவிந்தா, அவரு சொல்லக் கூடியதெ கேட்டா, ஒடுக்கம் கையே முறிக்கணும்னுதான் தோணுது. எனக்கு நம்பிக்கெ இல்லெ. கொஞ்சம் அக்ரமமா இந்தக் கை கொண்டு செய்தேன்? என் அறாம் பெறப்புத் தனம் டாக்டருக்குத் தெரியும். அவரு கையெ முறிக்கத்தான் எளுதுவாரு..."

“நீரு கொஞ்சம் கம்மெ இருப்பேராழ. இனிக்கொண்டாவது நீரு புத்தியா இருக்கட்டும்னு டாக்டரு எயமான் சொல்லியிருப்பாரு. அதெல்லாம் ஒரு வித்தை ஆக்கும். நீரு தைரியமாயிட்டு இரியும். கஞ்சி குடிச்சீரா?... குடிக்கலே போல இருக்கே?"

“கோவிந்தா, கஞ்சி நீ கொண்டு வந்து வச்சது அங்கனேயே இருக்கு. எனக்கு இப்போ ஒண்ணும் வேண்டாம். ஒரு ஆறு அவுன்சு சரக்கு, நடராயனிட்டே வாங்கித் தந்தேன்னா...? குப்பி கணக்கிலே அடிச்சவன் தான். ஆனா இப்போ ஒரு ஆறு போறும். அந்தோ எறப்புக்குப் பொறத்தே நோட்டு இருக்கு..."

“பட்டாணி ஒம்மள கொண்ணாலும் இந்த எரப்பாளி கொணம் போவாது. இந்த எட்டு தெவசமாவது நாக்கிலே காந்தாரி மொளவு அரச்ச தேச்சிட்டு, சும்மா கெடையும்... கை பழுத்து குடுத்து இருக்கு.

சாவப் போறீரோ இல்லியோ... இந்தக் கருமடம் காலனியிலே கெடந்து நல்ல சாக்காலையா சாவும். பேசாம கஞ்சியே குடியும். நான் சானிட்டறி ஆபீஸ்வரெ போவேண்டியிருக்கு. மொகத்தே களுவிக்கிட்டு அந்த மருந்தெ கண்ணிலெ எளுதும். ஆகும்னா எந்திச்சு அப்பு கடைக்கு சாயை குடிக்கவோ, நாட்ராயனிட்டேயோ போயிராதியும், வெறும் சாயை வேணுமெங்கி என் பய குட்டன் அங்கே நிக்கான். விளிச்சு சொல்லியனுப்பினா வாங்கீட்டு வருவான். மணி ரெண்டு, நான் போறேன்..."

கோவிந்தன், சேரியின் பெரிய ஓடையைத் தாண்டி ரோட்டில் போய் மறைவது வரையில் பார்த்துக் கொண்டே கிடந்தான், செய்துப் பட்டாணி.

செய்துப் பட்டாணியின் குடிசையிலிருந்து பார்த்தால் இலவாணியத் தெரு, அம்மன் கோவில் முக்கு வரையில் ஒரே பார்வையில் தெரியும். ரோட்டுக்கு நடுவில் அம்மன் கோவில், கோயிலைத் தாண்டித் தெற்கே போகும் நேர் ரோடு சன்னதி முக்கிற்குப் போய், சாலை பஜாரை அடைகிறது. கிழக்கே திரும்பும் கிளை ரோடு வழியாகப் போனால் 'சம்பக் கடை' எனும் மீன் மார்க்கெட்டுக்கும், கருப்பட்டிக் கடைக்கும், 'மலக்கறி கடை' எனும் காய்கறிக் கடைக்கும் போகலாம். அம்மன் கோவிலுக்கு வடக்கே போகும் ரோடு, மணக்காடிற்குப் போகிறது. மணக்காடில் என்ன இருக்கிறது? நாயர் குடித்தனங்கள் திருவிதாங்கூர் வரலாற்றிலுள்ள களிப்பான் குளம் அதை மணல் கொட்டி நிரப்பிய பெரிய சந்தை பிரசித்தமான ஆற்றுக்கால் காளி கோவில், இதெல்லாம்தான். இந்த மணக்காட்டிற்கும் சாலைப் பஜாருக்கும் நடு நாயகமாக விளங்குவதுதான் கருமடம் காலனி. காலனியில் பெரும்பான்மையான குடித்தனக்காரர்கள் கார்ப்பரேசன் தோட்டித் தொழிலாளர் குடும்பங்கள். அதற்கிடையேதான் செய்து பட்டாணி, ஒன்றிரண்டு சாலைக் கடை சுமட்டுத் தொழிலாளி குடும்பங்கள் எல்லாம். காலனியின் கிழக்கு மூலையில், நகரத்திலிருந்து வரும் மொத்த கழிவு நீரையும் கடலுக்குக் கொண்டு போய்விடும் பெரிய சிமிட்டுக் குழாய் கொட்டடிகளாகக் காணுவதெல்லாம் வீடுகள் தான். குழாயின் அற்றத்து மேட்டில் தனியாக நிற்கும் வேய் பரம்புக் குடிசை சாராயம் காய்ச்சும் நடராயனுடையது. நடராயன் குடிசைதான் காலனியில் கிரீடமாகத் திகழ்வது. காலனிக்காரர்களுக்கு ஏன், சாலைக் கடையிலுள்ள அத்தனை பேருக்குமே நடராயன் குடிசை வரப்பிரசாதமான ஒன்று.

கிடையில் கிடந்த செய்துப் பட்டாணிக்கு ஒரு முறை எழுந்து நடராயன் வீடுவரைக்கும் போய் வந்தால் என்னவென்று தோன்றியது. ஆனால் என்ன செய்வது? கோவிந்தனல்ல காலனியிலுள்ள வேறு யார்

கண்டாலும் இந்த நிலையிலும் குடிக்கப் போவதை ஆட்சேபிக்கத்தான் செய்வார்கள். கோவிந்தனின் மனைவி, பாச்சியோ, செல்லப்பனோ யார் கண்டாலும் பட்டாணியைப் போகவிட மாட்டார்கள். எல்லோரும் விசுவாசமுள்ளவர்கள்.

பட்டாணிக்கு வெயிலைப் பார்க்கக் கண் கூசியது. கண் உள்ளுக்குள்ளே, பொடி மணல்வாரி நெருடியது போல், நமநமத்தது. பக்கத்தில், கைப்பிள்ளையைப் படுக்க வைத்திருப்பது போலத் துதிக்கை அளவு பெரிய வீக்கம் கண்ட கையைப் படுக்க வைத்திருந்ததனாலே, அந்தக் கைக்குச் சொரணையே தெரியவில்லை; உணர்ச்சி இல்லை. மருந்தின் வேகத்திலே வலி தெரியாமல் மரத்துப் போயிருக்குமோ என எண்ணிக் கொண்டான் பட்டாணி. பசியில்லை, உதடும் நாக்கும் காஞ்சு கெடக்கு. காலையில் ஆஸ்பத்திரிக்குப் போகுமுன், சாயா குடித்த பின்பு எதுவுமே சாப்பிடவில்லை. கோவிந்தனின் மனைவி கொண்டு வந்து வைத்துவிட்டுப் போன கஞ்சி கறிச்சட்டியில், கள்ளிப்பெட்டி மேல் அப்படியே இருக்கிறது.

பட்டாணிக்குக் கண்ணை அசத்திக் கொண்டு வந்தது. வடக்குப் புறத்திலுள்ள தென்னந் தோப்பில் பையன்கள் கிட்டியும் கம்பும் விளையாடுகிறார்கள். தோப்பிற்கு அந்தப் பக்கம் 'புத்தரிக்கண்டம்' சினிமா தியேட்டரில் ஏதோ புதுப் படம் வந்திருக்க வேண்டும். மாட்டினி ஷோவிற்கு பாட்டுப் போட்டிருக்கிறார்கள். பாட்டு மெதுவாகக் கேட்கிறது. ராத்திரியானால் காதில் அடிச்சது போல பாட்டு பலக்க கேட்கும்... இப்போ கிட்டியும், கம்பும் விளையாடும் பையன்களின் கூச்சல்தான் முந்திக் கேட்கிறது. சாக்குட்டா, சாத்தியம்பறம், முறுமுட்டி, நாலுநடா என்று கோவிந்தனின் மகனது குரல் போலத்தான் கேட்கிறது; கம்பை வைத்து அளக்கிறான்.

'சின்னப் பிராயமாவே இருந்திட்டா எவ்வளவு சொகமா இருந்திருக்கும். எப்பவும் களிச்சு நடக்கலாம். ஒரு கவலையும் இருக்காது...' என்று எண்ணினான் பட்டாணி.

செய்துப் பட்டாணிக்குக் கண்ணை முட்டிக் கொண்டு அழுகை வருகிறது. வாயை மூடிக் கொண்டு மடமட வென்று கண்ணீர் விட்டு அழுகிறான். கொஞ்ச நேரம் பொறுத்து, இடது கையால் கண்ணைத் துடைத்துக் கொண்டு போர்த்தியிருந்த சீலையால் வாயை அமுக்கி, அழுகையை விழுங்கி, நிதானத்தில் சேரிப் பாதையைப் பார்த்தான். யாருமில்லை. இன்னம் அழுகைதான் வருகிறது.

'இதொரு கெட்ட பழக்கம் கொஞ்சம் தளந்தா கரைச்சல் வருது. மனசு திடம்மில்லாதவன் சட்டுன்னு அளுது காணிப்பான்'ன்னு சொல்வா. கள்ளனும் அழுது காட்டுவான். ஆனா நமக்குத் திடமில்லாத மனசுன்னு

எப்படி கணக்காக்க முடியும்? இந்தப் பட்டாணி செய்திட்டுள்ளது போலத்த துணிஞ்ச காரியம் இந்தச் சாலைக் கம்போளத்தில் ஒருத்தன் செய்திருக்க மாட்டான். இவ்வளவுக்கும் ஒரு தடவை கூட அந்நியன் மொதலே எடுத்தது இல்லே. எப்படியெல்லாம் இருந்தேன். கடைசியிலே இப்படி ஆயிப்போனேனேன்னு நினைக்கும்போதுதான் மனசு தாளல்ல... ஆருமில்லே. தந்தையில்லே, தள்ளயில்லே. கூடிப் பிறந்தது இல்லே. பிள்ளையும் குட்டிமில்லே. கோவிந்தன் எத்ரையோ தடவை சொல்லியிருக்கான் 'எவளோ, எந்த சவமோ, சாதியும் கீதியும் பாக்க வேண்டாம் ஒருத்தியே உமக்கின்னு கொண்டு வந்திரும். பனி – தலை வேதனையின்னு ரெண்டு திவஸம் பா யிலே படுத்தா, ஒரு நேரம் சுடுதண்ணி உண்டாக்கித் தர ஒருத்தி வேணும். என்னைக்கும் சிநேகிதக்காரனும், அடுத்த வீட்டுக்காரனும் வரமாட்டான். இந்தா, இதைச் சொல்லக் கூடிய நான் கூடத்தான். நீரு சாராயம் வாங்கித் தந்ததுண்டும், சோறும் சாயையும் வாங்கித் தந்திட்டுண்டும். சிநேகம் எல்லாம் சரிதான். ஆனா நீரு கெடையிலே கெடக்கும்பம் கொஞ்ச நாளு பார்ப்பான். பொறவு மொகத்தைச் சுளிக்கத்தான் செய்வான். இப்போ நீரு அஞ்சாறு பணம் என்கிட்டே தந்து வச்சிருந்ததினாலேதான் நான் கூட உம்மெள கெவனிக்கேன். சொந்தக் காயி செவாக்கி, சிநேகமாக்கும்னு இந்தக் காலத்திலே ஆரு பாக்கா? உமக்கென்ன, காடு கேறக்கூடிய வயசொன்னும் ஆயிரல்லியே... ஒரு பெண்ணே வச்சுப்பொறுப்பிக்க நீரு நெனச்சா முடியத்தான் செய்யும். இன்னியும் வேணுமானா உமக்கிந்தக் கருமடத்திலே ஒரு பெண்ணு கெடைக்கத்தான் செய்யும்.'

அதுக்கொன்னும் மசியத் தோணலே. ஏன் அப்படி? ஒரு பெண்ணைக் கொண்டு வந்து பொறுப்பிக்கணும்னு தோணும்போ எல்லாம் அந்தப் பழைய சங்கதியெ மறக்க முடிய மாட்டேங்கது. செத்தாலும் அதெ மறக்க முடியாதுன்னுதான் தோணுது. நெஞ்சிலே வெட்டிப் பொளந்து வச்ச மாதிரி. அது அந்தக்காலத்திலே நடந்து போச்சுது. கெடச்சா அந்த மாதிரி சுகம் அனுபவிக்கக் கூடிய பெண்ணே கெடைக்கணும். ஆயுசு முழுக்க கூட வந்து தாமஸிக்கணுமானாலும் அந்த மாதிரி பெண்ணுகிட்டணும். எளவு இந்தக் காயிலே உள்ளது மாதிரி சரக்குகள், எப்பவும் எப்படியும் கிடைக்குமே... அதுக்கும் பொறவு எவ்வளவு எண்ணத்த கண்டிருக்கு. ஒண்ணுகூட அந்தச் சரக்குக்கு வாலிலெ கெட்டி அடிக்கக் காணாதே. ஆனா, அப்படிப்பட்ட பெண்ணு எந்த மாதிரி இருக்கும். ஆரெப் போல இருக்கும்னு கேட்டா தெரியவே தெரியாது. மொகத்தை ஆருகண்டா? ஒரு ராத்திரி நல்ல இருட்டிலே மழையிலே நடந்தது. மோறையை ஆரு கண்டா? இப்போ நினைச்சப்பவும் தேகம் குளிருது. உம் மறக்க முடியுமா அதெ...?

'ஒரு இருவத்தி அஞ்சு வருசம் இருக்குமா? இல்லே, கூடத்தான் இருக்கும். அப்போ ஒரு பத்தொன்பது இருவது வயசுதான் இருக்கும். நூற்றியெட்டாம் ஆண்டிலே கிள்ளி ஆற்றிலே வெள்ளப் பொக்கம் வந்ததுக்கு அடுத்த ஆண்டு, மிதுனம் கர்க்கடக மாசம் அப்போவெல்லாம் இந்தச் சாலைக் கம்போளம் இப்படியா? கிழக்கே கோட்டையிலிருந்து ஆரிய சாலை வரைக்கும் வரிசையா அரை மைல் தூரமும் ரெண்டு சைடிலையும் தாழ்ந்த கடைகள், நாழி ஓடு போட்ட கூரையும், கழுக்கோலும் கொண்ட திண்ணைகள். பின்னைக்காய் எண்ணெய் சர விளக்குத் தொங்காத கடையே இல்லை. கறண்டு விளக்கு கெடையாது. ரோட்டிலே முக்குக்கு முக்கு மண்ணெண்ணெய் கூண்டு விளக்கு நிக்கும். கொத்துவால் தெருவிலேயும் சபாபதி கோவில் தெருவிலேயும் உள்ள மொத்தக் கடை சிலதிலே கியாஸ் விளக்கு உண்டும். சன்னதி முக்கிலே ஒரு பெரிய பச்சை நிற அஞ் சல் பெட்டி நிக்கும். சங்கு முத்திரெ கிரீடம் வச்ச அஞ்சல் பெட்டி அப்போ , மூலம் திருநாள் மகாராஜா நாடு நீங்கி, அம்ம ராணி பதிலுக்கு ராஜ்யம் பரிச்சிக்கிட்டிருந்தா அம்ம ராணியெ ஒருக்கெ பூஜை எடுப்பு தேரோட்டம் சாலைக் கடை வழியா வந்தப்போ கண்டதுண்டு...

'...அப்போ முக்கிலே இப்போ கண்ணவடம் செய்யக் கூடிய சாமி செட்டியாருக்கெ அப்பன், பட்டன் செட்டியாருக்குப் பலசரக்கு கச்சவடம். ஓல்சேலும் சில்லறை வியாபாரமும் உண்டு. நமக்கு அங்கேதான் சொமட்டு ஜோலி, பஜாரிலிருந்து சரக்குகளைக் கொண்டு வர மாசம் மொத்த தேதியிலே வாடிக்கை வீட்டுக்காரங்களுக்குப் பல வெஞ்ஞன சரக்கு அரிசி எல்லாம் கொண்டு போய்க் கொடுக்க, இதெல்லாம்தான் முக்கிய ஜோலி. அப்போதான் எனக்கு இந்தத் திருவனந்தபுரம் முழுக்க காணுவதுக்கும் ஓரோ மூலை முடுக்கு வழிகளையெல்லாம் அறியதுக்கும் சௌகரியம் கிடைச்சிது.

தம்பானூர் பஸ் ஸ்டாண்டு, ரெயில்வே ஸ்டேஷன் பொறவு புத்தன் சந்தை பாளையம், ஜனரல் ஆசுபத்திரி முக்கு, பட்டம், உள்ளூர், சாஸ்தமங்கலம், மகாராஜா கொட்டார மெல்லாம் இருக்கிற கவிடியார், பேரூர்க் கடை சந்தை, மேட்டுக் கடை, கரமனை, தைக்காடு எல்லாம் இடமும் பச்சத் தண்ணி குடிச்சது போல பழக்கமாச்சுது.

'சொமட்டு வேலையிலே, தினம் எப்படிப் போனாலும் இருவது சக்கரம் இருவத்தி அஞ்சு சக்கரம் கிடைக்கும். அப்போ எல்லாம் இப்போ போல அணா பைசா கணக்கு கிடையாது. மகாராஜா சங்கு முத்திரையும், பூ அடையாளமும் போட்ட சக்கரம் 'பணம்' 'அரை ரூவா' இந்தா மாதிரி கணக்குத்தான், பொடிசு ஒற்றைக் காசு வேறே உண்டும். ஒரு சக்கரத்துக்குப் பதினாறு காசு. நாலு சக்கரத்துக்கு ஒரு

வெள்ளிப்பணம். ஏழு பணம் இருவத்தி யெட்டு சக்கரம். அதாவது ஒரு ரூவான்னு கணக்கு. அப்போ உள்ள ஒரு சக்கரம் இப்போ உள்ள ஒரு ரூவாய்க்குச் சமம். மூணு சக்கரம் கொடுத்தா நல்ல சிறுமணி சம்பா அரிசி வாங்கலாம். சாது சாமியார் சாயாக் கடையிலே ஒரு குற்றி புட்டு எட்டுக் காசு. ஒரு குற்றி புட்டு ஒருத்தன் தின்னுக்கிட மாட்டான். சாமியார் கடை சாம்பாரும் தோசையும் இப்போகூட கையை மணப்பிச்சு பாக்கணும் போல இருக்கு.

'... அன்னைக்கு செவ்வாக் கெழமை, மிதுன மாசம்னுதான் ஞாவகம். அந்தி நேரம் ஆன ஒடனே பிடிச்சது மழை. சன்னதி முக்கிலே இருந்து எலவாணியத் தெரு வரைக்கம் முட்டளவு வெள்ளம். காய்கறிக் கடையில் எள்ள சண்டும் சவறும் ஊத்தையும் எல்லாம் வெள்ளத்திலெ ஒழுகி வருது. மொதல் தேதி வாக்கு. நல்ல யாவார சமயம். ஹஜூர் கச்சேரியில் உள்ள பாதி உத்தியோகஸ்தரும் பட்டன் செட்டியார் கடையிலேதான் பற்று வரவு. மாசம் பொறந்த ஒடனே ஒவ்வொரு அய்யாமாரும் மொழம் கை அளவு நீளத்தில், வெஞ்ஞனம் அரிசிக்குள்ள லிஸ்டுமாகச் செட்டியாரு கடைக்கு வந்து கூடுவா, பணமும் லிஸ்டும் கொடுத்திட்டுப்போனா, ஓரோருத்தர் வீட்டுக்கும் நான்தான் சாமான் கொண்டு போய்க் கொடுத்திட்டு வருவேன். எனக்கு ஹஜூர் ஆபீஸிலுள்ள எல்லா பெரிய அய்யாமாரையும் தெரியும். "பட்டாணி பட்டாணீ" ன்னு எல்லோருக்கும் வலிய காரியம். ஏனுன்னா நான் கூலி தர்க்கம் செய்ய மாட்டேன். எட்டுக் காசானாலும் தந்ததை வாங்கிக் கொள்ளுவேன். சில வீடுகளுக்கு உச்சை நேரம் சாப்பாட்டுக் காலத்திலே சாமான்கொண்டு போனா எனக்கும் சாப்பாடு கிடைக்கும்.

'அன்னைக்கு மழை ஆனதினாலே, செட்டியாரு கடையிலே லிஸ்டுகளைக் கொடுத்திட்டு ஆளுகள், நேரத்தோட போயிட்டா. நான் கடைத் திண்ணையிலே ஒரு ஓரத்திலே முட்டும் கட்டிக் குந்தியிருக்கேன். அப்போது தான், கோட்டகம் மேட்டு வீட்டுக்கு ஒரு கோளு கொண்டு போகச் செட்டியாரு மொதலாளி கூப்பிட்டது...

"டேய் பட்டாணி, ஒரு கோளு இருக்கு. உச்சைக்கு மேட்டு வீட்டிலிருந்து கொண்டு வந்த சீட்டுக்குச் சாமான் எடுத்துக் கட்டி வச்சிருக்குது. சந்தி நேரம் கழிஞ்சாச்சு. இந்த மழையைப் பாத்துகிட்டிருந்தா ஒக்காது. சாமான் கெட்டுக்கு மேலே ஒரு பாயை மூடிக்கிட்டு சட்டுனு கொண்டு போய்க் கொடுத்திட்டு வந்திரு..."

"வீடு எங்கே மொதலாளி...?"

"வீடா? நான் சொன்னது ஒண்ணும் கேக்கலியா? படிஞ்ஞாறே கோட்டைக்குள் வீடு தெரியாதா? கூவக்கரை மடம் கொட்டாரம்.

நடையிலே கூட்டுக்குள்ளே காவல்காரன் நிப்பான். கோட்டைக்குள்ளே போய் ஆருட்டே கேட்டாலும் மேட்டு வீடு காணிச்சுத் தருவா..."

"சரி மொதலாளி... கூலி?"

"அதெல்லாம் அங்கே தருவா, என்ன தந்தாலும் வாங்கிக்கோ. தரக்கிக்காதே. கொறஞ்சா பாக்கி நான் தாறேன். கூடினா எவ்வளவு கூடினாலும் நீ எடுத்துக்கோ. சிலப்போ சில்லறை இல்லாட்டா வெள்ளிப் பணம்கூடத் தருவா. போ. நனைக்காமெ சாமானைக் கொண்டு சேர்ப்பிச்சிரு..."

செட்டியார் மொதலாளியின் ஆசை காட்டலும் மழையிலே ஒரே இடத்திலெ அடைஞ்சு கெடக்கப் பிடிக்காததினாலும் ஒடனே புறப்பட்டாச்சு....

தலை சுமட்டுடன் கோட்டைக்குள் நுழைஞ்சதும், பப்பனாஸ்வாமி கோவிலிலெ மேத்த மணி எட்டு அடிக்குது. சிணுசிணுத்த மழை உடுப்பில்லாத்தினாலே மேலெல்லாம் குளுந்தது. அப்போ எல்லாம் உடுப்பு இல்லெ. வெறும் கையிலும் தலை முண்டும்தான். நல்ல இருட்டு, இடைவிட்டு இடைவிட்டு நிக்கும் கண்ணாடிக் கூண்டு எண்ணெய் விளக்கு. மழையிலெ ஒண்ணும் தெரியல்லே. பத்மதீர்த்தக் குளத்திலெ அந்தப் பெரு மழையிலேயும் ஆரோ துணி துவைச்சு குளிக்கிறா. குளக்கரையிலே, முறுக்கான் கடையும், போற்றி ஓட்டலும் இருந்ததினாலே, கொஞ்சம் வெளிச்சம் கண்டுது. முக்கு திரும்பின ஒடனே, பின்னையும் இருட்டு, கால், வெள்ளத்தெ அளஞ்சுங் கொண்டு, தலைச்சுமட்டுடன் நடந்துக்கிட்டிருக்தேன்... மழை தூற்றும்போ எல்லாம் சொமட்டுக்காரப் பயல்கள் பாடக்கூடிய பாட்டு ஒண்ணு பயங்க நல்ல அறிஞ்சுதான் பாடியிருக்கான்.

சிணுசிணுத்த மழையும்
சீனி கிழங்கும்
மூடிக் கொள்ள சீலையும்
பாருக்குட்டி நீயும்...

பத்துப் பதினெட்டு வயசுப் பிராயமில்லையா? மனசிலே என்னவெல்லாமோ தோணிக் கொண்டிருந்தது. விசாரிச்சுக்கிட்டே நடந்ததினாலே தூரம் தோணலே. மேட்டு வீட்டுக்கு யாரிட்டேயும் வழி கேக்கல்லே. அதுக்கு காரணம், ரோட்டிலே ஒரு ஆளுகெடையாது. ஏதாவது முறுக்கான் கடையிலெ கேட்டிருக்கலாம்... ஒரு கடையிலெ கேக்க திரும்பினதுதான். தலையிலே சுமடு வச்சுகிட்டே, கடையிலெ தொங்கிய கயிறுத் தீயிலிருந்து ஒரு பீடி பத்த வச்சுக்கிட்டேன். வழி கேக்கல்லே. இந்த திருவனந்தபுரத்திலெ வழி கேக்காமெ வீடு கண்டு

பிடிக்க முடியுமான்னு பாக்கணுமே. நடந்து நடந்து போனப்போ, காவல்காரன் நிக்கக் கூடிய மேட்டு வீட்டைத் தன்னாலேயே கண்டு பிடிச்சிட்டேன். காவல்காரனையும், மேடை வீட்டையும் சரவிளக்கு வெளிச்சத்தையும் கண்டப்பமே எடம் மனசிலாயிப் போச்சு. வாசல் நடையிலே, கொதும்பு வள்ளம் போல உள்ள கூட்டுக்குள்ளே அந்த மழையிலையும் கோட்டும் போட்டுக்கிட்டு, இபிலீசு மாதிரி நிக்கான், காவல்காரன். அவனிட்டே, சொமட்டையும் காட்டியப்போ, மறுபேச்சுப் பேசாமே உள்ளே விட்டான்.

வலிய நாலு கட்டு வீடும், மேலே அம்பாரிக் கொட்டாரமும், நடை முற்றத்திலெ சப்ரமஞ்ச விளக்கு எரியுது. பளபளான்னு அதுக்குப் பல நிறத்திலெ உள்ள வெளிச்சம் முற்றத்திலெ மழைத் தண்ணிலே திளங்குது. வெளியிலெ ஆருமில்லெ. சுமடெ திண்ணையிலெ எறக்கி வச்சிக்கிட்டு, தலை முண்டெடுத்துத் தேகமெல்லாம் தொடைச்சுக்கிட்டே உள் அற்றம் வரைக்கும் பர்த்தேன். உள்ளுக்கு ஜன்னலுக்கு அந்தப் புறத்திலிருந்து வெளிச்சம் தெரியுது. ஜன்னலுகளுக்கும் கதவுக்கும் எளம் பச்சைநிறப் படுதா விரிச்சிருந்ததினாலே வெளிச்சம் வெளியே அதிகம் தெரியல்லே... ஆனா உள்ளேயெல்லாம் இப்போ உள்ள சினிமா கொட்டகை மாதிரி பளபளான்னு அழகு என்னமோ ஒரு மாதிரி மணம்...

"தம்பிராட்டியே, தம்பிராட்டியே, இவிடே ஆருமில்லே?..." என்னு கூப்பிட்டேன். அந்த மாதிரி பெரிய வீடுகளுக்கெல்லாம் போய், அங்குள்ள தாய்மார்களெ 'தம்பிராட்டி'ன்னு தான் கூப்பிடணும்னு எனக்குத் தெரியும். கொஞ்ச நேரம் உள்ளேயிருந்து ஒரு சத்தமுமில்லே. பின்னியும் கூப்பிட்டேன். முற்றத்தைப் பார்க்கப் பயமாயிருந்தது. நாலு கட்டு மதிலுக்கப்புறம் பெரிய கொட்டாரம். காடு மாதிரி நந்தவனம். அங்கேயிருந்து செறுதாயிட்டு பிச்சிப்பூ மணம், சிணுசிணுத்த மழையிலே மணத்தது. கூவளமும், நாகலிங்க மரமும், காஞ்சிரவும் ஓயர்ந்து இருட்டோட மழையோட நிக்குது. அதுக்கப்புறம், பப்பனாசாமி கோவிலு கோபுரம். இருட்டு மழையிலே ஒண்ணும் காண முடியல்லே.

"ஆரா அது முற்றத்து நிக்குன்னுது....?"

தேன் போல பூச்ச போல ஒரு பொம்பிளைச் சத்தம். வெளிச்சம் வரல்லே .

“செட்டியார் மொதலாளிடே கடையில் நின்னு வெஞ்ஞானம் கொண்டு வன்ன ஆளானு..." சாமான் கொண்டு வந்திருக்கிறதை மரியாதையோடு தெரிவிச்சேன்.

“வெஞ்ஞானமோ? எந்தா இத்ர நேரமாயது? என்னால் முற்றத்துக்

கூடே வடக்கே வசத்து எடுத்து கொண்டு வரூ...'

இருட்டில், முற்றத்தில் இறங்கிச் சாமானுடன் வடக்குப்புற வாசல் பக்கமாகப் போனேன். நரைச்ச இருட்டு. உள்ளே வெளிச்சமுள்ள கதவு ஒண்ணு திறந்தது. ஆனால் வெட்டம் வெளியே தெரியல்லே.

"ஆ ஸ்டோர் ரூமில் கொண்டு போய் வைக்கு. அவிடெ சுவர் விளக்கு கொளுத்தி வச்சிருன்னது ஈ மழையுடே காற்றில் அணைஞ்சு போயி... சாதனம் ஆ முறிக்கத்து பதுக்கெ வச்சிட்டுப் போரு."

அந்தச் சுகமான பெண் குரல் வடக்குப் புறத்தில் இருட்டுக்கும் உள் வெளிச்சத்திற்கும் அந்தப் பக்கம் நின்னு கொண்டு, சாமானை ஸ்டோர் ரூமில் கொண்டு வந்து வைக்க உத்தரவிட்டது.....

ஸ்டோர் ரூமிக்குள்ளே சுமடு இறக்கி வச்சதும் அவ்வளவு நேரமும் சிணுசிணுத்துக்கிட்டு இருந்த மழை பிடிச்சு சோன்னு பலமாகப் பெய்யவும் சரியாயிருந்தது. சொமடு இறக்கி வச்சுக்கிட்டு ஸ்டோர் ரூமிலேயேதான் நின்னேன். மழை ஒவ்வொரு சரமும் சுண்டு விரல் கனத்துக்குக் கொட்டுது. ரூமிக்குள் எண்ணெயும் உள்ளியும், கொட்டைத் தேங்காயும், சர்க்கரை வெல்லமும், கதளிப்பழ அழுகலும் எல்லாம் மணக்குது. வலிய வீட்டு ஸ்டோர் முறியல்லவா? தினமும் பாயிஸ பிரதமனும் பப்படமும் விருந்துச் சாப்பாடாயிருக்கும்னு நினைச்சுகிட்டேன்.

"செட்டியாருடே கடையில் நின்னும் வன்ன ஆள் ஸ்டோர் ரூமில்தன்னெ நிக்கயானோ? மழை தோரட்டே. ராத்ரி போகான் பேடியுண்டோ ..."

அதே பெண் பிள்ளைதான் ராத்திரி போகப் பயமில்லையேன்னு கேட்டா. பக்கத்திலே உள் மடப்புரையிலிருந்துதான் கேட்டா போலிருக்கு. மடப்புரையில் எண்ணெய் விளக்கு இருந்தது. ஆனாலும் பேசும் ஆளின் உருவத்தைக் காண முடியல்லே. பொறவு நடக்கக் கூடிய காரியம் இன்னதுன்னு அப்போ அறிஞ்சிருந்தா ஒரு வேளை ஆளின் ரூபத்தைப் பிரையாசைப்பட்டாவது கண்டிருக்கலாம். அந்தச் சமயத்திலே எனக்கு நினைப்பெல்லாம், இந்த மளெ தோரணுமே, மொதலாளி கடை பூட்டிறதுக்கு முன்னாலே சாலைக்குப் போய்ச் சேரணுமேன்னுதான். கொஞ்சம் தூறல் வெறிச்சு கூலிக் காசும் தந்திட்டா அப்பவே எறங்கி ஓடியிருப்பேன். அந்த ரெண்டும் கெட்டான் எடத்தில் நின்னுகிட்டிருக்கவும் ஒரு மாதிரிதான் இருந்தது. அந்தப் பெம்பிள்ளையின் கொரலைக் கொண்டு அவங்க யாரோ அந்த மேட்டு வீட்டிலுள்ள ஒரு கொச்சம்மையாக இருக்கும் என்று ஊகிச்சுக் கொண்டேன். மரியாதை கேடாயிட்டு நாம் ஏன் அவங்க முகத்தைப் பாக்கணுமனிட்டு, குளுந்து வெறச்சிக்கிட்டு ஸ்டோர்

முறியின் மூலையில் கூனிக் குறுகி இருந்தேன்.

இருந்தவன்தான் – சாஞ்சு கொள்ள ஏதோ பத்தாயம் போல இருந்தது. அதுக்கு மேலே சாஞ்சேன். நேரம் போயிட்டே இருந்துதா, ஒறங்கிட்டேன். மழையிலெ குளிரும், நல்ல இருட்டும்...

சிணுசிணுத்த மழையும்

சீனி கிழங்கும்

மூடிக் கொள்ள சீலையும்

பாருக்குட்டி நீயும்...

நல்லா ஒறங்கீட்டேன். இல்லே மயங்கினதுதான் உண்டும். எவ்வளவு நேரம் ஆச்சுன்னு தெரியாது. ஒரு பூனை, அடுத்து வந்து தேகத்திலே உரைஞ்சு நடக்கிறது போல இருந்தது... ஆரோ அடுத்து வந்திருந்து நெஞ்சைத் தடவுதா...

...சட்டுன்னு முழிச்சுப் பாக்கேன். இருட்டு, ஸ்டோரின் மணம். அடுத்து ஓராள் குனிஞ்சு இருக்கிறதெ அறிஞ்சுக்கிட்டேன்.

“செட்டியாருடெ கடையிலே ஆளு அல்லே.....?”

அந்தப் பெண் பிள்ளையின் குரல். மெள்ளக் காதுக்குப் பக்கத்திலெ வந்து கேட்கா...

ஒறக்க கலக்கத்திலெ பயத்திலெ ஒண்ணும் தோணலே. மழை கொறஞ் சிருந்தது. சிணுசிணுத்த மழை... சீதக் காற்று...

"பயப்படண்டா "

அந்தப் பெண்ணின் கை, என் கையைத் தடவிப் பிடிச்சு எடுத்துத் தன் நெஞ்சின் மேல் வைச்சிது. பஞ்சு போலத்த கை... அந்த ஒடம்பைத் தொட்டப்போ இன்னும் நாடி வெட்டிக் குளுந்தது. இல்லெ, வெயர்த்தது. என்னன்னு தெரியாது. என் வலது கையை எடுத்துத் தடவினா... உம்ம வச்சா...

“ஈ கையிலெந்தா இத்ர வீக்கம்?...”

“இது ஒரு செறிய நீராணு...” என்னு சொல்லும்போ என் சத்தம் எனக்கே கேக்கல்லே. பேசப் பயமாயிருந்தது...

“இயாளுட பேரெந்தா?”

“செய்து பட்டாணீன்னு பேரு.”

“ஆ... ஜாதியில் பட்டாணியானோ? எங்கில், வெளுப்பனோ,

கறுப்பனோ....?"

"கறுப்பன்..."

"கறுப்பனோ? பட்டாணிமாரில் கறுப்பும் உண்டோ ? ஞான் வெளுத்த பட்டாணிமாரயே கண்டிட்டுள்ளு. கொட்டாரத்தில் செல்லக் குதிரயெ வளர்த்துன்ன பட்டாணிமாரெல்லாம் வெளுப்பன் மாரானு....

"...எந்தோ, ஞான் கறுப்பனாணு..."

"ஆ... சாரமில்லே. இருட்டத்து ஏதாயால் எந்து?"

பொறவு கெட்டி ஒரு பிடி... அவ்வளவுதான் தெரியும். அய்யோ இப்ப நெனைக்கும்போ உள்ளங்காலிருந்து உச்சந்தலை வரைக்கும் கோரித்தரிக்குது...

'... நேரம் விடியலுக்கு முன்னாலெ எழுப்பி விட்டா. கல்யாண விருந்து சாப்பிட்டுக் கொண்டிருந்தப்போ, பாதியிலெ எழுப்பி விட்டது போல இருந்தது. ஏழு வெள்ளிப் பணம் ஒரு ரூபா கையிலெ தந்தா. வெளியே பாராக்காரன் காணாமே பதுக்கெ போயிரச் சொன்னா. ராத்திரி நடந்ததெ ஆருட்டேயும் சொல்லாதே சொல்லாதேன்னு அஞ்சாறு தடவெ கெஞ்சிக் கெஞ்சி சொன்னா.

ரோட்டிலெ இறங்கி நடக்கும்போ மழை இல்லை. நனைஞ்ச ரோடு குளிர்ந்த காற்று. ரெண்டு சைடிலையும் மரங்கெளெல்லாம் குளுந்து ஆடுவது போல ஆடுது. ஒரு அனக்கமில்லெ. பப்பனாசாமி கோவில் மேத்த மணி எத்தரையோ அடிச்சிது. நேரம் வெளுப்பான் காலம் ஆயிருக்குமென்னு தோணிச்சது. ராத்திரி... மழை... குளிரு... ஆ, என்ன ஒரு சொகம். அதுவரை அனுபவிக்காத சொகம். அய்யோ! பொறவு பொறவு இதுவரை அதுபோல ஒரு ராத்திரி வரல்லே... அதுபோல ஒரு ஆளும் கிடைச்சத்தில்லே."

'அதுக்கும் பொறவு, வள்ளக்கடவுக்கோ, படிஞ்ஞாறே கோட்டைக்கோ போகும் போதெல்லாம், அந்த மேட்டு வீட்டைப் பார்ப்பேன் – பாராக்காரன் நிப்பான். கேற்றுக்குள்ளே சீமை பிலா மரம் நிக்கும். அதிலெ பந்து பந்தா எளம் பச்சை நிறக் காய்கள் காணும்... மேட்டு வீட்டின் அம்பாரி மேடை தெரியும். ஆனா ஒரு ஆளையும் பார்க்க முடியாது. அதுக்குப் பொறவு ஒண்ணு ரெண்டு தடவே அதே வீட்டுக்கு வெஞ்ஞானம் கொண்டு போனேன். காரியக்காரன் வந்து சாமானை ஸ்டோர் முறியிலே வாங்கி வைப்பான். ஆனா நான் தேடின ஆள மாத்திரம் அதுக்குப் பொறவு காணவே முடியல்லே...'

வரவர அது ஏக்கமாயிட்டு தீந்துது. கடைசியிலே அந்த ஏக்கமே ஒரு வைரக்கியமாயிட்டும் தீர்ந்தது. கெடச்சா அது போலத்த ஆள்

கெடைக்கணும். இல்லாட்ட, என்ன பெண்ணும் பண்டமும் வேண்டிக் கிடக்குன்னு தோணிப் போச்சு. வருஷத்திலே ரெண்டு தடவெ வரும் மகாராசாவின் ஆறாட்டுத் திருவிழா அந்தப் பாதை வழியாகத்தான் கடக்கரைக்குப் போகும். ஆறாட்டு காணப் போகும் போதெல்லாம் அந்த மேட்டு வீட்டைப் பார்ப்பேன். அம்பாரி முகப்பில் நிறச்சு பெரிய இடத்துத் தம்பிராட்டிமாருகள் நிப்பா. அதில் ஆராக இருக்கும், அன்னைக்கு மழையத்து ராத்தி?

... நிச்சயமா ஏதோ தம்பிராட்டிதான்! வேலைக்காரியோ அச்சியோ அல்ல. என்ன மணம் மணத்தது... அந்த மணம், அடிச்சு கூட்டுற அச்சிக்கோ, வேலைக்காரிக்கோ மணக்காது தீர்ச்சைதான். ஒரு வேலை அவங்களுக்கு என்னைக் கண்டால் தெரியுமாயிருக்கும். எனக்குதான் சம்சயம்.

அதுக்கும் ரெண்டு வருசம் கழிஞ்சப்போ செட்டியாரு கடையிலே இருந்து வந்துட்டேன். அதிலிருந்து பல வெஞ்ஞானமும் கொண்டு எந்த வீட்டுக்கும் போவல்லே. எப்படியோ காலம் இம்பிட்டும் கழிஞ்சும் போச்சு....

...பெரிய ஒரு கூட்டச் சத்தம் கேட்டுப் பட்டாணியின் நினைவு வட்டம் கரைந்தது. நாலைந்து போலீஸ்காரர்கள் யாரையோ விரட்டிக் கொண்டு காலனிக்குள் ஓடுகிறார்கள். பயக்களும், பெண்களும், ஆண்களும் பின்னால் கூட்டமாக ஓடுகிறார்கள். சேரிக்கு வெளியே இலவாணியத் தெரு ரோட்டில் நிறைய ஆட்கள் நின்று போலீஸ் கேஸ் புடிக்கும் வேடிக்கையைப் பார்த்துக் கொண்டு நிற்கிறார்கள்.

நேரம் பொழுது சாய்ந்து கொண்டிருந்தது. 'இவ்வளவு நேரமா போதமில்லாமெ கெடந்தோம்?' என்று எண்ணி வியந்தான் பட்டாணி. கையை மட்டும் அசைக்க முடியவில்லை. காலையில் இருந்தது போலத் தான் இருந்தது. கண் நோவு குறைந்திருந்தது. இடது கையினால் கண்ணை நெருடிக் கொண்டு வெளியே பார்த்தபோது மஞ்சள் வெயில் தென்னை ஓலைகளைத் தழுவிக்கொண்டிருந்தது. வெயில் வெக்கை தணிஞ்சிருந்தது... காலனியில் புதிதாக வந்து தங்கியிருக்கும் சக்கிலியன் தென்னை மர மூட்டில் அடுப்பு மூட்டி, ரப்பர் நாற்றம் எங்கும் பரவியிருக்கிறது. 'இவனுக்கு வெறகு கெடைச்சாலும் இந்த ரப்பர் துண்டைத்தான் எரிப்பான் எரப்பாளி!' என்று வாய்க்குள் அவனைச் சபிக்கிறான் பட்டாணி.

செய்யது பட்டாணிக்கு வயிற்றைப் பசித்தது. கிடப்பிலேயே கிடந்து கொண்டு வெளியே பார்த்த போது பார்வை எட்டிய பக்கத்திலெல்லாம் ஆருமே இல்லை. எல்லாரும் போலீஸ்காரன்கள் பின்னால் தெற்கே ஓடியிருக்கிறார்கள். சாராயம் நடராயனைத் தான் போலீஸ் வலை

போட்டிருக்கணும்... சக்கிலியனின் கைக்குழந்தையும் சின்னப் பெண்ணும் மண்ணும் தென்னை மரத்தடியில் அடுப்படியில் இருந்தனர். கோவிந்தனின் மகன் குட்டனைக் கூடக் காணலியே. ஒரு கிளாஸ் சாய வாங்கணும்..., என்று நினைத்தவாறு மெதுவாக இடது கையை ஊன்றிப் படுக்கையை விட்டெழுந்தான். எறப்பிலிருந்து தீப்பெட்டியும் பீடியும் எடுத்து ஒரு பீடி பற்ற வைத்துக் கொண்டான். எல்லாம் ஒரு கையினால்தான்... பீடியைப் புகைத்தவாறு குடிலிலிருந்து வெளியே வந்தவன், 'பைய பைய அப்பு கடைக்குத்தான் போகணும்...' என்று நினைத்தவாறு சாய்ப்பை இழுத்துக் கதவை அடைச்சிட்டு ஓடையைத் தாண்டி ரோட்டில் இறங்கியவன் செய்துப் பட்டாணி. 'டேய் பட்டாணி வாரான் டேய்... சாளப் பட்டாணி...'

***

"டேய் பட்டாணி வாரான் டேய்... சாளப் பட்டாணி..."

"வரட்டும் தாயோளி. இன்னுக்குப் பாத்துக்கோ ஒருகளி..."

"போட்டுண்டேய். இப்ப கொஞ்ச நாளாயிட்டு புள்ளிக்கு சுகக் கேடு பிடிச்சு, கோட்டக்ககம் ஆசுபத்திரிக்குப் போயிட்டு வாறான். மந்து கை கழுத்திலே தொட்டிலு கெட்டி இட்டிருக்கான், பாத்தியா...?"

"ஆமா சுண்டைக்கா மோனுக்க இது மட்டுமா வரும்? இந்தக் கையினாலெ செய்த அக்ரமம் கொஞ்ச மொண்ணுமில்லையே. இப்போ தொட்டிலு கட்டி ராரிராரோ பாடிட்டு நடக்கான். மோன்...? வரட்டும், ரெண்டு பொடி கல்லு இங்கனெ எடு..."

செய்யது பட்டாணி, சந்நிதி முக்கைத் தாண்டி வந்து கொண்டிருந்தான். காலை, முதிர்ந்த பத்துப் பதினொரு மணிப் பொழுதின் வெயில். ரெண்டு பக்கமும் கடைகள். அத்தர் சந்தனம் விற்கும் கடைகள். பச்சைக் கோபுரமாக வெற்றிலைக் கட்டுகளை அடுக்கிய முஸ்லீம்களின் கடைகள். அவைக்கு முன்புறம் கூடைகளில் அம்பாரமாகப் பழுக்காப்பாக்குக் குவியல்கள். கடைத்தெரு முக்குத் தாண்டியதும் பழைய சாது சாமியின் சாயாக் கடை. இப்போது அப்பு சாயாக்கடை. இரண்டு போர்ஷனில், கீழ்ப் பகுதியில் கூலிக்காரர்கள். சாயை குடிப்பதற்கான மரப்பெஞ்சுகளும் அடுக்கு மேசைகளுமான அரங்கு மேல்பகுதியில் வெள்ளைச் சட்டை முண்டுக்காரர்கள் டீசண்டாக அமர்ந்து டிப்பன் சாப்பிடுவதற்கான முஸ்தீபு. அதற்கப்பால் புகையிலைக் கடைகள், பலசரக்குக் கடைகள், நாட்டு மருந்துக் கடை, கயிறுக் கடை, வட்டிக் கடைகள், எல்லாமே சில்லறைக் கடைகள்... நல்ல வியாபாரக் கலகலப்பின் நேரம். தொட்டிப் பயல்களின் கூச்சல்களைப் பொருட்படுத்தாமல் பட்டாணி நடந்து வந்து கொண்டிருக்கிறான். வாட்டசாட்டான உயரம். அஞ்சே முக்கால் ஆறடிகூட இருக்கலாம்.

சரேலென்று உடம்பு. நாற்பத்தி ஐந்தா ஐம்பதா என்று தீர்மானிக்க முடியாத வாகு. கைலி உடுத்தியிருக்கிறான், புளியலைக் கரை நேரிய லால் கையைக் கட்டிக் கழுத்தோடு தொட்டிலிட்டிருக்கிறான். தூக்கச் சாயல் படிந்த உருண்டை பெரிய கண்கள். பாதி நரை கலந்த குச்சித் தலை மயிர். சப்பிய மூக்கு ராஜேந்திர பிரசாத் மாடல் பெரிய நரை மீசை தொட்டிலினுள் அடங்கிய கையை நிமிர்த்தித் தொங்கவிட்டால் அது யானையின் துதிக்கை மாதிரி பெரிதாகத் தோன்றும். இடது கை சாதாரணமாக இருந்தது. ஆனால் யானைக்கால் வியாதி இருந்தால் என்ன? எல்லாத்துக்கும் பட்டாணிக்கு வலது கைதான் வாகு. 'பட்டாணிகிட்டே விளையாடாதே. அவன் அந்தப் பெரிய கையைத் தூக்கி ஒரு போடு போட்டான்னா நீ பொடியா பொடிஞ்சு வோவே...' என்பது பிரசித்தமான வாக்கு. பட்டாணியின் நல்ல காலத்திலே இந்தத் தெருப் பயல்கள் எல்லாம் ஈசல் மாதிரி அவனெக் கண்டாலெ நடுங்குவான்கள். இப்போ பட்டாணி தளர்ந்து போனான். கட்டிப் போட்ட நாயை 'நொற நாட்டியம்' காட்டுற மாதிரி ஒவ்வொருத்தனும் பட்டாணியிடம் வாலாட்டுறான்.

பட்டாணி அப்பு சாயாக் கடையைத் தாண்டி வந்து கொண்டிருந்தான். “டேய்! சாளப் பட்டாணீ... ரோட்டு நடுவிலே போகாதெடா, ஒதுங்கிப் போ..." என்றொரு பயல் வாழைப்பழ மட்டையைத் தூக்கி எறிந்தான். பட்டாணி சட்டென்று நின்று திரும்பிப் பார்க்கிறான்

“உங்க அப்பன்மாரெப் போயி எறிங்கடா மசிருகளே..."

"அப்பனா? வா மக்களே வா..."

எல்லாப் பயல்களும் சேர்ந்து கூச்சல் போடுகிறார்கள். வெற்றிலைக் கடை சாயிப்புகள் சேர்ந்து சிரிக்கிறார்கள். ரோட்டில் நடந்து போகிறவர்களும் இந்தத் துவந்த யுத்தத்தை வேடிக்கை பார்க்கிறார்கள். புகையிலைக் கடையில் புகையிலை வெட்டும் அம்மாவன் “போங்கடா பயக்களே. பாவம், அவன் சுகமில்லாதவன், போகட்டும்...” என்று சொல்கிறார். அதை ஒருத்தரும் காதில் போட்டுக் கொண்டதாக இல்லை. மற்றக் கடைக்காரர்களுக்கும் இது வாடிக்கை நாடகம். பஜாருக்குப் புதியவங்களுக்குத்தான் கொஞ்சம் ஆச்சரியமும், கேட்பாரில்லையா என்ற வியப்பும் தோன்றும். பட்டாணி முக்கைத் தாண்டிய பின்னும் பயக்கள் விடுவதாக இல்லை...

“டேய் சாளப் பட்டாணி. சாள வேணோ? சம்பக் கடையில் அணாய்க்கு பத்து சாள மீனு விக்குணு...”

ஒரு பயல் பட்டாணியின் தொட்டில் கையில் எதிர்பாராமல் வந்து மோதிவிட்டு ஓடுகிறான்.

"ஆ... அம்மா ..."

பட்டாணிக்கப் பிராணனைப் பிடுங்குவது போல வலித்தது. 'அய்யோ ' என்று வாய்விட்டு அலறிவிட்டான். நகர முடியவில்லை . கறிற்றுக் கடை ஓரமாகத் திண்ணையில் போய் இருந்து விட்டான்.

இப்போ யார் பேரிலும் வைரம் தோன்றவில்லை. வலியின் பிராணவஸ்தையே முன் நின்றது.

'ஆடிய ஆட்டத்துக்கு இப்போதான் கூலி வருது. படச்சவனை மறந்து நடந்தவனுக்கெல்லாம் கெதி கடைசியிலெ இதுதான்...'

பட்டாணிக்கு அழுகை பொத்துக்கொண்டு வந்தது. இடது கையால் வலது கை சுமையின் வலியைத் தாங்கிக் கொண்டு கடைத் திண்ணையில் கவிழ்ந்து அழுதான்.

பயல்களையெல்லாம் விரட்டிக் கொண்டு கோவிந்தன் தெற்கேயிருந்து வந்து கொண்டிருந்தான். பயக்களும் பட்டாணியின் 'இக்கட்டை'ப் புரிந்து கொண்டு, 'இனி நாளை பாத்துக்கிடலாம்' என்று முக்குத் தாண்டி போயி விட்டான்கள். இல்லாவிட்டாலும் ஓடை கோவிந்தனுக்கு அடங்குகிற பயக்களா, சாலைக் கடைப் பயல்கள்?

கயிற்றுக் கடைக்காரரும் வேறு ஒன்றிரண்டு கடைக்காரர்களும், பட்டாணியைக் கவனித்தும் காணாதது போல வியாபார மும்முரத்தில் இருந்தார்கள். கை வண்டிகளும், காளை வண்டிகளும், தலைச் சுமடாக மூட்டைகளைக் கடைகளுக்குக் கொண்டு போகிறவர்களும், வழிப்போக்கர்களும், சாமான் கட்டுகிற ஓலைப்பெட்டி விற்கும் நாடாத்திகளுமாக தெரு தன் செயலில் நிலை மறந்து இயங்குகிறது. கலகலப்புச் சத்தங்கள்... கூப்பாடுகள்... சைக்கிள் மணிச்சத்தம்... மோட்டாரும் லாரியும் அந்தத் தெருவிற்கு வராது. பிச்சைக்காரர்களைப் பிடிக்கும் வெள்ளைநிற வான் மட்டும் அடிக்கடி வரும்.

"பட்டாணி, இருந்து அழுதுக்கிட்டா இரிக்கேரு? எந்திரிச்சு வாரும் போவோம்... நாறப் பயக்க. சுண்டைக்கா மோன்மாரு. இதெல்லாம் இந்தச் சாலைக் கடைக்கெ குற்றம். நல்ல ஆளுகளுள்ள இடமானா நாதியிருக்குமே... ஆரெ குற்றம் சொல்ல? எல்லாம் தலைலெ எழுத்து..."

கோவிந்தன் பட்டாணியைக் கருமடம் குடிசை வரைக்கும் கைத்தாங்கலாகக் கூட்டிக் கொண்டு வந்ததைக் காணப் பொருத்தமில்லாமலிருந்தது. நல்ல ஒற்றை சரீரக்காரனான பட்டாணியும், நாலு நாலரையடி பொக்கமுள்ள கட்டைக் கோவிந்தனும்... அந்தக் கோவிந்தன் பட்டாணியைத் தாங்கிப் பிடித்து வீட்டுக்குக் கொண்டு வந்து சேர்த்தான். பட்டாணிக்குப் படுக்கப் பாய் விரிச்சுக் கொடுத்து,

படுக்கச் சொல்லிவிட்டு, மத்தியான கஞ்சி வச்சுக் கொண்டு வருவதாகச் சொல்லிவிட்டு கோவிந்தன் எழுந்து போனான்.

பாயில் படுத்துக் கொண்ட பட்டாணிக்கு வலது கையின் வலி, இனியும் விண் விண்ணென்னு உச்சியில் பிடித்தது. இன்று நாலு போய் ஐந்தாவது நாள். இன்று இஞ்செக்ஷன் கை நரம்பை நெருடி அதில் போட்டிருந்தார், டாக்டர். அதிலெ வேறெ ஏற்கனவே முளகு அரச்ச கண்ணில் தடவினது மாதிரி காந்தல் இருந்தது. அதில்தான் பேதியில போற பயக்கள் தாக்கிவிட்டானுக. அந்த நேரத்திலேயே பிராணன் போயிட்டது போல் இருந்தது. பட்டாணி ஆனதினால் அதையெல்லாம் தாங்கிக் கொள்ள முடிந்தது. வேறு எவனாவது சோனியென்றால் கொத்துவால் தெருவிலேயே விழுந்து உயிரை விட்டிருப்பான்...

'கண்ணுத் தீனம்' கணிசமாகக் குறைந்திருந்தது. கண்ணில் குத்தலும் உளைச்சலும் இல்லை. காலையில் உறக்கம் விழிக்கும் போது மட்டும் நிறையப் பீழை கண் நிறைந்திருக்கும். அது முகம் கழுவினால் போய்விடும்.

குடிசை மூலையில் எறப்பில், வெள்ளை பாட்டில் ஒன்று நூலில் கட்டித் தூக்கியிருக்கிறது. செங்கல் அடுப்புக்கு மேல் சிம்னி விளக்கும், தீப்பெட்டியும் இருக்கிறது. சாதிக்கா பெட்டியின் மேல் அவிழ்த்திட்ட கைலி கிடக்கிறது. சிவப்பு உள் நிக்கர் உலரப் போட்டது கூரையில் செருகியிருந்தது. மாதுரிதேவியும் அஞ்சலிதேவியும் கட்டிப் பிடித்துக் கொண்டிருக்கும் படம் ஓலைச் சுவரில் ஒட்டியிருக்கிறது. பழைய, வனமோகினி சினிமா வந்த காலத்தில் கிடைச்ச படம் அது. சிறிய மண்குடத்தில் தண்ணி இருக்கோ என்னமோ? கறிச்சட்டியால் குடம் மூடியிருக்கிறது. ஆஸ்பத்திரிக்குப் போகும்போது கோவிந்தனின் மகன் குட்டன் கிட்டே ஒரு குடம் தண்ணி எடுத்து வைக்கச் சொன்ன ஞாபகம்... பய தண்ணி கொண்டு வச்சானோ என்னமோ, இப்ப தண்ணி வேண்டாம். காலையில் அப்பு கடையில் ரெண்டு தோசையும் ரவக்கஞ்சியும் தின்னது வயிற்றில் இன்னியும் புளிச்ச ஏப்பம் எடுக்கிறது. நெஞ்சு கரிக்குது. நேத்தைய விட இன்னைக்கு கை வலி கூடுதல்...'

படுத்துக் கிடக்க கிடக்க, பட்டாணிக்கு அசதியாக இருந்தது. சீக்கிரம் செத்துப் போனால் தேவலை போல் இருந்தது.

.... சவம் கை வேதனையைக் காணும்பம் இந்த எட்டு நாள் கெடுவும் கழிஞ்சு பெழைக்கேனோ கெடக்கேனோ? இப்பமே மரிச்சுட்டா கொள்ளாம். ஆனா செத்ததுக்கப்புறமும் இந்தச் சாலை கம்போளமும், தொட்டி பயக்களும் இந்த மொதலாளிமாரும் எல்லாம் எப்படி இருக்குன்னு பாக்கணும். என்ன இருந்தாலும் ஆசையும்

விசாரங்களும் சாவாது... பின்னே எப்பிடி? சாலைக் கடையிலே இப்பமே தலைபொக்கி நடக்க முடியல்லே. எலியைப் பிடிச்சு வாலெக் கட்டி வெளையாட்டுக் காட்டுவது மாதிரி ஆயிப்போச்சு. ஒரு அஞ் சாறு வருசத்துக்கு முன்னே கூட நம்மளேக் கண்டு தொடவழியே ஒண்ணுக்குப் போன பயக்கத்தான் சாலைக் கடையிலே உள்ளது. இப்போ கொஞ்ச காலமா தள்ளாட்டம் ஆரம்பிச்சிருக்கு. சாயை குடிக்க கிளாஸைக் கையிலெடுத்தா கையும் விரலும் ஜன்னி கண்டது போலே ஆடுது. கொஞ்சம் ஒரு ஆறு அவுன்ஸு உள்ளே போனாலும் நடைகுழையுது... நாக்கிலே அறாம் பெறப்பு வர்த்தமானம் தன்னறியாமே வருது. மனசுக்குள்ளே ஒண்ணும் பேசக் கூடாதுன்னு நெனண்ணாலும் ஒக்க மாட்டேன்குது. வெள்ளமடிச்சிருந்தாலும் இல்லைன்னாலும் பயக்க இப்பொ வெரட்ட ஆரம்பிச்சிருக்கான். முன்னாலே மாதிரி வெட்டுக் கத்தியோ பேனா கத்தியோ எடுக்க முடியல்லே. போலீஸ்காரனையும் பேடிக்கணுமே. சும்மா போனாலும் வாயை ஊதிக்காட்ட சொல்லுதானுக. அது வேறெ பேடி.

'நல்ல சொரணையோட இருந்த காலத்திலே இந்தத் தொந்தரவு ஒண்ணுமில்லே... என்ன செய்தாலும் ஒருத்தன் வந்து ஏன் அப்பிடிச் செய்தேன்னு கேக்கப் பயப்படுவான். பட்டாணியா அதைச் செய்தான். அவன் கிட்டே போகாதே. வேலியிலெ போறதே காலுக்கடியிலே பிடிச்சு விடுவது என்னத்துக்கன்னு ஒதுங்கிப் போயிடுவான். ரொம்ப நாள் ஒண்ணும் ஆயிரல்லெ. நாப்பத்தி அஞ்சோ நாற்பத்தியாறிலேயோ மொகரம் பெறைக்கு, மேட்டுக்கடை ஊச்சாளி மைதீன் வந்து "பட்டாணி! கடுவா புலி வேஷம் போடுதீரா?"ன்னு கேட்டான்... போடுதீரான்ன கேட்டா, அதிலே பின்னெ மறுப்பென்ன இருக்கு? பெறை பத்து நாளும் கடுவா புலி வேஷமும் தண்ணியடியும். ஒருத்தரும் கேக்க மாட்டா. இஷ்டம் போல ஆடலாம்...

' போட்டாச்சு, கடுவா புலி வேஷம் போட்டாச்சு. ஒன்பது கிடாய் ஆட்டைப் பல்லு கொண்டு கடிச்சு எறிஞ்சது அப்பொதான். ரொம்ப நாள் ஒண்ணும் கழுஞ்சரல்லே. இந்தக் கச்சக்கடை முக்கிலெ பாத்திரக்கடை நாயர் கடைக்கு முன்னாலெதான் நடந்தது. அன்னைக்கு எட்டாம் பெறை. பாளையத்திலிருந்தும் மேட்டுக்கடையிலிருந்தும் ஒவ்வொருத்தனும் வேஷங்களெ போட்டுக் கொண்டு கடையிலே, அங்கனெ இங்கேனெ நின்னு கொட்டி முழக்கீட்டு ஆடுதான். செண்டையும், சேங்கலையும் ஒரே பெகளம்தான்...

செண்டையும் மேளமும் தகர்த்து மொழங்க ஊச்சாளி என்னெக் கொண்டு நாயர் பாத்திரக் கடை முன்னாலே நிறுத்தினான். கரியப்பிலை ஆசான் செண்டைக்கு, கணியான் தாமோதரன் ஜோடி. மேளத்துக்குக் கேக்கணுமா? எனக்கானா... வாசி மேட்டுக்கடைக் காதர் – கடுவா

வேஷம் போட்டுக் கொண்டு சாலைக் கடையிலே வந்து தகர்க்கானாம். அவனெ பீட்டு அடிச்சுக் களிக்கணும்னு ஊச்சாளி ஓதியிருந்தான். ஊச்சாளியானா மூக்கு முட்ட விட்டிருந்தான். தலையிலெ புளியலைக் கரை நேரியலெ குஞ்சம் வச்சு கெட்டிக்கிட்டு, அவன் எனக்கு உஷார் ஏற்றுவதுக்கு திங்கு திங்குன்னு ஆடு தான்... மேளவும் கொழுத்து ஏறிச்சு. எனக்குக் காதுக் குரத்திலே மேளச்சத்தம் கிக்கிறி மூட்டிச்சது. ரெண்டு ஆனைக் காலன் குப்பி நிறைய சேவிச்சா எப்பிடி இருக்குமோ, அப்பிடி பிரி ஏறிக்கிட்டு வந்தது. கிளம்பீட்டேன்.....

'...ஆகாசமும் பூமியும் தொடமே பாஞ்சு பாஞ்சு ஆடினேன். ஊச்சாளியும் விடல்லே. ஒற்றைக்கு நின்னு தகர்த்து ஆடினான். பிலுபிலுன்னு கூட்டம் கூடிற்று. மெயின் ரோட்டில் டிரான்ஸ்போர்ட்டு பஸ்ஸும் ஆள்களும் ஒண்ணும் போக முடியாது. பஸ்ஸும் காரும் வந்து ஒண்ணு பின்னாலே ஒண்ணு வரிக்கு நிக்குது. ஆரியசாலை முக்கு, கிள்ளி பாலம் இங்கேயிருந்தெல்லாம் வண்டியும் மோட்டாரும் போகாதது என்னான்னு கேட்டுக்கிட்டு ஆளுகள் வந்தப்போ இங்கே புலி வேஷ ஆட்டம் தகர்க்குது....

....பாத்திரக் கடை நாயர் முதலாளி, கிடாய்க்கு ஆள் அனுப்பி சம்பக்கடையிலிருந்து ரெண்டு கிடா வந்தது, இடுப்பளவும் வரும் ஒவ்வொரு கிடாயும், கண்டா நேர்ச்சைக் கிடா மாதிரி ஒவ்வொண்ணும் ஓரோ எருமை மாடு தண்டு உண்டும் களி முறுக்கேறி நிக்கக் கூடிய வேகம். கிடாயைக் கொண்டு விட்டதுதான் தாமதம். ஓரே பாய்ச்சல்... அடக்கி முதுகிலெ ஒரு கவ்வல். கிடா ம்மேன்னு ஒரு விளி... ஆடு தலைக்கு மேலே ஓயர்ந்து பின்னாலே ஆறடி தள்ளிப் போய் விழுந்து பிடைக்குது ஒண்ணு ரெண்டாமதும் இன்னொண்ணு...

என்னிட்டும் தளராமை நின்னு களிக்கேன். அமீன் ஹோட்டல்காரன், மேட்டுக்கடை காதருக்குச் சொந்தக்காரன். அவன் ஓட்டலிலே ஏறச்சிக்காக நிறுத்தியிருந்த நாலு கிடாயை, வாசிக்கு வேண்டி கொண்டு வந்து நிறுத்தினான். அவனுக்கு எப்பிடியும் ஊச்சாளிக்கெ சாலைக் கடுவாயைப் பீட்டடிச்சி மேட்டுக் கடையக் கடுவாயை ஜயிக்க வைக்கணும்னு ஆசை. எனக்குத் தெரியாதா?... கிடா முன்னே வந்ததுதான் தாமசம்... கறண்டு அடிச்சது போல, நாலெண்ணத்தையும் கை தொடாமே கடிச்சு எறிஞ்சேன். கூட்டத்திலே சடபுடான்னு கையடியும் சீட்டியடியும் பெகளம். செண்டை மேளம் வெளுத்து வாங்கது... பெறவென்னடான்னா ஒரு மணிக்கூறிலே எண்ணிக் கொண்டு ஓம்பது கிடா கடிச்சு எறிஞ்சிருக்கேன்... வாசிக்கு விட முடியுமா? போலீஸ் வேன் வந்தது. இன்ஸ்பெக்டர் கூடெ கொஞ்சநேரம் பாத்துக்கிட்டு நின்னாரு. கூட்டம் கலைஞ்சப்பம், ஒரு ஆறாட்டுத் திருவிழா கழிஞ்ச கூட்டம் உண்டும். பாத்திரக் கடை நாயர் முதலாளி,

இந்த மந்து கை விரலைப் பிடிச்சு ஒரு பவனிலே ஒரு மோதிரம் போட்டுத் தந்தாரு... ரொம்ப நாளா ஆச்சு. நாப்பத்தி அஞ்சானா, இப்போ ஒரு அஞ்சு கொல்லம் அவ்வளவுதான்.

அப்பிடிப்பட்ட என்னெ இந்தக் கச்சக்கட முக்கிலெ பயக்க போட்டு நாற அடிக்கான். அந்தப் பாத்திரக்கடை நாயர்கூட சில சமயம் பாத்துக்கிட்டு இருக்கான். அந்த இவனுக்கெல்லாம் இருக்கிற பணமும் சரி, என் காலில் மசிரும் சரி...'

"பட்டாணி அண்ணா, பட்டாணி அண்ணா! ஒறங்குதீரா... இல்லே, சும்மா படுத்துக் கெடக்கீரா...?"

பட்டாணி நினைவு கலைந்து பார்த்தபோது சாராய நொண்டி நடராயன் எதிரே நிற்கிறான்.

"கோவிந்தன் சொல்லிச்சுது இன்னைக்கு நாலஞ்சு நாளா, ஆசுபத்திரிக்கு போயிட்டு வாறீராமே? சாயந்தரமெல்லாம் அதுதான் உம்மளெக் காணலே, ரெண்டு மூணு நாளைக்கு முந்தி உமக்கு சங்கதி தெரியுமா? எவனோ கோட்டயத்திலிருந்து புதிசா சாலை ஸ்டேஷனுக்கு ரெண்டு இன்சார்சுமாரு வந்திருக்கான். அவனுக இன்னும் ரெண்டெண்ணத்தையும் சேர்த்துக்கிட்டு இங்கே காலனிக்கு வந்திருக்கான். தொப்பியைக் கண்டதும், நான் கெம்பீற்றேன் பெறக்காலெயே ஓட்டிச்சுக்கிட்டு வந்தானுவ. நானா பிடி கொடுப்பேன்? குரியாத்தி குன்னுலே போய், தண்டான் மாது வீட்டில் ஒளிச்சுக் கெடந்தேன். அவனுக பெரிய கொழல் வேலி வரைக்கும் வந்தான். பொறவு குடிலிலே வந்து சட்டிபானைகளை எடுத்துப் போட்டு ஒடச்சிருக்கான். இன்னிக்கு வெளுப்பான் காலத்தேதான் வந்தேன். வந்து பாத்தப்பம் சங்கதி சீருதான். உள்ள கலமும் சட்டியும் எல்லாம் ஒடஞ்சிக் கெடக்கு மயிரு, அதோட போச்சு. பிடிச்சிருந்தா, அஞ்சு பத்து தாலியறுத்திருக்கணும். ஆமா, ஒமக்கு கையெ முறிக்கணும்னிட்டு டாக்டரு சொன்னாராமே? கோவிந்தன் சொன்னான். எந்திரிச்சு இரியேன். கஷ்டம்ன்னா வேண்டாம். ஒண்ணு சொல்லுதேன் கேளும். இனியாவது இந்த வாற்று வெள்ளத்தை வாங்கி மோந்தாதையும். நான் வாற்றிவிக்க விக்கக் கூடியவன்தான். நீரும் கடன் ஒண்ணும் வாங்கில்லே. நோட்டுதான் தாறேரு. ஆனாலும் நான் உமக்கு வேண்டிச் சொல்லுதேன். உம்ம கையிலே இருந்து நான் எத்தரையோ சக்கரம் வாங்கித் தின்னிருக்கேன். அந்த நன்னிலே சொல்லுதேன். என்ன பாக்கேரு? ஒண்ணுக்குப் போணுமா? பைய... பதுக்கே எந்திரியும், நான் கூட வரணுமா?..."

நொண்டி நடராயன்... அவன் சூம்பல் காலும் பாகவதர் கிராப்பும், சோனி உடம்பும், அவன் பிடியில் தாங்கிக் கொள்ளப் பட்டாணிக்கு

மனசு இல்லைதான். ஆனாலும் ஏதோ ஒரு தாங்கு வேண்டும் போலிருந்தது. அவன் கையைப் பிடித்துக் கொண்டு வெளியே போய் விட்டு வந்தபோது பட்டாணிக்குத் தண்ணீரைக் கறிச்சட்டியில் சரித்துக் கொண்டு வந்து கொடுத்தான். சாயக் கடையிலிருந்து ஏதாவது வேணுமான்னு கேட்டான். வேண்டாம் ஒரு பத்து பைசாவுக்கு பீடி மட்டும் சாயிப்புக் கடையிலிருந்து வாங்கித் தந்தால் போதுமென்று நடராயனை அனுப்பி வைத்தான், பட்டாணி.

'உம்... இப்போ நாய்க்கும் பேய்க்கும் எளக்காரப்பட்டுப் போனேன். நல்ல காலத்திலே ஏன், ஒரு வாரத்துக்கு முன்னேகூட இந்த நடராயன் கிட்ட வந்து பேசுவானா...? ஆலோசித்துப் பார்த்தா ஒரு மனுஷனுக்கும் இதுவரைக்கும் உபகாரம் செய்திட்டிலே. எவனுக்கெல்லாம் வேண்டி ஏதாவது செய்திருந்தாக்கூட அதெல்லாம் தன் காரியம் ஆக வேண்டியத் தானெயல்லாமே வேறொண்ணுமில்லே. எத்தரையோ பரம துரோகமான காரியங்கள் செய்திட்டுண்டும். சம்பக்கடையிலுள்ள எறச்சிக்கடையிலே வெட்டுக்காரனா இருக்கும்போ எத்தரையோ எச்சில் நாயிங்களெ எறச்சி வெட்டும் கத்தியினாலே... முதுகிலெயும் வாலிலெயும் வெட்டியீண்டுண்டும். அப்போ அது ஒரு ஜாலி வெட்டுக் கொண்டதும் நாயி குய்யோன்னு விளிச்சுக் கொண்டு ரத்தம் சொட்டச் சொட்ட ஓடிப் போறதைக் காண தமாஷாயிருக்கும். சம்பக்கடைக்கு மீன் வாங்க வரும் பொம்பிள்ளைகள் எல்லாம் சாமதுரோகி... கை புழுத்துப் போகும்பாங்க. 'வாயில்லா ஜீவனெ இப்பிடியா வெட்டுவது? வெட்டித் தின்னடா துரோகி...' இன்னொரு கிழவி... என் கை புழுத்தா நான் போட்டு வச்சுக்கிடுதேன்!'ன்னு சொன்னது இப்போ சரியாப் போச்சுது. டாக்டரு தெனமும் இப்போ உப்புத் தண்ணியத்தானே ஊசிகுத்தி வைக்காரு. முன்னாலெ எல்லாம், பாவம் செய்தா மறு ஜன்மத்திலேதான் பலன் என்னு சொல்லுவா, இப்போ அப்பிடி இல்லே... பாவம் செய்தா கூலி மறுநாளே கிடைக்குது.

***

“ஒரு அஞ்சாறு மாசம் கொண்ட இந்தக் கெடையிலே கெடக்குது மாதிரி தோணுது. இவ்வளவுக்கும் இன்னைக்கு ஆறு தெவஸம்தான் ஆயிருக்கு 'நாய்க்கு வேலையுமில்லே, குந்தியிருக்க நேரமுமில்லே'ன்னு சொன்னது போல, சும்மா வெய்யிலிலேயே அலைஞ்சு திரிஞ் சுக்கிட்டிருந்து, இப்போ தீடீரென்னு அஞ்சாறு நாளு குடிலிலேயே அடைஞ்சு கெடந்தப்பம், ஜயிலுக்குள்ளே ஆனது போலத் தோணுது. மனசுக்குள்ளே சீண்டிறம், ஒறக்கம் ஒறக்கம் முடிஞ்சா ஒறக்கம்தான், ராவும் பகலும்... ஆ! ஒவ்வொண்ணெப் பற்றியும் விசாரிச்சுக்கிட்டே கெடக்கும்போ எல்லாம் மறந்து போவுது'.

....பின்னே ஒருக்க நடந்தது உம்... அதை நெனச்சா இப்பவும் ஈரக்கொலை பெடைக்குது. அந்த மேட்டு வீட்டு சங்கதி எப்பிடி மறக்க முடியாதோ, அது போலத்தான் இதும். அப்போ ஒரு முப்பது வயசுக்கும் மேலே இருக்கும். நல்ல சமயம், கை முண்டாவிலெ கறுப்பு நூலும் சொர்ணத் தாயித்தும் எல்லாம் கெட்டி ஊச்சாளி பீஸிலே நடக்கக் கூடிய காலம். இத்தரையும் காலத்திலே அதாவது வீட்டிலிருந்து ஓடி வந்து, பதினாலு பதினைஞ்சு வயசிலே. அதுக்குப் பொறவு மொத மொதலிலே வந்து நின்னது மலக்கறிக் கடையிலே. பொறவுதான் பட்டன் செட்டியாரு கடை. அதுவரைக்கும் ஜீவிதத்திலெ ஒரு விசேஷங்களும் சொல்லத்தக்க ரீதியிலே இல்லே. மேட்டு வீட்டிலே அந்த மழை ராத்திரியிலெ ருசி கண்டறிஞ்சு வந்ததுக்குப் பொறவுதான் ஒவ்வொரு சங்கதியாயிட்டு படிச்சதும், செய்ததும் நானாவிதமாயிட்டு நடந்ததும்...

'அப்போ எனக்குக் கச்சக்கட முக்கிலெ பஸ்கள் வந்து நிக்கக் கூடிய இடத்திலெதான் ஜோலி, இந்த நாயர் பாத்திரக் கடை ஒண்ணும் இல்லெ. முக்கிலே திருவிதாங்கோட்டுக்காரங்கள் ரெண்டு மூணு முஸ்லிம்கள் பாத்திரக்கடை போட்டிருந்தா எரணியல்காரரு சிவதாணு பிள்ளைக்கு ஓல்செயில் கச்சவடம். நெறைய பித்தளைப் பாத்திரக் கடைக்காரர்களும் பழைய பாத்திரக் கச்சவடக்காரர்களும் ஒரே கூட்டமாயிருக்கும்' சிவதாணு பிள்ளை கடையிலெ. முக்கிலெ வந்து நிக்கக் கூடிய பஸ்ஸிலே சுமடு எறக்க, ஏற்ற உள்ள ஜோலி, நமக்கு சும்மா நின்னுக்கிட்டாலெ போதும். பொடியன்மாரு ஜோலிகளைச் செய்திக்கிடுவான்; எனக்கு ஆசான் படி கிடைக்கும். டெயிலி நாலும் அஞ்சும் கெடைக்கும். அப்போ கிள்ளிப் பாலத்திலெ சிவன் கண்டிராக்டருக்கு சாராயக் கடை, கிடைக்கிறதிலெ பாதியும் அங்கே கொடுக்கத்தான் காணும். புத்திரிக் கண்டத்திலே மேஜிக் காட்டக்கூடிய ஒரு மேனவன் அப்போ அப்போ கூட்டு உண்டும், வெள்ளமடிக்க பற்றிய கூட்டு அது...

....ஒருக்கே ராத்திரி ஒரு பத்தரை மணியிருக்கும். நாகர்கோவில் கடைசி பஸ்ஸிலே, கச்சக்கடை முக்கிலெ ஒரு பொண்ணு வந்து இறங்கினா. நான் அப்போ வைத்தியன் கடைத்திண்ணையிலெ, தோர்த்து விரிச்சு சாஞ்சிருக்கேன். அன்னைக்கு கோளு கொஞ்சம் மோசம். ஒரு வழியுமில்லாமெ அப்படி இருக்கும்படிதான் அந்தப் பெண்ணின் வரவு. ஆளெக்கண்டா உடனேயே 'ஒரு மாதிரி'ன்ன சட்டுன்னு தோணிச்சுது. நல்ல பொக்கம், புது நிறம் தான். மொக ஐஸ்வரியம் ஒண்ணும் குற்றம் சொல்ல முடியாது. எடுத்து வச்சுக் கெட்டினது மாதிரி நெஞ்சும், கொண்டையும் எல்லாம் முப்பதுக்கு மேல் விரயம் காணும். இரட்டைக் கரை முண்டும், தோர்த்தும் உடுத்தியிருந்தா...

செவப்பு ஜம்பர்... திண்ணையிலிருந்தவன் சட்டுன்னு சாடி இறங்கி அந்தப் பொண்ணுக்குப் பெறகே போனேன்...

"சொமடு வல்லதும் கொண்டு வரான் உண்டோ ?" என்னு கேட்டேன்.

அவ திரும்பி நின்னு ஒரு நோட்டம். அவளெ இறக்கின பஸ் எங்களத் தாண்டிப் போய் மறைஞ்சிது. ரோட்டிலும் அதிக ஆள் இல்லெ. நேரமும் ஆயிருந்ததுல்லா.

"சொமடோ? சொமடு ஒண்ணும் இல்லா. ஞான் தன்னே ஒரு சொமடாணு. என்னெ கொண்டு போவாமெங்கில் கொண்டு பொய்க்கொ..." என்னு மயங்கிக்கிட்டே சொன்னா.

....பின்னெ கேட்கணுமா? கொண்டு போக ஆள் தேடி நடக்கிறவ. நல்ல ஆளிட்டே தான் வந்து அகப்பட்டா.

'சரக்கெ வளைச்சு இந்தக் கருமடத்திலெதான் கொண்டு வந்தேன். அப்போ தாமசம் இங்கேயொண்ணுமில்லே. இன்ன இடம்னு கெடையாது. கடைத் திண்ணையானா அங்கே இல்லெ, சினிமாப் பெரைநடையிலே இல்லே, எவ வீட்டிலாவது விடியுது வரைக்கும். இப்பிடியே உள்ள காலம். கருமடம் கூட இப்போ இருக்கிறது போலயா அப்போ? ஒரே கடுவாப் புல்லுக் காடு. வேயும் வாழையும் தெங்கும் கமுகும் பின்னே நெறையா காட்டுச் செடிகளுமாயிட்டு சதசதன்னு கெடக்கும். புல் பறிச்சுக் கெட்டி விக்கக்கூடிய புலைக் குடித்தனங்க ஒரு பத்து, பதினைஞ்சு எண்ணம்தான் அப்போ கருமடத்திலே உள்ளது. நான் அந்தப் பெண்ணை நேரே கூட்டிப் போனது இப்போ இந்தக் கோவிந்தன் இருக்கானெ இவனுக்கு மாமன் ஒருத்தன் கொச்சப்பின்னு பேரு. அவருக்கு முனிசிபாலிட்டியிலெ தெரு நாய் பிடிக்கக் கூடிய உத்தியோகம். அவனுக்குப் பெண்ணும், பிள்ளையும் ஒண்ணும் கிடையாது. ஒற்றைக் கட்டை. ராத்திரி அவனைப் போய்த் தட்டி எழுப்பி விஷயத்தைச் சொன்னேன். அனக்க சத்தம் கேட்டு, பட்டிகளெல்லாம் கிடந்து குரைக்குது. வயலுக்கப்புறம் தவளைகளுக்கெ சத்தமும் ஆகக் கொண்டு ஒரு பெகளம்தான்...

... அவளெ கொச்சப்பி வீட்டிலே விட்டுட்டு புத்தரிக் கண்டத்துக்கு வந்து, மேஜிக் மேனவனைக் கூப்பிட்டுக்கிட்டேன்... அவனும் நானுமா சேர்ந்து ரயில்வே ஸ்டேஷனிலே ஒரு ஹோட்டலிலே போய்ச் சோறும் வேறொரிடத்தில் போய்ச் சாராயமும் எறச்சியுமெல்லாம் வாங்கிக்கிட்டு கருமடத்துக்கு வந்தப்போ மணி ஒண்ணு பாதி ரா கழிஞ்சிருக்கும்.

'நான், கொச்சப்பி, மேனவன் மூணு பேரும் சேர்ந்தாச்சு. வெளுக்க, வெளுக்க ஒரோருத்தராயிட்டு மாறி மாறிப் போனோம்... 'வெள்ளமும்' சோறும் எறச்சியும் கேக்கணுமா? பின்னெ நடந்ததெல்லாம்

தீபாவளிதான்...

நேரம் விடிய ஆரம்பிச்ச நான் பார்த்தப்போ , சரக்குக்குப் போதமில்லே, போதமில்லாட்டா என்னா...? கடைசியா ஒருக்கக்கூட நான் போனேன்....

சங்கதியெல்லாம் முடிஞ்சு, பெண்ணே எளுப்பினப்போ... அவ்வளவுதான்!

ஆள் இல்லே

குளோஸ்! தீர்ந்தது.

'இப்போ ஆலோசிக்கும்போ ஒண்ணும் தோணலெ. வருஷமெத்தரை ஆச்சுது. இருவதுக்கு மேலே இருக்குமே. கடைசீலே செய்த காரியம்தான் பயங்கரமான, ரெண்டுமத்த காரியம். இப்போ அந்த மாதிரியொண்ணும் செய்துக்கிட முடியாது. போலீஸ்நாயும், சிஐடிகளும் எவ்வளவோ இருக்கு. அனங்கிக்கிட முடியாது. ஆனா அப்போ, செய்தா செய்ததுதான். படைச்சவன் கூட அறியாம சங்கதியெ மறச்சிரலாம். சரக்கு பிரேதம் ஆயிப் போச்சுன்னு அறிஞ்சதும், கொச்சப்பி பின்னே ஆலோசிக்க நிக்கலே. நாய்களெ அடைச்சுக் கொண்டு போகக் கூடிய வண்டியெ கொண்டு வந்தான். கருமடத்திலெ உள்ள ஒரு ஈச்சைக்கு கூடெ சங்கதி தெரியாது பிரேதத்தைப் பெட்டிக்குள்ளே வெச்சு கறண்டடிச்சு கொல்லும் நாய்களெ குழிச்சு மூடியிடக் கூடிய, குடப்பனைக்குன்னு மணல் தேரிக்கு கொண்டு வந்தான்.

'சூரியன் உதிச்சு, நல்ல வெட்டம் வெச்சு வந்தப்போ சங்கதியெல்லாம் மங்களம்! இதுக்கெல்லாம் அந்தக் கொச்சப்பியே சம்மதிக்கத்தான் வேணும். ஆனா, அந்த மேனவன், புத்தரிக்கண்டம் மைதானத்திலெ நின்னு மேஜிக் காட்டும்போ என்னவெல்லாம் வீறாப்பு அடிக்கான். சரக்கு தீந்துப் போச்சுதுன்னு அறிஞ்சதும் ஆளு பைய ஸ்தலம் விட்டுட்டான். பின்னெ அவனெக் கண்டது சந்திரா பிரஸ் வளைப்பிலெ அவனுக்கெ அச்சி வீட்டிலேதான். நடந்த சங்கதிகளேச் சொல்லி ஒண்ணும் வராதுன்னு சொன்னப்பவும் அவனுக்குச் சமாதானமில்லெ. ஆனால் உள்ளுக்குள்ளேயே எனக்கும் கொச்சப்பிக்கும் கொஞ்சம் வெறயல்தான். பிறகு அந்தப் பெண்ணைத்தேடி, ஆளோ சொந்தமோ– ஆரும் வரல்லே. சங்கதியும் தேஞ்சு மாஞ்சு போச்சுது. ஆனா இப்போ நெனைச்சாலும் நட்டெலும்பிலே குளிரு சிலிர்க்குது. பின்னே என்னா? சாதாரண மனுஷனாகக் கூடியவன் செய்யக் கூடிய காரியமா இது? அப்பிடிச் செய்தாலும் ஒண்ணும் குன்னும் அறியாத தேவ கன்னி போல நாலு பேரு மொகத்தைப் பார்த்துப் பேசிக்கிட்டு நடக்கக் கூடிய காரியமா? அதெல்லாம் ஒரு காலம்...'

'...அதுக்கும் பொறவு கச்சக்கூட முக்கு என்னாலே ஒரு குளிரும் வெறையலும். அதனாலே முக்குக்குப் போறதே இல்லே..'

***

....எனக்கே அப்பன் இருக்கக்கூடிய காலத்திலெ கூடக் கூடெ சொல்லுவாரு: அவரு இந்தியிலெதான் பேசுவாரு. எனக்கிப்பம் ஒட்டும் இந்தி தெரியாதுன்னுதான் சொல்லணும். ஆராவது பேசினா மனசிலாவும். ஆனா திரும்பிப் பேசத் தெரியாது. அப்பனுக்குப் பேரு ஹமீம் பாயி. புலி கடுவா வேஷம் வரையும் பெயின்டர். வட்டத் தொப்பி ஹமீம்பாயின்னா எல்லோருக்கும் தெரியும். அப்பனும் என்னெப் போல நல்ல பொக்கமுள்ள ஆளுதான். ஆனா, என்னெப் போல கறுப்பு இல்லே. எங்கு குடீலே நான்தான் கறுப்பு, அப்பனும் சொந்தக்காரங்களும் என்னெ 'காலா' என்னு கூப்பிடுவா. காலான்னா இந்தியிலே கறுப்பு. அப்பன் சொல்லுவாரு: 'டேய், நீ ஒண்ணீ புழுத்துச் சாவே, இல்லாட்டி பழுத்துச் சாவே'ன்னு. ஏன்னு கேட்டா அப்பன் ஒருக்கே கண்ணுமுட்ட குடிச்சிட்டு வந்தப்போ, காலு மடக்கி சவிட்டினேன். அப்பன் பிலா சக்கை அடத்து போட்டது போல களத்திலெ விழுந்தாரு. அன்னைக்கு வீட்டை விட்டு எறங்கித் திரிச்சவன்தான். பொறவு வீடு இல்லை. அப்பனும் இல்லே, கூடப் பிறந்தது இல்லே... ஒன்னுமே இல்லே...

'ஜகதிலெ, டைரக்டர் ஆபீஸ் முடுக்கிலே, உள்ளூர் பரமேஸ்வர அய்யர் சாமி மடத்துக்குப் படிஞ்ஞாறுள்ள கல்லு வெட்டான் குழியிலெதான் எங்க குடி 'கல்லு வெட்டான் குடி பட்டாணி குடி' ன்னு எல்லாரும் சொல்லுவா. எங்க வீட்டுப் பேரும் அதுதான். நான், அப்பன், பிராயம் தகஞ்சு நிக்கக்கூடிய ரெண்டு சகோதரிமாரு. ஆக நாலு பேருதான் வீட்டிலெ. உம்மாக்காரி சின்னப் பிராயத்திலேயே மய்யத்தாயிப் போனா. ரெண்டு காதிலும் அலுக்குத்தும், வெள்ளை மூக்குத்தியும், புள்ளிச் சேலையும், நல்ல செறு நாரங்கா நெறமுள்ள உம்மச்சியெ நெழலு போலதான் ஞாபகமிருக்கு. நல்லா ஞாபகமில்லெ. அஞ்சாறு வயசின்னா ரூபம் எப்பிடி ஞாபகம் நிக்கும்? ஆனாலும் உம்மச்சியை நினைக்கும்போ இப்பவும் அழத் தோணுது.'

'அப்பனுக்கு பெயின்டர் ஜோலி. பெயின்டு அரைக்கக் கூடிய குழி அம்மியும் கூரையிலே நெறைச்சு சொருவின பிரஷ்ஷுகளும் இப்பவும் கண்ணிலே நிக்குது. சுவரெல்லாம் ஒவ்வொரு கலர் பெயின்டும் தெறிச்சிருக்கும். வீட்டுக்குள்ளே ஏறும்போ ஆத்தியம் வார்னீஷு மணம்தான் வரும். உள் முறிசுவரிலே புலி வேஷக்காரனுக்கு வைக்கக் கூடிய தோல் புலித்தொப்பி ரெண்டு ஆணியில் மாட்டியிருக்கும். அதுக்கெ செவியும், சிவப்பு வாயும், உண்டை கண்ணும் காணும்போ

எல்லாம் பேடியாயிருக்கும்.

'வீட்டில் தினமும் அரைப் பட்டினிதான். வீட்டுக்குள்ளேயே இருக்கக்கூடிய அக்காமாரு ரெண்டு பேருக்கும் ஆப்பம் சுட்டு விக்கக் கூடிய ஜோலி. அதிலெதான் வீட்டுச் சங்கதியெல்லாம் ஒரு மாதிரி நடக்கும். தினமும் மீனும் கிழங்கும்தான். எப்பவாவது ஒருக்கெ கஞ்சியோ சோறோ கெடைக்கும். ஆனா எனக்கு மட்டும் காலத்தெ ரெண்டு வெள்ளை அப்பம் வீதம், அக்காமாரு தந்திருவா... அப்பனுக்கு பெயின்டு ஜோலி என்னைக்குமிருக்காது. ஜோலி உள்ளப்போ கெடைக்கிறதெல்லாம், அவருக்கு வெள்ளமடிக்கத்தான் காணும். எப்பவாவது அர ரூபா வீட்டிலே கொடுத்திட்டுண்டுமானா, அன்னைக்குச் சூரை மீனும், சோறும் நிறைச்சு வேணும். இல்லாட்டா அக்காமாரெ தள்ளிப் போட்டு சவிட்டு அடி பெகளமாயிருக்கும்.'

'மொகரம் காலத்திலெ, கடுவா வேஷம் போடக் கூடிய ஜோலி நல்ல கோளாறாயிருக்கும். வேஷம் எழுத்திலே அப்பனை விட்டா வேறெ ஆள் இல்லே. மேட்டுக் கடையிலே இருந்தும், சாலையிலே இருந்தும், கரமனை பாளையத்திலேருந்தும், ஏன், கழகூட்டத்திலே இருந்தும் கூட ஆள் வந்தது. 'ஜகதி அமீம் பாயி'ன்ன நல்ல பொடி பொடிச்ச பேரு.'

'அப்போ எல்லாம் எனக்கும் ஜோலி இருக்கும். வேஷக்காரன், உடம்பெல்லாம் ஷேவு செய்துகிட்டு வந்த ஒடனே முதலில் வார்னீஷ் அடிக்க வேண்டியது என் ஜோலி... மொகரம் தீருவது வரைக்கும் சாராயமும், கோழி எறச்சியும் பச்ச வெள்ளம் பட்ட பாடாயிருக்கும்...'

'அப்போ , அப்பனுக்கு ஒரு எழுபது வயசும் எனக்கொரு பதினாலு, பதினஞ்சு வயசும் இருக்கும். எங்க வீட்டுக்குக் கீழப் பொறத்திலே ஒரு தண்டாத்தி தாமசிச்சிருந்தா. அவ கொஞ்சம் மோசமாக்குன்னு எல்லாரும் சொல்லுவா. காணக் கொஞ்சம் நல்லா இருப்பா. எப்பவும் கிட்டே போனா பவுடர் மணக்கும். எனக்கு அவளெ பிடிக்கும். 'காலா, இங்கே வாடா; தலையிலெ பேன் பாக்கட்டும்' என்னு என்னெக் கூப்பிட்டு, மடியிலெ சேர்த்து நிறுத்திக் கொண்டு தலையைக் கோதி கோதிப் பாப்பா, சுகமா இருக்கும். 'உன் மொட்டை தலையிலெ அவ என்ன பேன் பார்க்கப் போறா நாற முண்டைக்க வீட்டுக்குப் போவாதடா காலா' என்னு அக்காமாருகூடச் சொல்லுவா. ஆனாலும் எனக்கு அங்கே அவ வீட்டிலே போகப் பிடிக்கும். அவ பேரு பங்கி. பங்கி எனக்குத் திங்கதுக்கும் ஏதாவது தருவா. ஒருக்கெ ஒறக்கத்திலே பங்கியே சொப்பணம் கண்டேன். அவளும் நானும் மோட்டாரிலே போறதாயிட்டு....

'... அந்தப் பங்கிகூட அப்பனுக்குச் சிநேகம்னு ரெண்டு மூணு பேரு வந்து

சொன்னா. அப்பன் அவளுக்குச் செலவுக்குக் கொடுத்திறதுண்டாம். செலப்போ ராத்திரி அங்கே போயி தாமசிக்கிறதும் உண்டாம். கெட்டிக்கக் கொடுக்க பிராயமான ரெண்டு கொமருக வீட்டிலே இருக்கு! போறாததுக்கு என்ன செறுப்ப காலமா? எழுபது தெகஞ்ச கெளவனுக்கு எதுக்குப் பெண்ணும் பூப்படையும்? இதெல்லாம் காரணமானாலும் அப்பன் பங்கி வீட்டுக்குக் போறதெ அறிஞ் சதிலெ இருந்தே எனக்கு என்னமோ போல. 'வரட்டும், வரட்டும்'னு கெருவிக்கிட்டே இருந்தேன். அப்பன், கெடைக்கிற காசெல்லாம் தண்டாத்திக்குக் கொண்டு போய்க் கொடுக்கிற தாயிட்டு. அக்காமாரு கரையாத நாளு இல்லே...'

'ஒருநாள் நான் பார்த்துக்கிட்டு நிக்க, அப்பன் பங்கி வீட்டிலே ஏறிப் போறாரு... கவனிச்சுகிட்டேன், வீட்டிலெ வந்து பல்லும் கடிச்சுகிட்டு இருக்கேன். ராத்திரி ஒரு பந்திரெண்டு மணியானப்போ, கண்ணு முட்டக் குடிச்சிட்டு ஏறி வாறாரு, அப்பன். அப்போதான் கால் மடக்கிச் சவிட்டினது. சவிட்டும் கொண்டு முற்றத்திலெ விழுந்து கிடந்து லெக்கும் – லெகானுமில்லாமெ சொன்னாரு... 'லேய்! நீ புழுத்துச் சாவே'ன்னு.

'அன்னைக்கு எறங்கி வந்தவன்; பின்னெ எனக்கு அக்காமாரு இருந்ததையும் அப்பன் இருந்ததையும் எல்லாம் மறந்தேன்...'

விளக்கு வைத்த சமயம், பட்டாணி எழுந்து ரோட்டில் இறங்குவதைக் கோவிந்தனின் மனைவி பாச்சி பார்த்துக் கொண்டிருந்தாள்.

“பட்டாணி அண்ணன் வெளக்கு வெச்ச நேரத்திலெ எங்கே போவுது....?” என்று கேட்டாள்.

“ஒண்ணு, வெளிக்கு எறங்கப் போயிட்டு அப்படியே அப்புவுக்கே சாயக் கடைக்கும் போயிட்டு வரலாம்னு எறங்கினேன். பெரையிலெ கோவிந்தன் உச்சைக்குக் கொண்டு வந்து வச்ச கஞ்சி அங்கனேயே இருக்கு. இருந்தா சீத்தை ஆயிப்போவும். எடுத்துக் கொண்டு போயிரு, பாச்சி...”

"கஞ்சி குடிக்கல்லியா?"

“இல்லே... கஞ்சி குடிக்கல்லே. வெசப்பே இல்லே. இப்போ போயி ஒண்ணு சாய குடிச்சிட்டு வாறேன்...”

“இந்தக் கையும் வச்சிக்கிட்டு ஏன் அலையணும்? குட்டனை அனுப்பி ஏதாவது வாங்கிக் கொண்டு வரச் சொன்னா போராதா?”

“கையின்னு சொல்லீட்டு ரோட்டிலெ இருக்க முடியுமா பாச்சி? வெளிக்கும் போகணும். அதனாலே நானே போறேன். பெரைக்குள்ளே

அந்த சிம்னி ஒண்ணு கொளுத்தி வச்சிரலாம்..."

பட்டாணி எலவாணியத் தெரு அம்மன் கோயிலைத் தாண்டி, மெல்ல நடந்தான். கோவிலில் அந்திக் காலப் பூஜைக்கான மணி முழங்கிக் கொண்டிருந்தது.

***

....ராத்திரி படுத்தா ஒறக்கமில்லெ. பகல் ஒறக்கமில்லெ. கண்ணும் அடச்சிக்கிட்டு படுத்திருந்தா பழைய சங்கதிகள் நெஞ்சிலே உருண்டு உருண்டு வருது. கஞ்சி திளைச்ச மறியது மாதிரி ஒவ்வொன்னும் பொங்கி பொங்கி வருது. ஆருக்கோ கதை சொல்லுவது மாதிரி மனசுக்கெ கூடப் பேசிக் கொண்டு இருந்தா கொஞ்சம் சொகமிருக்கு. இப்போ இருட்டியாச்சு. எத்தரை நேரமாவுமுன்னு தெரியாது. செம்பு மண் எண்ணெய் விட்டதனாலே சிம்னி விளக்கு பொகை பொகையாக எரியுது. வெளக்கு வெளிச்சம் மஞ்சளா மங்கித் தெரியுது. சுற்றிலும் பூச்சி பறக்குது. கொசுவா இருக்கும். மூடிப் புதைச்சுக் கெடக்கிறதினாலே கொசுக்கடி தெரியல்லே. அடுத்த குடிலிலெ குடை ரிப்பேர்காரன் மம்மதும், பொண்டாட்டியும் என்னமோ பேசிக் கொள்ளுதா? என்ன எளவோ?'

'...அப்பு கடைச் சாம்பாரும் தோசையும் தின்னது நெஞ்சைக் கரிக்குது, புளிச்ச ஏப்பம் வருது.

வீட்டிலே இருந்து அன்னைக்கு நேராயிட்டு வந்தது சாலை கச்சக்கடை முக்கிலெதான். அப்போ எல்லாம் ஒண்ணும் தெரியாது. அப்போ இந்தக் கையிலே இவ்வளவு வீக்கமும் கெடையாது. கைப் பத்திக்கெ மேலே மட்டும் நெய்யப்பம் போல ஒரு வீக்கம். அதுக்கும் பொறவு வீங்கி வீங்கி கை மூட்டுவரைக்கும் பெருத்து ஆனைத் தும்பிக்கை போல ஆச்சுது. இவ்வளவு காலம் ஒரு வேதனையோ நோக்காடோ, அதெக் கொண்டு ஒரு தொந்தரவும் இல்லை. இப்போ என்ன நோக்காடோ? ஆற்றிலே குளிக்கப் போனப்போ ஒரு கைத முள்ளு குத்தின ஞாவகம்; நீருவீக்கம், பழுத்து வேதனை சகிக்க முடியாமெ ஆனப்போதான் டாக்டரிட்டே போனது. அவரு சொல்லுதாரு, 'எட்டு நாளும் மருந்து குத்தி வச்சதும் கையை முறிக்க வேண்டி வரும்'னிட்டு. லாரி கிளீனர் உன்னிக்கு எங்கயோ லாறி மறிஞ்சப்பம், கை போச்சு. அவனுக்கும் இடது கை, மூட்டுக்குக் கீழே இல்லெ. அத போல இனி நமக்கும் தோர்த்து வச்சு மூடிக் கொண்டு நடக்கணும். அப்போ இந்தப் பயக்க என்ன கூத்தெல்லாம் காட்டுவானுவளோ? என்ன ஆனாலும் கை முறிச்சு ரணம் குணமாயி வரும்போ வலியெல்லாம் போய் இடது கைக்கு ஒரு சுவாதீனம் வரும். அப்போ இந்த நாறப் பயக்களே ஓட்டிச்சிட்டாவது ரெண்டு வீக்கு வீக்கலாம். இப்போ கொஞ்ச

நாளந்தைக்குத் தானே கழியாது? வரட்டும், வரட்டும்...

...வீட்டிலெருந்து ராய்க்கு ராய்மானம் எறங்கி நடந்து மூணு மைலும் கடந்து வந்து நின்னது. சாலைக் கடையிலெ காய்கறிக் கடை முக்கிலே சுற்றி நடந்துக்கிட்டு இருக்கும்போதுதான் காய்கறிச் சுப்பன் செட்டியார் என்னெ கூப்பிட்டது.

'அப்போ இந்தச் சாலை, கச்சக்கடை, மரக்கடை ரோடு, செந்திட்டை. சூரக்காட்டுப்பாளையம், கிள்ளிப் பாலம், புத்தன் கோட்டை, கிழக்கே கோட்டை, எலவாணியத் தெரு, காந்தி ஹோட்டல் முடுக்கு, கமுகு விளாகம், பாட்டு விளாகம், வள்ளக் கடவு ரோடு, பழவங்காடி, புத்தன் சந்தை, பாளையம் ஒண்ணுமே தெரியாது. டிரான்ஸ்போர்ட்டு பஸ்ஸைக் காணக் காண கண்டு தீராது. நெய்யாற்றிங்கரை தக்களை தொடுவட்டி – நாகர்கோயில், எல்லா பஸ்ஸூம் மலக்கறிக் கடை முக்கிலெதான் வந்து நிக்கும். காலத்தெ எட்டு மணி முதல் பத்துப்பந்திரெண்டு மணி வரை வரக்கூடிய நாகர்கோயில் தொடுவட்டி பஸ்ஸிலேதான் கடவம்கடவமாயிட்டு எல்லாக் காய்கறிகளும் வந்து இறங்கும். காய்கறிக் கூடைகளெ பஸ் டாப்பிலிருந்து எறங்கிப் போடக்கூடிய மஸ்தான், கத்தரிகாயும் சேனையும் திருடி விக்காமெ பார்த்துக்கிடதான் சுப்பன் செட்டியாரு என்னெ ஆத்தியம் நிறுத்தனாரு. வந்த மறுநாளைக்கே கெடைச்ச ஜோலி அது. சுப்பன் செட்டியாருக்கு என்னெக் கண்டதும் பாவம்னு தோணியிருக்கு. அவருக்கு வீடு கரமனை சலுப்பத் தெருவிலே இருந்தது. உச்சைக்கு அங்கே போய் அவருக்குச் சோறு வாங்கீட்டு வரணும். ஒரு மைலும், உச்ச வெயிலிலே நடப்பேன். இப்பதானே கோவணம் உடுக்கத் தெரியாத பொடிப் பய கூட சைக்கிளு விடுதான். அப்போ இந்த மாதிரி கண்ட மேனிக்கு சைக்கிளும், சிட்டி சர்வீஸ் பஸ்ஸூம் ஒண்ணும் கெடையாது. இதிலெல்லாம் விசேஷம் என்னன்னா இன்னும் எனக்கு சைக்கிள் ஓட்டிக்கத் தெரியாது. எல்லா மோட்டாருகளிலும் ஏறிட்டுண்டும்; ரெயிலிலெ போயிட்டுண்டும், வள்ளத்திலும் சவாரி செய்திட்டுண்டும்; ஆனா சைக்கிளு மட்டும் ஓட்டிக்கத் தெரியாது. சைக்கிளு ஒரு சர்க்கஸு வேலைதான். ரெண்டு வீலிலெ ஓட்டிச்சிட்டுப் போறதானா விசேஷம்தானே? இப்போ பாலு குடிச்ச வாய் மாறாத பயக்க கூட புல்லு போல சைக்கிளு விடுதான்...

'செட்டியாரு கடையிலெ இப்படியும் அப்படியுமாயிட்டு ரெண்டு கொல்லம் நின்னேன். இதுக்கிடையிலெ, நான் சாலையிலே நிக்கேன்னு ஆரோ போய்ச் சொல்லி அப்பன்காரன் ரெண்டு தடவை வந்து, வீண்ணுக்குக் கூப்பிட்டாரு. ஒரு தடவை அக்கச்சிக்கு நிக்காஹுக்கு வந்து போவல்லே. என்னமோ ஒரு வைராக்கியம்; வைராக்யம் தோணும்போ எல்லாம், அந்த பங்கிக்கெ ஞாபகம் வரும். அவ தலையிலெ பேன் பாக்கும்போ உள்ள சுகம். அந்த பவுடர் மணம்...

ஆனாலும் வீட்டுக்குப் போகல்லெ. கொஞ்சம் கண்ணும் மூக்கும் தெரியவும் ஆரம்பிச்சுது. வீட்டிலே போனா என்ன இருக்கு? அக்காமாரெ ரெண்டு பேரையும் கொல்லத்திலெ ஏதோ அண்டி ஆபீஸிலே ஜோலியுள்ள ஒரு பட்டாணி கெட்டிக் கொண்டு போனதாகவும் அறிஞ்சேன். பின்னே வூட்டிலெ எனக்கு என்ன இருக்கு? அம்ம செத்தா அப்பன் சித்தப்பன்னு ஸ்லோகம் உண்டும். அது போல அப்பன் எப்படிப் போனாலும் போகட்டும்னு ஆயிப் போச்சுது, எனக்கு பாஷை கூட மறந்து போச்சு. இனிச் செத்தாலும் இந்தச் சாலைக் கடைதான் அற்றம்.'

'சுப்பன் செட்டியாரு மலக்கறிக் கடையிலெ ஒரு திவசம், ஒரு சின்னத் திருட்டு செய்தேன். செட்டியாரு என்னெ கடையைப் பாத்துக்கிடச் சொல்லீட்டு ஒண்ணுக்கோ எங்கியோ போனாரு. காயிப் பெட்டி வெளியேதான் இருந்தது. பெட்டி நிறைய எப்பவும் செம்புத் துட்டும் வெள்ளிப் பணமும் கனத்துக் கெடக்கும். புதிய ஒரு வெள்ளிப் பணத் துட்டு ஆரோ அப்போ வாழைக்காய் வாங்கீட்டுக் கொடுத்தது, பெட்டிக்கு மேலேயே கிடந்தது. தெக்கெயும் வடக்கேயும் பார்த்தேன். செட்டியாரெக் காணல்லே. பக்கத்துக் கடையிலும் கவினிக்கக் கூடிய ஒருத்தரும் இல்லே. சட்டுனு அந்தப் பணத் துட்டை எடுத்து வாய்க்குள்ளே ஒதுக்கிக் கொண்டேன். கொஞ்சம் பொறுத்து வந்த செட்டியாரு, எப்படிக் கண்டாரோ என்ன மறிமாயமோ நேரே வந்த வாக்கிலே ஒரு பழுத்த மொந்தம் பழத்தை எடுத்துக் கொடுத்து 'டேய் பட்டாணீ, இதெ தின்னுலே!'ன்னாரு. பழத்த வாங்கி கையிலெ வச்சுக்கிட்டேன். பொறவு திங்கேன் மொதலாளீன்னு சொன்னேன். 'இப்போ தின்னுலே. இப்போ வயத்திலே கொள்ளாதா? ஆனை எறச்சியா தின்னுட்டு வந்தே?'ன்னு வெரட்டினாரு. எப்படித் திம்பேன்? வாயிலெ துட்டு கெடக்கு... திரும்பி நின்னு காசெ துப்பிக்கிட்டுத் திங்கிலாம்னாலும், செட்டியாரு திரும்ப விடக் கூடிய கோளில்லே, பொறவென்ன, அவரு முன்னுக்கு வச்சே காசைக் கையிலே துப்பி எடுத்துக் கொண்டேன். அவ்வளவுதான் 'ஏதடா துட்டு'ன்னு கேட்டாரு. மறைக்கல்லே. காயிப் பெட்டீலேயிருந்து எடுத்தேன்னு சொன்னேன், அவ்வளவுதான். வெளியே போவச் சொன்னாரு. செட்டியாருக்கு கள்ளமும் கௌசலமும் பிடிக்காது. அப்போ பெரிய கட்டை சைஸுமான ஆளு. தோர்த்து முண்டுதான் உடுத்தியிருப்பாரு. எப்பவும் வழுக்கை மொட்டை கழுத்திலே பழனியிலிருந்து கொண்டு வந்த ஒரு ருத்திராட்சம் கெட்டியிருப்பாரு. நெற்றி நிறைய எப்பவும் பஸ்மக்குறி. அப்படி இருந்தே நல்லா சம்பாதிச்சுட்டாரு.

கரமனை சலுப்பத் தெருவிலே ஒரு வரி வீடு. எட்டு வீடு, சொந்தமாயிட்டு உண்டும். கிழக்கே தூத்துக்குடியிலே எங்கியோ வஸ்துவும் நெலமும்

எல்லாம் உண்டு. ஜயிலுக்குக் காய்கறி கண்டிராக்டருக்கு இவருதான் காய்கறி கொடுக்கிறது. அதிலும் நல்ல காசு வருமானம். ஆனா நல்ல சத்தியவான். உருட்டும் பெரட்டும் கிடையாது. வடச்சேரிக்காரனுக்கும் தொடுவட்டிக்காரனுக்கும் பட்டியல் கொண்டு வந்த உடனே பணத்தைக் கணக்கு தீர்த்துக் குடுத்திடுவாரு. மற்றக் கடைக்காரங்களெல்லாம் போல, அனுப்பிய கத்தரிக்காய் சூத்தை, மௌகாய் அழுகல் என்னு சொல்லித் தர்க்கம் கெடையாது. நல்ல தர்மிஷ்டனும் கூட ஆரு வந்து கை நீட்டினாலும் கொடுப்பாரு. பசின்னு ஒருத்தன் வந்து கேட்டா இல்லேன்னு சொல்ல மாட்டாரு. அங்கே நிக்கும்போ எனக்குக் காக்கி நிக்கரும் உடுப்பும் தச்சு தந்தாரு. ஒரு சின்ன மோஷணம் காரணமாயிட்டு எல்லாம் போச்சு. ஒரு பச்சை மிளகு ஆகட்டும்; கேட்டுக்கிட்டு எடுத்தா ஒண்ணுமில்லெ. மோட்டிக்க கூடாது. கள்ளம் சொல்லக்கூடாது.

' பின்னீடுதான் சன்னதி முக்கிலெ பட்டன் செட்டியாருக்கெ பலசரக்குக் கடையிலே நின்னேன். ரொம்ப மரியாதையா நின்னேன். கண்டா பட்டாணி துலுக்கன் ஆக்கும்னு ஒருத்தனும் சொல்ல மாட்டான். பட்டன் செட்டியாரு கடையிலேயிருந்து மேட்டு வீட்டுக்குச் சொமடு கொண்டு போய்ச் சுகம் அனுபவிச்சுட்டு வந்த காலத்திலே ஒரு பத்தொம்பது வயசிருக்கும். அதுக்கும் பிறவுதான், இந்தச் சட்டம்பித்தனம் எல்லாம் வந்தது. பிறகு கச்சக்கடையிலெ பஸ் ஸ்டாண்டே கைக்குள்ளே இருந்ததுமாதிரி என்னெல்லாம் கூத்து ஆடியிருக்கேன்... எறச்சிக் கடையிலெ நின்னேன். சாயக் கடையிலெ நின்னேன். ஆறஞ்சி விக்கப் போனேன். அறாம் பிறந்த சங்கதிகளெல்லாம் படிப்பிச்சது, புத்தரிக் கண்டத்திலெ மேஜிக்கு காணிக்கக் கூடிய மேவனன் ஓராளுதான், இப்போ அந்த மேனவன் மெட்றாஸிலேயோ பாம்பேயிலேயோ எங்கியோ ஒரு நாயர் ஸ்திரீ கூடெ இருக்கிறதாட்டு கேள்வி.

'...மேனவன் ஆளு நல்ல வெளுப்பன். சிம்பிளன். ஆனா அசாத்தியக் கோழி. ஒரு முப்பத்தி அஞ்சு வயசு தோணிக்கும், என்னைக்கும் முப்பத்து அஞ்சு வயசுதான். தினமும் ஷேவு செய்வாரு. எப்பவும் அலக்கின புள் கை ஷர்ட்டும், டபிள் வேஷ்டியும், முன் கஷண்டி நெற்றி, அதிக பொக்கமில்லே. எந்த பத்தினியாயிருக்கட்டும், அவெனக் கண்டா ஒண்ணு திரும்பிப் பார்க்காமெ போக மாட்டா. அவன் புத்தரிக் கண்டம் மைதானத்திலெ அந்த ஒறக்கம் தூங்கி மரத்து நெழலிலே நின்னுகிட்டு பிரசங்கம் செய்வான். 'வா... வா... ஓடி வா... மந்தரமில்லே ... மாயமில்லெ ... வெறும் மெஸ்மரிசம்... கண் கெட்டு வித்யா... ஆரையும் ஏமாற்றமில்லே... வந்து நோக்கின். வந்து காணின்...' என்று லச்சர் அடிக்கும் போது நல்ல கூட்டம் அவனெ

சுற்றிக் கூடும். கூட்டத்திலெ பல் பொடியும், நீலகிரி தைலமும் இவன் உண்டாக்கினது நல்ல விற்பனையாகும். நான் ஒருக்கெ பட்டன் செட்டியார் கடையிலெயிருந்து ரண்டாம் புத்தன் தெருவுக்கு ஒரு சுமடு கொண்டு போய்க் கொடுத்திட்டு வரும்போதுதான் முதலாவதாக மேனவனைக் காணுதேன். அவன் காணிக்கிற மேஜிக்கைப் பாத்துட்டு அப்படியே நின்னுட்டேன். கூட்டமெல்லாம் கலையிது வரைக்கும் நின்னேன். பிறவுதான் மேனவன் என் தோள் மேலெ தட்டி "எந்தா சிநேகிதா! என்றே மேஜிக் இஷ்டப்பட்டோ ? ஆ... போட்டே , ஒரு பீடி உண்டெங்கில் தரு..." என்றான். எனக்கு ஆச்சரியமாகப் போய் விட்டது. அவ்வளவு டீஸெண்டான ஆள் எங்கிட்டெ பீடி கேக்காரு. பொறவுதான் அவெரப் பற்றி ஒவ்வொண்ணா தெரிஞ்சது. வெளியே காணக் கூடிய ஆளல்ல, உள்ளே இருக்கிறது. அவன்தான் புத்தரிக் கண்டம் ருக்குமணி வீட்டிலெ ஒரு சரக்குக்க கிட்டே என்னெக் கூட்டிக் கொண்டு போனான். பிறகென்ன? அவனும் நானும் ஒரு கை. ராத்திரிதான் எங்க ஜமா ஆரம்பமாகும். பஸ்ஸிலே வந்த பெண்ணே தீர்த்துக் குளிச்சதுக்கப்புறம் நாங்க அதிகம் காணக் கிட்டுவதில்லெ. அவனுக்கெ அச்சி வீட்டிலே போய்க் கேட்டா, 'இங்கே வந்திட்டு ஒரு பாடு நாளாச்சு'ன்னு எப்பக் கேட்டாலும் சொல்லுவா. கடைசிலெ நானும் அந்தச் சிநேகத்தெ களைஞ்சு குளிச்சேன்...'

எங்கேயோ கோழி கூவியது. தொடர்ந்து அங்கொன்றும் இங்கொன்றுமாகக் கோழிகள் கூவின. 'நேரம் விடிஞ்சிட்டு போலிருக்கே. சாக்காலையும் அடுத்திட்டுன்னு தோணுது. அதுதான் ஒறக்கம் வர மாட்டேங்குது!' என்று எண்ணினான் பட்டாணி. இப்போ கையைக் கொஞ்சம் அசைக்க முடியும் போலிருந்தது. கழுத்தோடு கட்டிய தொட்டிலைக் கழற்றி பாயில் விலாப் புறத்தோடு சேர்த்து வைத்திருந்த வலது கைவிரல்களை அசைத்துப் பார்த்தான், பட்டாணி. விரல் அசைந்தது.

... வலியும் விட்டிருக்கு, கை அசைக்கவும் முடியுது. இவ்வளவு நாள் இருந்ததை விட நீரும் கொறஞ்சிருக்குது போலதான் தோணுது. டாக்டரு அவரு பெரிய கெட்டிக்காரன் இல்லியா?... எட்டு நாளு பார்ப்போம் போமின்னாரு. விடிஞ்சா எட்டாமத்தெ நாளு. தெய்வம் சகாயமா இந்தக் கையை முறிக்க வேண்டி வராதுன்னதான் தோணுது. இவ்வளவு வயசுவரை மந்து கையோட ஜீவிச்சாச்சு. இனியும் கூடிப் போனா கொஞ்சகாலம். கைமுறிச்சு மொண்டியாக நடக்கக் கூடாதென்னு நேந்தது பலிச்சா கொள்ளாம். தெய்வமே... ஹூம், தெய்வம்! இதுவரைக்கும் ஒரு பள்ளிக்குப் போனது கிடையாது. ஒரு நிஸ்காரம் நோம்பு ஒண்ணும் செய்திட்டில்லே. அப்பன் இருந்த காலத்திலெ மேட்டுக்கடை பஞ்சாப் பெறைக்குப் போயிட்டுண்டும்.

அதுவும், மொகரத்தன்னைக்கு தீக்குளி காணப் போனதுதான். அதுக்கும் பொறவு ஒண்ணும் இல்லெ. இப்போ தெய்வம் ஏது...?'

நேரம் விடியப் போகுது. பட்டாணிக்கு நல்ல உறக்கம் வந்தது... ஓலைச் சுவரோடு திரும்பி, உடுத்தியிருந்த கைலியைத் தலை வழியே மூடிக்கொண்டு உறங்கப்படுத்தான் பட்டாணி.

கோட்டைககம் ஆஸ்பத்திரியில் எட்டு மணிக்கே நல்ல கூட்டம். டாக்டர் வந்து இருந்ததும், டிக்கட்டு எடுத்துக் கொண்டு கும்பலாக நின்றிருந்த ஆணும் பெண்ணும் வராந்தாவில் 'க்யூ' வாக நின்று கொண்டனர். ஆபீஸ்–பாக்டரிகளுக்குப் போக வேண்டிய ஆட்களையெல்லாம் முதலில் நிறுத்தினான், பியூன். ஒவ்வொருத்தராக டாக்டரின் பாதி அடைந்த கதவுக்குள் போய்ச் சீட்டு எழுதி வாங்கிக் கொண்டு, பின்வாசல் வழியாக மருந்து கொடுக்கும் டிஸ்பென்சரி ஜன்னலுக்குப் போகிறார்கள்.

பட்டாணி, கழுத்தில் மாட்டிய தொட்டில் கையுமாக கியூவில் நிற்காமல் தூண் ஓரத்தில் ஒதுங்கி நின்றிருந்தான். பட்டாணிக்கு இப்போ ஏழெட்டு நாளத்தைய நரை குச்சு தாடி வளர்ந்திருந்தது. அஞ்சாறு நாளா குளிக்காத கொமைவு, பார்த்தால் தெரியும். ஆனால் முகத்தில் வாட்டம் வேண்டுமே?, அந்த உம்மணாம் மூஞ்சி கம்பீரம் இன்னும் குறையவில்லை. நேற்றிலிருந்து கை வலி குறைஞ்சு மனசிற்கு ஒரு சமாதானம். இன்று டாக்டரின் பதிலும் தெரிந்துவிட வேண்டுமென்ற ஆவலில் பியூனிடம் சொல்லிவிட்டு ஒதுங்கி நின்று கொண்டிருந்தான் பட்டாணி. ஆள் நெரிசல் குறைஞ்சதும் சௌகர்யமாக அவனை உள்ளே விடுவதாக சொல்லியிருந்தான் பியூன்.

சௌகர்யத்தைப் பார்த்துக் கொண்டிருக்க இருக்க கூட்டம் தான் அதிகமாகிக் கொண்டிருந்தது. கடைசியில், பியூன் பட்டாணியைப் பார்த்ததும் லேசாகச் சிரித்தார். "என்ன வோய், உமக்கு இன்னையோட எட்டு நாள் முடியுதாக்கும்? கொண்டாரும் பாக்கட்டும். தொட்டிலைக் கழற்றும். கை நீட்ட முடியுதில்லையா?"

"இப்போ கை நீட்ட முடியுது..."

"அப்படி வாரும் வழிக்கு. இந்த ஒரு வாரமா ஒழுங்கா இருந்ததன் பலன் கையிலெ தெரியுது. கையை நீட்டும். ஒரு இன்செக்ஷன் கூடப் போடுதென். பின்னெ ஒரு காரியம். பயப்படாதேரும். உம்ம கை ஒண்ணும் முறிக்க வேண்டாம்... நாம் ஒரு பில்ஸ் எழுதித் தாரேன். முப்பது நாளைக்கு ஒவ்வொரு பில்ஸ் சாப்பிடனும். எல்லாம் சரியாப் போயிடும். பில்ஸுக்கு எழுதித் தந்தா, வாங்கப் பணமிருக்கா?"

“பணம் எவ்வளவு ஆகும்னு தெரிஞ்சா?”

“பதினைஞ்சு ரூவா ஆகும். வாங்குவீரா?”

“வாங்குறேன்...”

"சரி, இனி தொட்டில் வேண்டாம். கையைத் தாழ்த்திப் போட்டு நடையும். இந்தாரும் சீட்டு. ஒண்ணு, சாராயம் குடிக்கக் கூடாது. குடிச்சீரோ, கைக்கு நான் உத்தரவாதி இல்லே . உம், போவும்..."

பட்டாணி டாக்டரிடமிருந்து சீட்டு வாங்கிக் கொண்டு தாழ்ந்து விழுந்து ரெண்டு கையெடுத்தும் கும்பிட்டான்.

"கும்பிடறது எல்லாம் சரி. ஒழுங்கா இருக்கணும். சரி, போயிட்டு வாரும்."

செய்து பட்டாணிக்குக் கண் முன் சொர்க்கம் பிறந்தது போலிருந்தது. கையை லேசாகத் தொங்க விட்டுப் பார்த்தான். ஒரு லேஸ் கனம் போலிருந்தது. வேகமாக வீசி நடக்க முடியாது. 'வரட்டுமே, அந்த மட்டிற்குக் கையை முறிக்காமெ குணமானது, புண்ணியம். டாக்டரும் ஆளு பொல்லாதவருதான். சின்ன காரியத்தை பெரிசாச் சொல்லி, பயமுறுத்திக்காரு. அதுவும் நல்லதுதான். பயப்படுத்தாமெ இருந்திருந்தா இந்த ஒரு வாரமும் கையை வச்சுகிட்டு என்னவெல்லாம் கூத்து நடந்திருக்குமோ? ஒண்ணு ரெண்டு தடவெ சாராயமாவது குடிச்சிருப்பேன்...'

ரோட்டிலிறங்கி நடந்தபோது கைமுட்டுக்கு மேல் இப்பவும் வலிப்பதாகத் தோன்றுகிறது. ஃபோர்ட்டு ஹை ஸ்கூல் வாசலில் டிரில் கிளாஸ் நடந்து கொண்டிருந்தது. டிரில் மாஸ்டர் பையன்களுக்குப் பயிற்சி சொல்லிக் கொடுக்கிறார். முக்குத் திரும்பியதும், பழைய மகாராஜாக்களின் தேர்க் கொட்டடியும் மேற்கே தெருவு கிராமமும் வரிசையாகத் தென்பட்டது. பழைய அரண்மனையைச் சேர்ந்த சில பெரிய வீடுகளில் இப்பொழுது குடியிருப்பு யாருமில்லாமல் பாழடைந்து போய் அடைத்துக் கிடக்கிறது. தேர்க் கொட்டடிக்கு அருகிலுள்ள அரண்மனையைச் சேர்ந்த மற்றப் பகுதிகளில் இப்பொழுது லைப் இன்சூரன்ஸ் காரியாலயங்கள் நடைபெறுகிறது. அந்தப் பழைய பேட்டு வீட்டைக் கண்டதும் பட்டாணிக்கு ஒன்றுமே தோன்றவில்லை. காலம் எவ்வளவோ கடந்து விட்டது. வீட்டு நடையில் பெரிய வாசல் கதவு மட்டும் பெயிண்டு மங்கி நிற்கிறது. உள் காம்பவுண்டில் சீமைப் பலா கூட இப்போ இல்லை. அடைத்த கதவிற்கு மேல் தெரிவதெல்லாம் வெறும் சூன்யம்.

பழவங்காடி கணபதி கோவில் பக்கத்தில் வரும்போது கை வலி கொஞ்சம் அதிகரிப்பது போல் தோன்றியது. கையைத் தொங்கப்

போடாமல் மடித்து வைத்துக் கொண்டால் இதமாக இருக்கும் போலிருந்ததால் கையை மடக்கி மேலே துவர்த்து முண்டால் மூடிக் கொண்டு நடந்தான் பட்டாணி. என்ன ஆனாலும் பூர்ணமாகக் கொணமாகல்லெ. அதுதான் குளிகை வாங்கித் தினம் ஒண்ணு திங்க டாக்டரு சொல்லிருக்காரு. எதுக்கும் கவனமாகத்தான் இருக்கணும். இந்த ஏழெட்டு நாளும் பட்ட பிராண வலி போதும். ஓரோ நாளும் செத்துச் செத்துப் பொழைச்சதுதானே.

மணி பன்னிரெண்டாகப் போகும் நேரமானாலும், வெயில் அவ்வளவாக இல்லை. சாயங்காலம் மழை வருவற்கான அறிகுறி இருந்தது.

புத்தரிக் கண்டம் தாண்டிச் சாலை பஜாருக்குள் நுழைந்ததும் பட்டாணிக்கு நெஞ்சை லேசாக வலிப்பது போலிருந்தது. 'இனி கொஞ்சம் போனால் பயல்கள் எவனாவது நிப்பான். சில வேளை மத்தியான நேரமானதினால் ஒவ்வொருத்தனும் ஒவ்வொரு வேலைக்குப் போயிருந்தாலும் போயிருப்பான். இந்தப் பயல்கள் காரியத்துக்கு ஒரு வரம்பு முறை நேரம் காலமா இருக்கிறது?' பட்டாணி ஒரு ஓரமாக நடந்து வந்து கொண்டிருந்தான். 'ஒரு சுண்டைக்கா மோன் கண்ணிலும் படாமல் கருமடத்திற்குப் போயிட்டா கொள்ளலாம்...'

ஆனால் பட்டாணி, என்ன ஒதுங்கி நடந்தாலும், எந்தக் கூட்டத்தில் ஒளிந்து கொண்டு நடந்தாலும், பட்டாணியின் உயரம் தூரத்தில் நிற்பவனுக்கும் ஆளைக் காட்டிக் கொடுக்கும்.

சன்னதி முக்குத் தாண்டியதும் வெற்றிலைக் கடைக்காரன் சாகிப்புகளின் பக்கத்தில் நின்று கொண்டிருந்த இரண்டொரு பயக்கள் பட்டாணியைக் கண்டு கொண்டார்கள்.

"டேய் மக்களே, பட்டாணி, எங்கே போயிட்டு வாறே?" ஒரு பயல் குரலை மாற்றி இடைத் தொண்டையில் உரக்கக் கூப்பிட்டுக் கேட்டு விட்டு, அப்பு சாயக்கடை முடுக்கில் ஓடி விட்டான்.

திரும்பிப் பார்க்கக் கூடாதென்றுதான் பட்டாணி எண்ணினான். ஆனால் பழக்கதோஷம் விட்டால்தானே? சட்டென்று திரும்பிப் பார்க்கிறான்... போர்த்தியிருந்த துண்டு விலகித் தொட்டில் அவிழ்த்த பெரிய கை வெளியே தெரிந்தது.

"டேய், சாளப் பட்டாணிக்கு கை குணமாயிட்டது; ஒதுங்கி நில்லுங்க டோய். இனி அவன் அந்தக் கையைத் தூக்கிப் போடு போடுவான்..."

"ஆமடா, சுண்டக்கா மோன்மாருகளே! வாருங்க இனி இந்த பட்டாணி எப்படின்னு காட்டித் தாறேன், பட்டாணிக்கு ரோஷம் பொத்துக் கொண்டு வந்து விட்டது. எட்டு நாளாக அடக்கி வைத்திருந்த ரோஷம். பட்டாணி வீறாப்பு பேசி முடிப்பதற்குள் எவனோ ஒரு

பயல் நல்ல வெட்டுக்கல்லாக ஒன்றை எடுத்து வீசியிருக்கிறான். அது பட்டாணியின் பெரிய கை முட்டில்தான் வந்து குறிப்பாகத் தாக்கிவிட்டது."

'அய்யோ...!

அவ்வளவுதான். பட்டாணி கீழே இருந்து விட்டான்... ஒரு பயல் ஓடி வந்து, பட்டாணியின் தோள் துணியைப் பறித்துக் கொண்டு போனான். மற்றொருவன் உட்கார்ந்திருந்த பட்டாணியை மலக்கக் கீழே பிடித்துத் தள்ளினான்...

வெற்றிலை பாக்குக் கடைக்காரர்களுடன் அஞ்சாறு பயல்களும் சேர்ந்து 'ஓஹோ... ஓஹோ...' வென்று சிரித்தார்கள்...

மங்கலாக இருந்த வெயில் சுள்ளென்று ஏற ஆரம்பித்தது. கீழே மல்லாந்து விழுந்து கிடந்த பட்டாணிக்கு நெஞ்சு வலிப்பது போலிருந்தது. வலியின் வேகம் முழுவதும் தலைக்கேறு முன்...

நடுரோட்டில் பட்டாணியின் பிணம், வெயிலைப் பார்த்த விழிகளுடன் மலர்ந்து கிடந்தது.

அக்பர் என்ற அப்பா

ச. சுப்பாராவ்

அந்த மாபெரும் சாம்ராஜ்ஜியச் சக்ரவர்த்தி மரணப்படுக்கையில் படுத்திருந்தார். அறுபத்தி மூன்று ஆண்டுகாலம் சக்ரவர்த்தியாக, ஓவியனாக, பாடகனாக, தச்சனாக, கொத்தனாக, யானைப் பாகனாக, துப்பாக்கி தயாரிப்பவனாக ஏதேதோ கலைகளை, தொழில்களைச் செய்த அவரது நீண்ட வலுவான கரங்கள் அசைவற்றிருந்தன. விதிகளைப் பின்பற்றும் முகமதியன் பாதம் வரை உடையணிய வேண்டும் என்ற விதியை மீறுவதற்காகவென்றே அவர்தாமே வடிவமைத்த முழங்கால் வரையிலான ஆடைதான் அன்றும். முகமதியன் தாடி வைக்க வேண்டும் என்ற விதியை மீறுவதற்காக தினமும் பளபளவென சவரம் செய்யப்படும் அவரது கோதுமை நிறமான உப்பிய கன்னங்களில். உடல் நோவின் காரணமாய் சில நாள் தாடி. இளமைப்பருவம் முழுவதும் இடைவிடாது குதிரைச்சவாரி செய்ததால் சற்றே வளைந்து போய்விட்ட கால்களில் கவ்விப் பிடிக்கும் வலி. அவர் தன் சிறிய கண்களை லேசாகத் திறந்தார். மரணத்தை நெருங்கும் அந்த வேளையிலும் கடலலைகள் மேல்பட்டுத் தெறிக்கும் சூரிய ஒளிபோல் அக்கண்கள் ஒளிவீசின. மேல்மாடத்தில் அவரே தேர்ந்தெடுத்துத் தந்த வெள்ளை, நீலநிறச் சலவைக் கற்களாலான புறாக் கூண்டுகளில் புறாக்களின் சலசலப்பு. உதடுகளைக் குவித்தார். ஒலி வரவில்லை . ஜலாலுதின் முகமது அக்பர் பேசும் திறனை இழந்துவிட்டார்.

பேரரசரின் கட்டிலை மரணத்தின் மேகங்கள் சூழ்ந்திருக்க, குஜராத் முதல் வங்காளம் வரை, ஆப்கானிஸ்தானிலிருந்து தக்காணம் வரை, பரவியிருந்த அந்த முகலாய சாம்ராஜ்ஜியத்தின் அடுத்த பாதுஷா யார் என்ற பெரிய வினாக்குறி சுற்றி வளைத்திருந்தது. அடுத்த பேரரசர் சக்ரவர்த்தியின் மகன் சலீமா இல்லை பேரன் குஸ்ருவா என்ற கேள்வி மாடமாளிகைகளில், நதிக்கரைகளில், மசூதிகளில், கோவில்களில், பாலைவனங்களின் மணல்துகள்களில் எங்கும் எதிரொலித்த வண்ணம்

இருந்தது. நீண்ட நாளாய் சிறு முணுமுணுப்பாய், கிசுகிசுப்பாய்ப் பேசப்பட்ட விஷயம் பத்து நாட்களுக்கு முன் பூதாகரமாய் வடிவெடுத்து மாமன்னர் முன் நின்றது. அக்கேள்விக்குறியின் இரு பக்கங்களிலும் உருவிய நீண்ட வாட்களோடு மகனும், பேரனும் நின்றது பாதுஷாவின் கண்முன் தெரிந்தது.

அன்று பாதுஷாவிற்கு மிகவும் பிடித்த யானைச் சண்டை, மான் சண்டை முதல் யானைச் சண்டைவரை ஒவ்வொன்றிற்கும் தெளிவாக விதிமுறைகள் வகுத்து வைத்திருப்பார் அக்பர். அந்த விதிகளின்படி அன்று இளவரசர் சலீமின் யானையான கிரண்பார் என்ற யானைக்கும், சலீமின் மகன் இளவரசர் குஸ்ருவின் யானையான சஞ்சல் என்ற யானைக்கும் தான் போட்டி, இரண்டுமே உன்னதமான மஸ்த் வகையைச் சேர்ந்தவை. கஜ லட்சணத்திற்கு ஏற்ப நான்கு கால்கள் மட்டுமின்றி, துதிக்கையும் ஆணுறுப்பும் தரையில் பதிய நிற்பவை. அக்பருக்குப் பிரியமான இணைகளுக்கு அவர் கண்முன்னே பிறந்து வளர்ந்தவை. அவரே தமது பிறந்த நாளன்று மகனுக்கும், பேரனுக்கும் அவற்றைப் பரிசாக அளித்திருந்தார். இரண்டும் இருபத்தியிரண்டு வகையான ஆபரணங்கள் பூட்டப்பட்டு, சர்வ அலங்காரத்தோடு மைதானத்திற்கு அழைத்து வரப்பட்டன. ஒவ்வொன்றையும், தலைமைப் பாகனும், அவனது உதவியாளர்கள் நால்வரும் நடத்தி வந்தனர். இரண்டும் ஆவேசமாக மோதின. பாதுஷா சிறுகுழந்தையின் குதூகலத்துடன் கைதட்டி ரசித்துக் கொண்டிருந்தார். மக்களின் ஆரவாரக் கூச்சலுக்கு இடையே 'வருங்கால பாதுஷா சலீமின் யானைதான் வெல்லும்' 'வருங்கால பாதுஷா குஸ்ருவின் யானைதான் வெல்லும்' என்ற மக்களின் கோஷத்தை யாரும் எதிர்பார்க்கவில்லை. பாதுஷாவின் வட்டமுகம் இருண்டது. போட்டியை நிறுத்தச் சொல்லி உத்தரவிட்டுத் தன் படுக்கையில் விழுந்தவர்தான், இன்றுவரை எழவில்லை.

பத்து நாட்களாக பாதுஷா திவானி ஆமிற்கு வந்து பொதுமக்களைச் சந்திக்கவில்லை என்ற செய்தி மக்களை வியப்பில் ஆழ்த்தியது. நீண்ட காலத்திற்கு முன் அவரது உற்ற தோழன் பீர்பல் அவருக்காகப் போர்க்களத்தில் வீரமரணம் எய்திய அன்று, சபைக்கு வராது தனிமையில் அழுதிருக்கிறார். மாபெரும் எழுத்தாளனும், வரலாற்றாசிரியனும், அவரது மனசாட்சியாகத் திகழ்ந்தவனுமான அபுல் பசல், அவரது மகன் சலீமின் அடியாட்களால் கொல்லப்பட்ட தினம் அவர் சபைக்கு வராமல் இருந்த இரண்டாவது முறை. மற்றபடி, அவரது அன்பான தாயார் இறந்த அன்று கூட இந்துக்கள் போன்று மொட்டை போட்டுக் கொண்டு துக்கத்தோடு துக்கமாக திவானி ஆம் வந்து மக்கள் குறை கேட்டு ஆவன செய்தவர்தான் அந்த மாமனிதர். அவரா பத்து நாட்களாகப் படுக்கையில் என்ற வியப்பு எல்லோரிடமும் இருந்தது.

எனினும் பாதுஷா எந்த நேரமும் எழுந்துவிடக்கூடும் என்ற எதிர்பார்ப்பு அரண்மனை அதிகாரிகளிடம் இருந்தது. எனவே அரண்மனையின் துல்லியமான, திட்டமிடப்பட்ட வேலைகளில் எந்தவிதத் தொய்வும் இல்லை. மாறுதலும் இல்லை. அந்த 1605 அக்டோபர் மாதம் 16ம் தேதி அன்று வழக்கம் போலவே எல்லா ஏற்பாடுகளும் நடந்தன. மன்னர் சவாரிக்கென அன்றைய தேதிக்கு ஏற்கனவே முன் தீர்மானிக்கப்பட்ட யானை முழு அலங்காரத்தோடு தயாராக நின்றது. அது போன்றே குதிரை, ஒட்டகம் ஆகியவையும் தயார் நிலையில் வைக்கப்பட்டன. இப்படி ஒவ்வொரு நாளும் தயாராக இருக்க வேண்டிய யானை, குதிரை, ஒட்டகம் ஆகியவற்றின் பட்டியலை மன்னரே தயாரித்து அளித்திருந்தார். அவற்றின் பெயர், அடையாளங்கள், தனிப்பட்ட குணநலன்கள் அனைத்தையும் அவர் அறிவார். இவற்றிலெல்லாம் ஏதேனும் மாறுதல், தவறுதல் நடந்து விட்டால் அதற்கு யார் பொறுப்பு, அவருக்கு என்ன தண்டனை என்பதையும் அவரே வகுத்து வைத்திருந்தார். அது போலவே அன்று அந்த சனிக்கிழமை அவர் பயன்படுத்த வேண்டிய வாள் சகல மரியாதையுடன் அவரது படுக்கைக்கு அருகே அதற்குரிய பீடத்தில் வைக்கப்பட்டிருந்தது. மேலும், அவரது தனிப்பட்ட உபயோகத்திற்கான நூற்றி ஐந்து மாட்ச்லாக் துப்பாக்கிகளில் அன்றைய தினத்திற்குரிய பதினைந்து துப்பாக்கிகள் அவ்வாறே அவற்றிற்குரிய இடத்தில் தயாராக இருந்தன. அடுத்த சனிக்கிழமைக்குள் அவை சுத்தம் செய்யப்பட்டு, எண்ணெயிடப்பட்டு வரிசைப்படி வந்துவிடும். எனவேதான் பாதுஷா தனக்கென நூற்றி ஐந்து துப்பாக்கிகளைத் தேர்ந்தெடுத்திருந்தார். அவர் ஒரு துப்பாக்கியில் ஒருமுறைக்கு நான்கு குண்டுகளுக்கு மேல் சுடுவதில்லை. எத்தனை பெரிய போரானாலும், வேட்டையானாலும், எழுபத்தியேழு விதமான ஆயுதங்களைக் கையாளத் தெரிந்த அந்த மாவீரனுக்கு அறுபது குண்டுகளுக்கு மேல் தேவைப்பட்டதில்லை. அந்த ஆயுதங்கள் அத்தனையும் மௌனமாய்ப் படுத்திருந்த அந்தப் பேரரசன் கண்விழிக்கக் காத்திருந்தன.

கண்களைத் திறக்க முடியாமல், திறக்க விருப்பமும் இல்லாமல் அவர் படுத்திருந்தார். மனக்கண்ணில் அவரது உற்ற நண்பர்கள். மனம் ஒரு நொடியில் எத்தனையோ ஆண்டுகள் பின்னோக்கிச் சென்று விட்டது. வேட்டைக்குச் சென்றபோது பாதை தவறி ஒரு சிறு கிராமத்தில் நுழைந்து விடுகிறார் அவர். அங்கு கிணற்றில் நீர் இறைத்துக் கொண்டிருக்கிறான் ஒரு பிராமணச் சிறுவன். 'தம்பி இந்தப் பாதை எங்கே செல்கிறது?' என்று கேட்கிறார் அவர். 'பாதை எங்கேயும் செல்லாது. இங்கேயேதான் இருக்கும். நீங்கள்தான் செல்ல வேண்டும்' என்று கூறினான் அந்தச் சிறுவன் துடுக்காக. பக்கத்தில் இருந்த சபாஷ்கான் கோபத்தில் வாளை உருவுகிறான். சிறுவன்

பயப்படாமல் சிரித்துக் கொண்டே நிற்கிறான். விசாரித்ததில் தன் பெயர் மகேஷ்தாஸ் என்றான் அச்சிறுவன். முத்திரை மோதிரம் தந்து, தம்மைச் சந்திக்கச் சொன்ன போது அவன் இத்தனை நெருங்கிய நண்பனாக மாறுவான் என்று நினைக்கவேயில்லை. உண்மையும் கற்பனையுமாக அவனைப் பற்றியும் தம்மைப் பற்றியும் தான் எத்தனை வேடிக்கையான கதைகள் நாடெங்கும் உலவுகின்றன. அவனது எழுத்தாணியும் பேசும். வாளும் பேசும். அவனது வீரத்திற்காகத் தாம் அவனுக்கு வீர்வர் என்ற பட்டம் தந்தது. சமஸ்கிருதப் பண்டிதர்கள் வகரத்தில் பெயர். துவங்குதல் இலக்கணப்படி தவறு என்று பீர்வர் என்று மாற்றியது கடைசியில் அதுவும் பீர்பல் என்று மாறி நிலைத்தது எல்லாம் இன்று நடந்தது போல் இருக்கிறது. 'நீ இருக்கும் இடத்திற்கு வந்து விடுகிறேன் நண்பா. தான்சேனைத் தயாராக இருக்கச் சொல். அவனது தர்பாரி கானடாவைக் கேட்கவேண்டும்.'

அவன்தான் எத்தனை பெரிய பாடகன்! அவன் முன்னால் பீர்பல் சுமாரான பாடகன்தான். சுற்றிலும் குளிர்ந்த தண்ணீருக்கு நடுவே தான்சேன் உட்கார்ந்து பாடுவதற்காகவே தாம் ஒரு மேடை கட்டியது நினைவிற்கு வருகிறது. அவன் பாடப்பாட அந்த நீர் இன்னும் குளிர்ந்து பனியாக உறைவது போல் இருக்கும். எம்மை விட முப்பத்தியாறு வயது மூத்தவன் என்றாலும் வயதோ, அந்தஸ்தோ தடையாக இருந்ததே இல்லையே! அவன் முதன்முதலில் தர்பாரி கானடாவைப் பாடிய அந்த தினத்தை மறக்கவே முடியாது. பதேபூர் சிக்ரியின் வெப்பக் காற்றில் ஸா நீ தா பா என்று படிப்படியாக இறங்கி வந்த அந்த ராகம், மபகாம ரீ ஸா என்று முன்பின்னாக ஏறி ஏறி இறங்கிய போது எங்கோ அந்தரத்தில் பறப்பது போல் இருந்தது. இது என்ன புதிதாய் இருக்கிறதே என்றால், நான் கண்டுபிடித்த ராகம் தர்பாரி கானடா என்கிறான். இதற்கு என்ன பரிசு வேண்டும் என்பது மன்னராகிய எமது வழக்கமான கேள்வி. ஹிந்துஸ்தானத்தின் மாபெரும் சக்கரவர்த்தியின் முகத்திற்கு நேராக அப்போது தான்சேன் கேட்ட பரிசை வேறுயாரும் கேட்டுவிட்டு உயிரோடு இருந்திருக்க முடியாது. உன் மகள் மெஹ்ருன்னிசா என்கிறான் அந்தத் திமிர் பிடித்த கலைஞன். மாடத்தில் இருந்த மகளைக் கேட்டால், ஆமாம் நான் அவரைக் காதலிக்கிறேன் என்கிறாள் தைரியமாக. தாத்தா வயதில் காதலன்! உடலுக்காக இல்லையாம். அவனது இசைக்காகவாம். ஜலாலுதீன் முகமது அக்பர் கேட்கப்பட்ட பரிசை மறுப்பானா? தான்சேனைச் சீண்டிப்பார்க்க நீ முகமதியனாக மாறி என் மகளைத் திருமணம் செய்து கொள் என்கிறோம். எம் நண்பன் எம்மைப் போன்றுதானே இருப்பான். "எனக்கும் சரி, எனது இசைக்கும் சரி மதமே கிடையாது. நான் இந்துவாக இருந்தால் என்ன, முகமதியனாக இருந்தால் என்ன, எல்லலாம் எனக்கு ஒன்றுதான். நான் இப்போதே முகமதியனாக

மாறுகிறேன். உன் மகளைக் கூப்பிடு" என்கிறான். இப்படியாக நண்பன் மாப்பிள்ளையாகிவிட்டான். இவ்வுலகைவிட்டே போய்ச் சேர்ந்தும் விட்டான். இன்றும் அவனது தர்பாரி கானடாவும், மாண்டுவும், சந்திரகௌன்சும் என் மனம் முழுதும் நிறைந்து, நெருங்கி வரும் மரணத்தின் முறுக்கும் வேதனைக்கு இதமளித்துக் கொண்டிருக்கிறது.

பாதுஷாவிற்கு நா வறண்டது. உதடுகள் வெடித்துவிட்டது போல் இருந்தது. தாம் எந்த தேசம் போனாலும் கூடவே பெரிய பெரிய ஜாடிகளில் வரும் கங்கை நீரை ஒரு வாய் பருகினால் போதும் என்றிருந்தது. கங்கா மாதா குளிர்ச்சியானவள் அல்லவா? அக்பர் தண்ணீர் கேட்பதாக நினைத்து ஏதோ சைகை செய்ததை யாரும் கவனிக்கவில்லை . மந்திரிப் பிரதானிகள் அரசரைச் சந்திக்க வந்து கொண்டிருந்தார்கள். ராஜா மான்சிங் தம்மருகே வந்து வலது கையைத் தொப்பியில் வைத்து அப்படியே குனிந்து கோர்னிஷ் செய்து வணங்கித் தம் இருக்கைக்குச் சென்றது தெரிந்தது. மற்ற பலரும் வந்து விட்டார்கள். ஓஹோ, இன்று அடுத்த பாதுஷா யார் என்று தீர்மானிக்கப் போகிறார்களோ? என்று நினைத்தார் அக்பர், அவரது நினைவுப் பசு நடந்ததையெல்லாம் அசைபோடத் துவங்கியது.

இன்று சலீமைத் தவிர வேறு எந்த மகனும் உயிருடன் இல்லை. சலீம் அவர் உண்மையாகவே தமிருந்து பெற்ற பிள்ளை. பிள்ளை இல்லாத குறை தீர்க்க, ஆக்ராவில் இருந்து சில மைல்கள் தள்ளி இருக்கும் சிக்ரி குன்றுகளிக்கிடையே ஒரு குடிசையில் வாழ்ந்து வந்த சலீம் என்ற ஞானியிடம் பிள்ளை வரம் கேட்க, அந்தப் பொட்டல் காட்டில் கால்நடையாகச் சென்றது அவர் மனதில் இன்னும் பசுமையாக இருக்கிறது. ஞானி வரமளித்தார். அந்த சிக்ரிக்கே அனுப்பியதும், பிறந்த குழந்தைக்கு ஞானியின் பெயரையே சூட்டி சலீம், சலீம் என சீராட்டியதும் மனதில் காட்சியாய் ஓடுகிறது. ஆனால் பதிலுக்கு அந்த அருமைப்புதல்வன் என்ன செய்தான்? பெற்ற மனதை தொடர்ந்து நோகடித்துக் கொண்டு தானே இருந்தான்! ஆக்ராவை நோக்கி, தமக்குப் (போட்டியாக அவனது உருவம் பொறித்த நாணயம் அச்சிட்டு, அதை, வேண்டுமென்றே இங்கு அனுப்பிய ஆணவக்காரன். செல்வதற்கும் மேலாக அவனது கொடூரங்களை, தவறுகளை எம்மிடம் கூறியதற்காக எம் ஆருயிர் நண்பன் அபுல் பசலை ஆள் வைத்துக் கொன்றவன். அன்றே அவனைக் கொன்றிருந்தால் இன்று இந்தப் பிரச்சனையே வந்திருக்காது.

அபுல் பசலை நினைத்த மாத்திரத்தில் அக்பரது மூடிய கண்களில் நீர் கசிந்து அவரது நீண்ட கண்ணிமைகளை நனைத்தது. எப்படிப்பட்ட ஞானி! அறிவாளி! படிப்பாளி! வரலாற்றாளன்! இரண்டாவது தலைமுறையாக அரசசேவையில் தன்னை அர்ப்பணித்துக் கொண்ட

குடும்பம். எழுதப்படிக்கத் தெரியாத நமக்கு அவன்தானே எழுத்தாணி. அவன் இல்லாவிட்டால் நாம் யாயாத்தையும், பாரதத்தையும், குரானையும், மீராவின் பாடல்களையும் எப்படி அறிவோம்? இந்தத் தற்குறியை ஓரளவு அறிவாளியாக மாற்றியது அவன்தான். அக்பர் நாமா, அயினி அக்பர் மூலம் எமது பெயரை சூரியசந்திரர் உள்ளளவும் நிலைக்குமாறு செய்தவன் அவன்தான். தக்காணத்தில் ஆளுனராக இருந்த அவனை ஒரு கொலைகாரப் படையை அனுப்பிக் கொன்று விட்டானே இந்த சலீம். வெட்டப்பட்ட தலையை தன் மடியில் வைத்து அழகு பார்த்தானாம் அந்தக் கல் நெஞ்சுக்காரன். வேண்டாதவர்களை வெட்டிச் சாய்ப்பது முகலாயர்களுக்குப் பெரிய விஷயமில்லை. தன் ரத்தத்தையே பாலாக ஊட்டி வளர்க்க மாகம் அனகாவின் மகன் ஆதம்கானை நாம் மாடியில் இருந்து விசி எறிந்து கொன்றோம். உயிர் இழுத்துக் கொண்டிருந்தது என்று மீண்டும் ஒருமுறை மாடிக்குக் கொண்டு சென்று இரண்டாம் முறை வீசச் செய்தோம். பைராம்கானையும் பகைத்துள்ளோம். அவன் மனைவி சலீமாவைத் திருமணமும் செய்து கொண்டோம். எனினும் ஒரு எழுத்தாளனுக்கு எதிராக எமது வாள் என்றும் உயர்ந்ததில்லை. எமது பாட்டனார் காலம் தொட்டு எழுத்தை மதிப்பவர்களன்றோ நாம்.

இபாதத் கானா கட்ட அபுல் பசல் தான் ஆலோசனை தந்தான். எந்தப் பிரிவைச் சார்ந்தவர்கள் எந்தப் பக்கம் அமர்ந்து விவாதிக்க வேண்டும் என்ற நெறிமுறைகள் அனைத்தும் வகுத்ததும் அவன்தான். அப்போதெல்லாம் வியாழக்கிழமை இரவு எப்போது வரும் என்று வாரம் முழுவதும் நாங்கள் அனைவரும் காத்திருப்போம். சூபி, தத்துவஞானி, பேச்சாளி, நியாதிபதி, சன்னி, ஷியா, பிராமணர், ஜதீ, சீயுரா, சார்வாகர், நசரீன், யூதர், சாபீ, ஜெராஷ்டிரியன் என்று எத்தனை விதமான பிரிவுகள்! என்னென்ன விதமான வாதங்கள்! சமணத் தலைவர் விஜசென் சூரிக்கும், ராஜா ராம்தாசுக்கும் நடந்த வாதத்தில்தான் எப்படி அனல் பறந்தது! பசல்தான் வாதத்தை சுமுகமாக முடித்து வைத்தான். அன்றிலிருந்துதான் நாமும் சுத்த சைவமாக மாறினோம். இப்படி வாதங்கள் நடக்கும் போதெல்லாம் பசல் உற்சாகமாகி விடுவான். இப்படிப்பட்ட வாதங்கள் மூலமாகத் தான் கசடிலிருந்து தெளிவான மதுவை எடுக்க முடியும் என்பான் அவன்.

அவனைக் கொன்ற அடியாட்களைப் பழிவாங்கிய கையோடு சலீமையும் வெட்டிப் போட்டிருக்க வேண்டும். இப்போதோ அவன் தந்தை தன்னை மன்னித்து விட்டார் என்ற எண்ணத்தில் திரிகிறான். எழுத்தாளஹத்தி செய்தவனுக்கு இந்த அரியணையைத் தரலாமா?

சபை நிறைந்து விட்டது சப்தங்களின் வழி அக்பருக்குத் தெரிந்தது.

மரணப் படுக்கையிலும் அந்த மாமன்னனின் செவிகளின் கூர்மை குறையவில்லை . கவனம் சபை நடவடிக்கைகளில் குவிந்தது. மான்சிங் எழுந்து, "இளவரசர் சுல்தான் சலீம் அவர்களுடைய குணநலன்கள் பற்றி சபையோர்கள் அறிவீர்கள். பாதுஷா அவர் குறித்து என்ன நினைக்கிறார் என்பதும் உங்களுக்குத் தெரியும். இளவரசர் சலீமை தனது வாரிசாக அவர் ஒரு நாளும் ஏற்கவில்லை. எனவே நாம் அனைவரும் இளவரசர் குஸ்ரு அவர்கள் அடுத்து அரியணை ஏறுவதை முழுமனதோடு ஆதரிக்க வேண்டும்" என்கிறார். அவரது கம்பீரமான குரல் பாதுஷாவின் செவிகளில் தெளிவாக விழுந்தது. பாவம் மான்சிங் என்று நினைத்துக் கொண்டார் அக்பர், சலீம் மான்சிங்கின் சகோதரியைத்தான் மணந்து கொண்டான். சலீமின் போக்கு பிடிக்காத அவள் மனநிலை குன்றி தற்கொலை செய்து கொண்டு விட்டாள். தன் சகோதரியின் மரணத்திற்குக் காரணமானவன் வேறு யாராக இருந்தாலும் மான்சிங் பழி தீர்த்திருப்பான். தன் பொருட்டே அவன் சலீமை விட்டு வைத்திருக்கிறான் என்று தோன்றியது அக்பருக்கு. மான்சிங் கூறியது சபையில் பெரும் சலசலப்பை ஏற்படுத்திவிட்டது. அரசவையின் முக்கியமான பிரபுவும், தொன்மையான மங்கோலியக் குலத்தைச் சார்ந்தவனான சயீத்கான் ஆவேசமாக எழுந்து, "என்ன பேச்சு இது. இளவாசர் சலீம் ஷா இருக்கும் போது இந்த அரியணையில் அவரது மகனை உட்கார வைப்பதா? இது தார்த்தாரியர்களுடைய சட்ட சம்பிரதாயங்களுக்கு விரோதமல்லவா? இதை ஒருக்காலும் அனுமதிக்க மாட்டோம்" என்றான். அவனும் மிகப் பெரிய வியாபாரியான மாலிக் கைர் ஆகிய இருவரும் சபையிலிருந்து வெளிநடப்பு செய்தார்கள். சலீமின் ஆதரவாளர்கள் ஏற்கனவே திட்டமிட்டு வைத்திருந்தார்கள் போலும். ராஜா ராம்தாஸ் கச்வாஹா தனது ஆட்களுடன் கருவூலத்தைக் கைப்பற்றிச் சென்றான். முர்டாசா கான் கோட்டைக்கு வெளியே தனது ஆதரவாளர்களை நிறுத்த ஏற்பாடு செய்தான்.

குதிரைப்படை பன்னிரண்டு பாகங்களாகப் பிரிக்கப்பட்டு, மாதம் ஒரு பிரிவு கோட்டைக் காவலுக்கு நிற்பது வழக்கமான நடைமுறை. இந்த மாதம் காவலுக்கு வந்துள்ள பிரிவு சலீமின் ஆதரவாளனான மீர் அர்ஸ் என்ற தளபதியின் படை. இரண்டு நாட்களுக்கு முன் அகழியில் படகில் வந்த சலீமைக் கைது செய்ய மான்சிங் உத்தரவிட்டும், அப்படை சலீமைத் தப்பவிட்டு விட்டது. அன்றே அவனைச் சிறைப்படித்திருந்தால் இத்தனை பிரச்சனை இருந்திருக்காது என்று நினைத்தார் பாதுஷா. முர்டாசாகான், இளவரசர் சலீமை அழைத்து வருவதாகச் சொல்லி சென்றான். மான்சிங் செய்வதறியாது திகைத்து நிற்கிறார். அரசவைப் பிரதானிகளையெல்லாம் தன் பக்கம் இழுத்து, மகன் தனக்கெதிராக பலம் காட்டுவது அக்பருக்கு ஆத்திரமூட்டியது. வரட்டும். இன்று எமது உயிரா, இல்லை அவன் உயிரா என்று பார்த்துவிடுவோம்.

இடையைத் தொட்டுப் பார்த்துக் கொண்டார். தந்தை ஹூமாயூன் அளித்த குறுவாள் பத்திரமாக இருந்தது.

சபையில் பெரும் ஆரவாரம். பத்தாயிரம் படை வீரர்களின் தளபதியான தஸ்ஹசார்மான் சப்தாராகிய இளவரசர் சலீம் மீர்முசபர்கானும், ஃபரா பெக்கும் இருபக்கமும் பாதுகாப்பாக வர, பின்னால் ஒரு பெரும் பாதுகாப்புப் புடைசூழ உள்ளே நுழைகிறார். இருபது ஜோடி நகராக்கள் முழங்குகின்றன. ஒன்பது சுர்னாக்கள் பிளிறுகின்றன. பாதுஷாவின் உடல்நலம் கருதி வாத்தியங்களை நிறுத்தச் சொல்லி உத்தரவிடுகிறார் இளவரசர். வாத்தியங்களின் பேரொலி திடீரென நின்றதில் உருவான அதீதமான நிசப்தத்தில் கண்விழிக்கிறார் அக்பர்.

எதிரே இன்று உயிருடன் இருக்கும் ஒரே மகன். முப்பத்தாறு வயது என்று சொல்ல முடியாத வசீகரமான குழந்தை முகம். அழகாய்ச் செதுக்கிய சிறிய தாடி. அரண்மனையின் ஆடம்பர வாழ்வில் கொழுத்த உருண்டு திரண்டு உடலில்லை. எத்தனையோ போர்க்களங்கள் கண்ட மெலிந்த உருக்குப் போன்ற உறுதியான உடல். நெற்றி தரையில் தொட, கீழே விழுந்து மெதுவாய் எழுந்து தஸ்லீம் முறையில் வணங்கும் மகனைப் பார்க்கிறார் அக்பர். அவன் மேல் இருந்த கோபம் எல்லாம் எங்கோ காணாமல் போய்விட்டது. கடும் வெயிலில் பாலை நிலத்தில் பாதயாத்திரை சென்று தவமிருந்து பெற்ற பிள்ளை காலில் வந்து விழுந்து கைகட்டி நிற்கும்போது அந்த மகா சக்ரவர்த்தி சாதாரண தகப்பனானான். எல்லாம் உனக்குத்தான் மகனே! உன் தஸ்லீமில் நான் அனைத்தையும் மறந்துவிட்டேன். கை தன்னிச்சையாய் இடையிலிருந்து ஹுமாயுனின் குறுவாளை எடுத்து நீட்டுகிறது. மகன் மிகுந்த மரியாதையோடு அதைப் பெற்றுக் கொள்கிறான். ஒரு கணம் அவன் கைகளில் அந்த வாள் மறைந்து அந்த இடத்தில் நீண்ட வெண்தாடியுடன் அபுல் பசலின் ரத்தம் சொட்டும் தலை தெரிந்தது அக்பருக்கு. 'நண்பனே! பசல், என்னை மன்னித்து விடு. நான் முதலில் ஒரு தகப்பன், பிறகு தான் நண்பன், பாதுஷா எல்லாம்' என அவர் உதடுகள் முணுமுணுத்தன. அவர் நிரந்தரமாய்க் கண் மூடினார்.

பாதுஷா தனது இறுதி மூச்சிலும் பிரார்த்தனை செய்ததாக சபையோர் மனம் நெகிழ்ந்தனர்.

www.ingramcontent.com/pod-product-compliance
Ingram Content Group UK Ltd.
Pitfield, Milton Keynes, MK11 3LW, UK
UKHW042132021026
15589UKWH00003B/770